ఒక విజేత ఆత్మకథ

అవుల్ పకీర్ జైనులాబ్దీన్ అబ్దుల్ కలామ్ భారతీయ జీవితంలోని ఉన్నత విలువలకు సజీవ ప్రతీకగా నిలుస్తారు. ఆయన 1931లో జన్మించారు. తండ్రి తమిళనాడులోని రామేశ్వరానికి చెందిన అంతగా చదువుకోని సామాన్యకుటుంబీకుడు. కలాం రక్షణ శాస్త్రవేత్తగా అద్వితీయ సేవలు అందించారు. భారతదేశపు అత్యుత్తమ పౌరసేవకు గుర్తుగా ఆయనను 'భారతరత్న'తో సన్మానించారు. దేశరక్షణ, పరిశోధన, అభివృద్ధి కార్యక్రమం ప్రధాన బాధ్యతగా కలామ్ అత్యంత క్రియాశీలకమైన ఆవిష్కరణలకు దారితీశారు. జవసత్వాలు ఉడిగినట్లుగా భావించబడే పరిశోధనాసంస్థలకు ఆయన ప్రాణం పోశారు. అనామక గ్రామీణ బాల్యం నుంచి ఆయన తన వ్యక్తిగత, వృత్తిపరమైన పోరాటాలలో విజయపథంవైపు ఏవిధంగా నడిచారో చిత్రించే కథ యిది. నేడు భారతదేశంలో ప్రతి యింటా వినిపించే అగ్ని, పృథ్వి, ఆకాశ్, త్రిశూల్, నాగ్ వంటి క్షిపణుల కథ కూడా యిది. ఒక జాతి అంతర్జాతీయ స్థాయి క్షిపణి శక్తిగా రూపొందిన కథ కూడా.

భారతీయ ఆయుధ వ్యవస్థను పటిష్ఠపరుస్తున్న కలామ్ వ్యక్తిగత జీవితం ఋషితుల్యం. రోజుకు పద్దెనిమిది గంటల పని, మధ్యలో వీణసాధన. తన విజయాల ఘనతను కలామ్ సహజ సిద్ధమైన వినమ్రతతో తన ఉపాధ్యాయులకూ, మార్గదర్శకులకూ ఆపాదిస్తారు. తన బాల్య, యవ్వనాల గురించి చెప్తున్నప్పుడు, ఆయన దక్షిణ భారతదేశపు ఒక చిన్న పట్టణంలోని దైనందిన జీవితాన్ని ఒకవైపు చిత్రిస్తూ, మరొకవైపు తనని ఉత్తేజ పరచిన విద్యావేత్తల గురించి వివరిస్తారు. దానికి తోడు ఒకవైపు భారతీయ శాస్త్రవేత్తల్లో దార్శనికులైన డా. విక్రమ్ సారాభాయి వంటివారి పాత్రని ప్రస్తుతిస్తూ, మరొకవైపు పరిశోధనా సంస్థల మధ్య సమన్వయపూర్వకమైన కృషి గురించి వివరిస్తారు. అందువల్ల ఇది స్వతంత్ర భారతదేశ సాంకేతిక స్వయంసామర్థ్యం గురించీ, రక్షణ సార్వభౌమత్వం గురించి చెప్పే కథ కూడా. అలాగే ఇది సైన్సు గురించి ఎంతగా చెప్తుందో దేశ, అంతర్జాతీయ రాజకీయాలను గురించి కూడా అంతగా చెప్తుంది.

డా. కలామ్ ప్రస్తుతం భారత రిపబ్లిక్‌కు పన్నెండవ అధ్యక్షులు.

అరుణ్ తివారి హైదరాబాద్ లోని డిఫెన్స్ రీసెర్చ్ అండ్ డెవలప్‌మెంట్ లేబరేటరీలో ఒక దశాబ్దానికి పైగా డా. ఎ.పి.జె. అబ్దుల్ కలామ్ నేతృత్వంలో పనిచేశారు. ఆయన ప్రస్తుతం హైదరాబాద్ లోని కార్డియోవాస్క్యులార్ టెక్నాలజీ ఇన్‌స్టిట్యూట్‌కు డైరెక్టర్‌గా ఉన్నారు. అక్కడ ఆయన దేశీయ రక్షణ సాంకేతిక పరిజ్ఞానాన్ని ఉపయోగించి ఆర్థికంగా భారం కాకుండా ఉండగల వైద్య పరికరాలను అభివృద్ధి పరుస్తున్నారు.

ఒక విజేత ఆత్మకథ

ఎ.పి.జె. అబ్దుల్ కలామ్ అరుణ్ తివారితో కలసి

అనువాదం

చిన వీరభద్రుడు

ఎమెస్కో

ఒక విజేత ఆత్మకథ
ఏ.పి.జె. అబ్దుల్ కలామ్ అరుణ్ తివారితో కలిసి
'ది వింగ్స్ ఆఫ్ ఫైర్ - యాన్ ఆటో బయోగ్రఫీ'కి

తెలుగు అనువాదం:
చినవీరభద్రుడు

ప్రథమ ముద్రణ: సెప్టెంబరు, 2002
15వ ముద్రణ: సెప్టెంబరు, **2016**

మూల్యం : **రూ. 125/-**
ISBN: 978-93-80409-61-0

'ది వింగ్స్ ఆఫ్ ఫైర్'
ప్రచురణ కర్తలు
యూనివర్సిటీ ప్రెస్ వారి సౌజన్యంతో

ప్రింటర్స్ : **రైతునేస్తం ప్రెస్,** హైదరాబాదు.

ప్రచురణ
ఎమెస్కో బుక్స్ ప్రై. లి.
1-2-7, బానూకాలనీ,
గగన్‌మహల్ రోడ్, దోమలగూడ,
హైదరాబాద్-500029, తెలంగాణ.
ఫోన్ & ఫ్యాక్స్ : 040-23264028.
e-mail : emescobooks@yahoo.com,
www.emescobooks.com

పంపిణీదారులు
సాహితి ప్రచురణలు
29-13-53, కాళేశ్వరరావు రోడ్డు,
సూర్యారావుపేట,
విజయవాడ-520002, ఆంధ్రప్రదేశ్.
ఫోన్ : 0866-2436643
e-mail : sahithi.vja@gmail.com
www.sahithibooks.com

నా తల్లిదండ్రుల స్మృతికి

మా అమ్మ

సాగరతరంగాలు, సువర్ణ సైకతాలు, యాత్రికుల విశ్వాసాలు
రామేశ్వరం మసీదు వీథి అన్నీ కలసి ఒక్కటైతే
మా అమ్మ!

అమ్మా! నన్ను స్వర్గవాత్సల్యంతో చేరవచ్చావు
జీవితం ఒక సవాలుగా ఒక శ్రమగా గడచిన ఆ యుద్ధకాలం
మైళ్లకొద్దీ నడక, సూర్యోదయానికి ముందే లేవడం
గుడి దగ్గర అయ్యవారు చెప్పిన పాఠాలు
అరబ్బు పాఠశాలకు మైళ్లనడక
రైల్వే స్టేషన్ రోడ్డుకి ఇసుకదారుల్లో ఎదురీత
ఆ దేవాలయ వీథుల్లో వార్తా పత్రికలు సేకరించడం, పంచడం
మళ్లా పాఠశాలకి
సాయంకాలం, రాత్రి చదువుకి ముందు దుకాణంలో పనిపాట్లు
ఇది ఒక బాలుని వేదన

అమ్మా! రోజుకి ఐదుసార్లు
నీ వందన నమస్కారాలు
సర్వేశ్వరుని కృపావీక్షణాలతో
జీవితాన్ని పవిత్రంగా బలపర్చావు.
ఆ పవిత్రతే నీ పిల్లలకు శ్రీరామ రక్ష.
నువ్వెప్పుడూ నీకున్నదాంట్లో మంచిదేదో ఎవరికి ఏది అవసరమో చూసి ఇచ్చావు.
నీకు ఇవ్వడమే తెలుసు, ఇస్తూనే ఉంటావు.

నా పదేళ్లప్పటి ఆ రోజు నాకింకా గుర్తే
నన్ను నీ వళ్లో పడుకోబెట్టుకున్నావు
నా అన్నలూ, చెల్లెళ్లూ ఉడుక్కుంటున్నారు.
నిండు పున్నమిరాత్రి, అప్పుడు నాకు తెలిసిందల్లా నువ్వే
అమ్మా, నా అమ్మా
అర్ధరాత్రి నేను కన్నీళ్లతో ఉలిక్కిపడి లేచాను.
నీకు నీ బిడ్డ బాధ తెలుసు
నీ లాలించే చేతుల ద్వారా మృదువుగా తొలుగుతున్న బాధ
నీ ప్రేమ, నీ లాలన, నీ నమ్మకం నాకు బలాన్నిచ్చాయి.
ప్రపంచాన్ని నిర్భయంగా ఎదుర్కోవడం నేర్పాయి.
సర్వేశ్వరుని శక్తిని నిలిపాయి
అమ్మా, అంతిమ తీర్పు రోజున కలుస్తాం కదా మళ్ళా!

ఎ.పి.జె. అబ్దుల్ కలామ్

విషయసూచిక

ముందుమాట

నేను ఒక దశాబ్దానికి పైగా డా. ఎ.పి.జె. అబ్దుల్ కలామ్ నేతృత్వంలో పనిచేశాను. ఇది నన్నతని జీవిత చరిత్రకారునిగా చెప్పుకోడానికి ఏవిధంగాను అర్హతకాదు. అలాగని నేను కూడా అనుకోవడం లేదు. ఒకరోజు ఆయనతో మాట్లాడు తున్నప్పుడు భారతీయ యువతకు ఆయనిచ్చే సందేశమేదైనా ఉందా అని ఆయనను అడిగాను. ఆయనిచ్చిన సందేశం నన్ను ఆకర్షించింది. ఆ తరువాత నేనాయన్ని ఆయన స్మృతుల గురించి చెప్పమని అడిగే సాహసం చేశాను. గడిచిపోయే కాలపు ఇసుక తిన్నెల క్రింద, మరెన్నటికి బయటికి రానట్టుగా కప్పబడిపోకముందే వాటిని అక్షరబద్ధం చేయాలని నా ఆశ.

ఎన్నో రాత్రులు, తెల్లవారేదాకా సుదీర్ఘ సమావేశాల్లో మేము ఆ జ్ఞాపకాల్ని ముచ్చటించుకుంటూ గడిపాం. ఆయన పద్దెనిమిది గంటల పని వత్తిడిలోంచి ఆ సమయాల్ని మేమేదోవిధంగా సంగ్రహించగలిగాం. ఆయన భావాల విస్తృతి, గాఢత నన్ను సమ్మోహపరిచాయి. ఆయన సామర్థ్యం అపారం. ఆయన తన భావ ప్రపంచం నుంచి అపరిమితమైన ఆనందాన్ని చేదుకుంటున్నట్లుగా నాకనిపించింది. ఆయనతో సంభాషణ అన్నివేళలా సులభంగా అర్థం చేసుకోగలిగేది కాదు. కానీ ఆయన మాట్లాడినప్పుడల్లా అది ఎంతో కొత్తగా, స్ఫూర్తిదాయకంగా ఉండేది. ఆయన మాటల్లో సంక్లిష్టతలున్నాయి, సున్నిత పార్శ్వాలున్నాయి, కఠిన రూపకాలున్నాయి. కథనంలో ఎన్నో ఉపాఖ్యానా లున్నాయి. కానీ, అవన్నీ ఒక మహా మేధావి హృదయం నుంచి ఒక నిరంతర సంభాషణగా విప్పారేవి.

నేనీ పుస్తకం రాయడానికి కూర్చున్నప్పుడు నాకున్న నైపుణ్యాలు చాలవనిపించింది. కానీ, ఈ బాధ్యత ఎంత ముఖ్యమైనదో తెలిసినందువల్లా,

ఇది నాకొక గౌరవమని అనుకున్నందువల్లా రాయకుండా ఉండలేకపోయాను. దాన్ని పూర్తి చేయగలిగే సాహసాన్ని, సామర్థ్యాన్ని యివ్వవలసిందిగా ప్రార్థించాను.

ఈ పుస్తకం భారతదేశంలోని సామాన్య ప్రజానీకంకోసం రాసింది. వారంటే డా. కలామ్‌కి ఎనలేని ప్రేమ. ఆయన వారిలో ఒకడు. వినమితులూ, నిరాడంబరులూ అయిన ప్రజలతో కలసిపోగలిగే స్వభావం ఆయనది. అది ఆయన స్వభావసిద్ధమైన సారళ్యానికీ, ఆయనలోని అంతర్గత సాధు స్వభావానికీ ఒక సూచిక.

ఇక నాకు ఈ పుస్తకం రాయడం ఒక తీర్థయాత్ర వంటిది. డా. కలామ్ ద్వారా నాకు జీవితానందపు అసలైన రూప సందర్శనానుగ్రహం కలిగింది. అది ఒక మనిషికి తనలోనే దాగి ఉన్న అనంత చైతన్యంతో కలిగే సంగమం నుంచి వచ్చే ఆనందం. ఆ ఆనందాన్ని ప్రతి మనిషి తనకై తను వెతుక్కొని పొందవలసిందే. మీలో చాలామంది డా. కలామ్‌ని వ్యక్తిగతంగా కలిసి ఉండక పోవచ్చు. కానీ, ఈ పుస్తకం ద్వారా మీరు ఆయన సన్నిధిని అనుభవించగలరని నేను ఆశిస్తున్నాను. పుస్తకం ముగించేసరికి ఆయన మీకొక ఆధ్యాత్మిక స్నేహితుడవుతాడు.

డా. కలామ్ నాకు చెప్పిన ఎన్నో సంఘటనల్లో కొన్నిటిని మాత్రమే నేనీ పుస్తకంలో పొందుపరచగలిగాను. నిజానికీపుస్తకం డా. కలామ్ జీవితానికి ఒక అంగుష్ఠ మాత్ర చిత్రణ మాత్రమే. ఇది రాయడంలో కొన్ని ముఖ్యమైన సంఘటనలు అకారణంగా వదిలిపెట్టబడి ఉండవచ్చు. అలాగే డా. కలామ్ సమన్వయపాత్ర వహించిన ప్రాజెక్టుల్లో కొందరు వ్యక్తులు చేసిన సేవలు కూడా ఇందులో స్మరించబడకపోయి ఉండవచ్చు. దాదాపుగా పాతికేళ్ల వ్యక్తిగత జీవితం నన్నూ, డా. కలామ్‌ను వేరుచేస్తున్నది కనుక కొన్ని ముఖ్యమైన విషయాలు కూడా రాయబడకపోయి ఉండవచ్చు. సరిగా చెప్పబడకపోయి ఉండవచ్చు. అయితే అటువంటి లోటుపాట్లన్నిటికి బాధ్యత నాదే. కానీ, అవి ఉద్దేశపూర్వకం కావని మాత్రం చెప్పగలను.

అరుణ్ తివారి

కృతజ్ఞతలు

ఈ పుస్తకం రాయడంలో సహకరించిన వారందరికి నా కృతజ్ఞతలు తెలియజేసుకుంటున్నాను. ముఖ్యంగా శ్రీ వై.ఎస్.రాజన్, శ్రీ ఎ. శివథాను పిళ్ళై, శ్రీ ఆర్.ఎన్. అగర్వాల్, శ్రీ ప్రహ్లాద, శ్రీ కె.వి.ఎస్.ఎస్. ప్రసాదరావు, డా. ఎస్.కె.సాళ్వన్. వారు తమ అమూల్య సమయాన్ని, ఎంతో సమాచారాన్ని నాతో దయతో పంచుకున్నారు.

అలాగే ఈ రచనను నిశితంగా సమీక్షించినందుకు ప్రొ.కె.ఎ.వి. పండలై, ఆర్.స్వామినాథన్‌లకు నా కృతజ్ఞతలు. ఈ ప్రణాళికకు మద్దతు నిచ్చినందుకు డా. బి. సోమరాజుకు నా కృతజ్ఞతలు. నా శ్రీమతి, నా విమర్శకురాలు డా. అంజనా తివారి చేసిన నిశిత పరిశీలనకీ, ఆత్మీయ సహకారానికీ హృదయపూర్వక కృతజ్ఞతలు.

యూనివర్సిటీ ప్రెస్‌తో కలిసి పనిచేయడం ఒక సంతోషకరమైన అనుభవం. వారి సంపాదక వర్గం, సిబ్బంది అందించిన సహకారం మరవలేనిది.

మరెందరో మంచి మనుషులున్నారు. ముఖ్యంగా ఫొటోగ్రాఫర్ శ్రీ ప్రభు. ఆయన నిస్వార్థంగా ఈ పుస్తకానికెంతో వన్నె తెచ్చారు. వారందరికీ నా కృతజ్ఞతలు.

చివరగా నా కుమారులు అసీన్‌కీ, అమోల్‌కీ కృతజ్ఞత. ఈ పుస్తకం రాస్తున్నంత కాలం వారు నాకు మానసికంగా ఎంతో సహకరించారు. డా. కలామ్ ఏదైతే ప్రేమించి, ఆరాధించి, ఆకాంక్షించారో ఆ జీవిత దృక్పథం ఈ పుస్తకంలో ప్రతి పుటలోనూ కనిపించాలని నేను వారినుంచి ఆశించాను.

అరుణ్ తివారి

ఉపోద్ఘాతం

తన సార్వభౌమత్వాన్ని నిలబెట్టుకోడానికీ, తన భద్రతను పటిష్ఠపరచుకోడానికీ, భారతదేశం సాంకేతికంగా చేస్తున్న కొన్ని ప్రయత్నాల్ని ప్రపంచంలో అనేకులు ప్రశ్నిస్తున్న సమయంలో ఈ పుస్తకం విడుదల అవుతోంది. చరిత్రలో మనుష్యులెప్పుడూ తమలో తాము ఒకదానిమీదనో, మరొకదానిమీదనో పోరాడుతూనే ఉన్నారు. చరిత్ర పూర్వయుగంలో అన్నం గురించి, ఆశ్రయం గురించి యుద్ధాలు జరిగాయి. కాలం గడిచినకొద్దీ ధార్మిక, సైద్ధాంతిక విశ్వాసాలమీద యుద్ధాలు కొనసాగాయి. ఇప్పుడు అత్యాధునిక యుద్ధ తంత్రమంతా ఆర్థిక, సాంకేతిక ఆధిపత్యం కోసం జరుగుతోంది. పర్యవసానంలో ఆర్థిక, సాంకేతిక ఆధిపత్యం రాజకీయశక్తికి, ప్రపంచంమీద అదుపుకి పర్యాయపదంగా మారింది. గత కొన్ని శతాబ్దాలుగా సాంకేతికంగా బాగా బలపడ్డ కొన్ని జాతులు తమ ప్రయోజనాల కోసం ప్రపంచాన్ని అదుపు చేస్తున్నాయి. ఈ పెద్ద శక్తులు కొత్త ప్రపంచ వ్యవస్థకు తమని తాము నాయకులుగా ప్రకటించుకున్నాయి. అటువంటి పరిస్థితిలో ఒక బిలియన్ జనాభా కలిగిన భారత్ లాంటి దేశం ఏం చేయాల్సి ఉంటుంది. మనంకూడా సాంకేతికంగా బలపడటం తప్ప గత్యంతరం లేదు. అయితే సాంకేతిక రంగంలో భారత్ ఒక నేతగా ఎదగగలదా? దానికి చాలా గట్టిగా ఔననే జవాబిస్తాను. నా జీవితం నుంచే కొన్ని సంఘటనలను ఉదహరించి నా సమాధానాన్ని బలపర్చుకోనివ్వండి.

ఈ పుస్తకంలో చోటు చేసుకున్న కొన్ని జ్ఞాపకాల్ని నేను గుర్తు చేసుకోవడం మొదలుపెట్టినప్పుడు ఆ స్మృతుల్లో ఏవి చెప్పాలా అన్న అనిశ్చితత నాకు మొదట్లో ఉండింది. నా బాల్యం నాకు విలువైనదే కావచ్చు. కానీ దానిలో తక్కినవాళ్లకు ఆసక్తి ఏముంటుంది? చిన్న బస్తీలో పెరిగిన ఒక పిల్లవాడి కష్టసుఖాల్లో పాఠకుడికేమన్నా ఆసక్తి ఉంటుందా అనిపించింది. నేను చదువుకున్న రోజుల పరిస్థితుల గురించి, నా స్కూలు ఫీజు కట్టడానికి నేను చేసిన రకరకాల పనుల గురించి లేదా కాలేజి విద్యార్థిగా నా ఆర్థిక పరిమితుల వల్ల నేనొక శాకాహారిగా మారవలసి రావడం

గూర్చి వినడానికి సాధారణ శ్రోతకు ఏమి ఆసక్తి ఉంటుంది? కాని ఆలోచించగా, చివరకు, నాకు ఇవన్నీ చెప్పుకోవల్సిన జ్ఞాపకాలేననిపించింది. మరెందుకు కాకపోయినా అవి ఏదో ఒక మేరకు ఆధునిక భారత దేశపు కథని చెప్తాయని.

ఒక వ్యక్తి జీవిత గమ్యం, ఆ వ్యక్తి జీవిస్తున్న సాంఘిక నిర్మాణం వేరు వేరుగా ఉండవని. ఒకసారి ఆ నమ్మకం కలిగాక, నన్ను నా తండ్రి కలెక్టరుగా చూడాలనుకుంటే నేనొక వైమానిక దళ పైలట్‌ని కావాలనుకోవడం, ఆ కోరిక విఫలం కావడం, చివరకు నేనొక రాకెట్ ఇంజనీర్‌ని కావడం చెప్పుకోవడం అవసరమనే అనిపించింది. నా జీవితంపైన ప్రగాఢ ప్రభావం చూపించిన కొందరు వ్యక్తుల గురించి చెప్పాలనిపించింది. ఆ రకంగా ఈ పుస్తకం నా తల్లిదండ్రులకు, నా సమీప కుటుంబ బంధువులకు, నా ఉపాధ్యాయులకు, గురువులకు ఒక కృతజ్ఞతా సమర్పణ కూడా అయింది. మా సమష్టి స్వప్నాలను సాధించే క్రమంలో నా యువ సహచరులు చూపించిన ఉత్సాహానికి, చేసిన కృషికి ఇది ఒక నివాళి కూడా. తన పూర్వతరాల మహనీయుల భుజాలపైన తాను నిల్చున్నానని ఐజాక్ న్యూటన్ చెప్పుకున్న ప్రసిద్ధవాక్యాలు ప్రతి ఒక్క శాస్త్రవేత్తకు వర్తిస్తాయి. అలాగే నాక్కూడ. భారతీయ శాస్త్రవేత్తల ఒక విశిష్ట పరంపరనుంచే నేను స్ఫూర్తిని, నా జ్ఞాన ఋణాన్ని తెచ్చుకున్నాను. ఆ శాస్త్రవేత్తల్లో విక్రమ సారాభాయి, సతీష్ ధావన్, బ్రహ్మప్రకాష్ ఉన్నారు. వారు నా జీవితంలోను, భారతీయ సైన్స్ చరిత్రలోను ముఖ్యపాత్రల్ని పోషించారు.

1991 అక్టోబర్ 15 నాటికి నేను 60 ఏళ్లు పూర్తిచేసుకున్నాను. నేను నా శేష జీవితాన్ని సాంఘిక సేవా రంగంలో గడపాలనుకున్నాను. కానీ రెండు సంఘటనలు ఒక్కసారే సంభవించాయి. మొదటిది, నేను మరొక మూడేళ్లు ప్రభుత్వ సేవలో కొనసాగడానికి అంగీకరించాను. రెండవది, నా యువ సహచరుడు అరుణ్ తివారి నా జ్ఞాపకాల్ని తనతో పంచుకోమని కోరాడు. అందువల్ల తను వాటిని నమోదు చేయడానికి వీలౌతుందన్నాడు. అతను నా లాబరేటరీలో 1982 నుంచి పనిచేస్తున్నప్పటికీ 1987 దాకా నాకతని గూర్చి ఏమీ తెలియదు. అతనిని నేను మొదటిసారి హైదరాబాద్ నిమ్స్‌లో ఇంటెన్సివ్ కరొనరీ కేర్ యూనిట్లో చూసినప్పటికి అతని వయస్సు 32 సంవత్సరాలు. కాని తన బతుకు కోసం పెనుగులాడుతున్నాడు. అతని కోసం నేను చేయగలిగిందేమైనా ఉందా అని అడిగినప్పుడు "సార్! నాకు మీ ఆశీర్వాదం కావాలి" అన్నాడు. 'ఎందుకంటే నా సుదీర్ఘ జీవితంలో మీ ప్రాజెక్టుల్లో ఒక్కటైనా పూర్తి చేసే అవకాశం నాకు దొరుకుతుంది' అని కూడా అన్నాడు.

ఆ యువకుడి అంకిత భావం నన్ను చలింపచేసింది. అతడు కోలుకోవాలని నేనా రాత్రంతా ప్రార్థించాను. భగవంతుడు నా మొర ఆలకించాడు. తివారి నెలరోజులు తిరక్కుండానే తిరిగి విధి నిర్వహణకు రాగలిగాడు. 'ఆకాశ్' మిస్సైల్ ఎయిర్ ఫ్రేం విషయంలో మూడేళ్ళ అతి తక్కువ వ్యవధిలో అతను అద్భుతమైన కృషి చేశాడు. అప్పుడతను నాకథని గ్రంథస్థం చేసే బాధ్యతను తీసుకున్నాడు. గత ఏడాది అంతా అతను నా కథలోని అనేక శకలాల్ని విని ఓపికగా రాసుకుని వాటిని ఒక కథాధారగా మార్చాడు.

ఎంతో శ్రద్ధతో నా సొంత గ్రంథాలయమంతా వెతికి నేను గుర్తులు పెట్టుకున్న కవితల్నించి కొన్ని ఎంపిక చేసి ఈ పుస్తకంలో పొందు పర్చాడు.

ఈ కథ కేవలం నా వ్యక్తిగత జయాపజయాల చిట్టామాత్రమే కాదు. ఇది ఆధునిక భారతదేశంలో సంఘర్షణ అనుభవిస్తున్న మొత్తం వైజ్ఞానిక వ్యవస్థల జయాపజయాల గాథ. ఒక జాతీయ అభిలాష గాథ. ఒక సహకారోద్యమ గాథ. వైజ్ఞానిక స్వయంపోషకత్వం కోసం భారతదేశం కొనసాగిస్తున్న అన్వేషణని మన సమకాలీన యితిహాసమనవచ్చు.

ఈ సుందర పృథ్వీ పైన ప్రతి ఒక్క ప్రాణిని ఒక నిర్దిష్ట పాత్ర నిర్వహించడానికే భగవంతుడు సృష్టించాడు. ఈ జీవితంలో ఎవరేమి చేసినా అది ఆయన యిచ్ఛావ్యక్తీకరణే. అది ఆయన సహాయం వల్లనే. విశిష్టులైన కొందరు అధ్యాపకుల ద్వారా, కొందరు సహచరుల ద్వారా ఆయన నాపైన తన అనుగ్రహాన్ని వర్షించాడు. నేనామంచి మనుషులకు నివాళి ఇస్తున్నప్పుడల్లా ఆయన వైభవాన్ని కీర్తిస్తున్నట్లే. ఈ రాకెట్లు, ఈ మిస్సైళ్ళు కలామ్ అనబడే ఒక చిన్న మనిషి ద్వారా ఆయన చేసిన పనే. అలా చేయించడంలో అనేక మిలియన్ల జనాభా కలిగిన భారతదేశానికి ఆయన చెప్తున్నదేమిటంటే: కించపడవద్దని, అధైర్యపడవద్దని. మనమందరం మనలో ఒక దివ్యాగ్నితో జన్మించాం. మన ప్రయత్నాలెప్పుడూ ఆ అగ్నికి రెక్కలిచ్చేలా ఉండాలి. తద్వారా ఈ ప్రపంచమంతా సత్ప్రకాశంతో వెలుగు పొందాలి.

భగవంతుడు మిమ్మనుగ్రహించుగాక.

ఎ.పి.జె. అబ్దుల్ కలామ్

సాలోచన

చినవీరభద్రుడు

గాంధీజీ, కలాంల మధ్య సామ్యం

ఏ.పి.జె. అబ్దుల్ కలాం ఆత్మచరిత్ర **వింగ్స్ ఆఫ్ ఫైర్** తెలుగులోకి అనువదించమని మిత్రుడు, ఎమెస్కో విజయకుమార్ నన్ను కోరినపుడు ఈ పుస్తకం ఒక సాంకేతిక నిపుణుడి అనుభవాల కథనంగానే మొదట్లో భావించాను. కానీ, పుస్తకంలోకి ప్రవేశించినకొద్దీ, వాక్యం వెనుక వాక్యం, పుటవెనుక పుట సాగినకొద్దీ నా ఆశ్చర్యానందాలకు అవధిలేదు. బహుశా మహాత్మాగాంధీ ఆత్మకథ తరువాత నన్నంతగా కదిలించిన మరొక భారతీయ స్వీయచరిత్ర ఇదే అనటంలో అతిశయోక్తి లేదు.

అబ్దుల్ కలాం ప్రస్తుతం భారత రిపబ్లిక్ అధ్యక్షుడు. కానీ, ఈ ఆత్మకథకు అదేమీ అదనపు విలువను ఆపాదించదు. ఆయన జీవితగమనంలో పరిచయ మేర్పడ్డాక రాష్ట్రపతిపీఠం మీద కూర్చోవడంతో ఆ రాజ్యాంగ బాధ్యత పైన మనకి ఒక కొత్త ఆశ, ఆకాంక్ష ఏర్పడబోతున్నా యనిపిస్తుంది.

కానీ, ఒక సాధారణ పౌరుడిగా కలాం తన జీవితగాథను చెప్పుకొచ్చారు కనుక ఆ అంశాన్ని విస్మరించకుండానే ఆ పుస్తకానికి చేరువయ్యాను. కలాం జీవితకథను గాంధీజీతో పోల్చడంలో నా ముఖ్యమైన లక్ష్యం ఇదే. వాళ్లిద్దరి జీవితాల్నీ దగ్గరగా చూసినవారికి ఒక అంశం స్పష్టంగా బోధపడుతుంది. అదేమంటే, వాళ్లిద్దరూ అతి సామాన్యమైన మనుషులు. మరి తమ సమకాలీన సమాజాన్ని అంత తీవ్రంగా ప్రభావితం చెయ్యగలిగే స్థితికి వారెట్లా చేరుకున్నారు? అది వాళ్లు కొన్ని అంశాల్ని గాఢంగా విశ్వసించడంలో ఉంది. ఆ నమ్మకాన్ని బట్టి వాళ్ల ధ్యేయాలకోసం వాళ్లు చేసిన తీవ్రాతితీవ్రమైన నిర్మాణాత్మక సాధనలో ఉంది. కలాం ఒకచోట రాసుకున్నారు. తనకు ఒక యూనివర్సిటీ గౌరవ డాక్టరేట్ ప్రదానం చెయ్యడానికి పిలిచినప్పుడు ఆ జాబితాలో నెల్సన్ మండేలా పేరు కూడా కనిపించిందట. కలాం అంటున్నారు: 'అంత చరిత్రాత్మక వ్యక్తి సరసన నా పేరూ ఉండడానికి నేను సాధించిందేముందని నాకు సిగ్గనిపించింది. అటువంటి మహనీయుడితో నన్ను సమానంగా నిలబెట్టిందేది? బహుశా మా ధ్యేయాల సాధనపట్ల తీవ్రతే అయియుండాలి'.

గాంధీజీ జీవితాన్ని దగ్గరగా పరిశీలించినప్పుడు అది సాధారనమైన భారతీయులకు, అంటే ఒక రైతుకో, ఒక నేత కార్మికుడికో, ఒక గృహిణికో తమ పట్లతమకు నమ్మకాన్ని కలిగించే శక్తినిస్తుంది. తాను ఏది నమ్మాడో దానికి ప్రాణాలైనా ఇవ్వగలిగే ఒక నిర్భరత ఆయనకుంది. అది తన గౌరవాన్ని, తన స్వాతంత్ర్యాన్ని అన్నిటికన్నా మిన్నగా భావించుకునే ఒక వైఖరి. కలాంలో ఈ ఎరుక ఉంది. ఆయన రాసుకున్నారు: 'భారతీయ యువత ఎదుర్కొంటున్న అతి పెద్ద సమస్య ఏమంటే ఒక దార్శనిక స్పష్టత లేకపోవడం, ఒక దిశానిర్దేశం లేకపోవడం. ఆ సందర్భంగానే నేను నా జావితాన్ని తీర్చిదిద్దిన మహనీయుల గురించీ, పరిస్థితుల గురించీ రాయాలనుకున్నాను. నేను చెప్పాలనుకున్నదిదే. 'ఎవరు ఎంత చిన్నవాళ్లుగానీ, ఎంత తక్కువ అవకాశాలకు నోచుకోనీ, ఎంత బీదవాళ్లుగానీ వాళ్లు నిరాశ చెందనవసరం లేదనే'. ఆయన ఇంకా ఇలా అన్నారు. 'నా జీవితం ఎవరికన్నా తమనితాము మలుచుకోవడానికి ఆదర్శప్రాయమనేటంత ఆలోచన నాకు లేదు. కానీ, ఎక్కడున్నా ఒక బీదవిద్యార్థి, నిర్భాగ్య సామాజిక స్థితిలో ఉంటున్నవారెవరైనా ఈ కథ చదివి ఎంతో కొంత ఓదార్పు పొందుతారని నా ఆశ. అటువంటి పిల్లలు తమ మిథ్యాత్మిక దాస్యంనుంచీ, బంధనాలనుంచీ విడివడడానికి నా కథనం ఏ మేరకో సహకరిస్తుందని నమ్ముతున్నాను'.

గాంధీజీ ఆత్మకథ దాస భారతదేశానికి చెందిన ఒక స్వతంత్రమానవుడి కథ. అయితే, కలాం ఆత్మకథ స్వతంత్ర భారతదేశానికి చెందిన మరొక స్వతంత్ర మానవుడి కథ. మొదటికథలో మానవుడు సత్యం, అహింసా తన స్వాతంత్ర్యానికి ఆధారస్తంభాలుగా చెప్పుకున్నాడు. అక్కడ సత్యమంటే తన అంతరంగం నుంచి కలిగే ఒక మెలకువ. అయితే, ప్రతి అంతరాత్మ స్ఫూర్తీ సత్యం కాదని వెంటనే హెచ్చరించాడాయన. ఎదుటి మనిషిని అవమానించేదీ, లొంగదీసేదీ, నిర్మూలించాలని చూసేదీ ఎటువంటి మెలకువగానీ అది అంతిమంగా అసత్యమే అవుతుంది. రెండవ జీవిత గాథ గూడా ఈ ప్రాతిపదిక మీంచే నడుస్తుంది. అయితే, కలాం తన జీవితాన్ని నడిపించిన వాటిగా సైన్సు, టెక్నాలజీలను పేర్కొన్నారు. ఆయన ఆ రెండు పదాలకూ ఇచ్చిన అర్థం ఎంతో విశాలం. ఆయన అన్నదేమిటంటే సైన్సు మానవుడి సత్యతృష్ణకూ, జ్ఞానార్జనకూ ఆధారభూమిక. కానీ, కేవలం సైన్సు మననెక్కడకీ చేర్చదు. అది ఎప్పటికప్పుడు టెక్నాలజీగా పరివర్తన చెందాలి. ఆయన టెక్నాలజీని ఒక సమష్టి కార్యకలాపంగా చూశారు.

ఆయన ఇలా రాశారు. 'భారతదేశంలో నేటికీ టెక్నాలజీ అనే పదం చాలామందికి పొగలు కక్కే కర్మాగారాల్నీ, యంత్రభూతాల్నీ గుర్తుకు తెస్తుంటుంది. కానీ, అది టెక్నాలజీకి సరైన అర్థంకాదు. టెక్నాలజీ అంటే సాంకేతిక సూత్రాలూ, పద్ధతులూను. వాటిని ఉపయోగించే యంత్రాలు అన్నివేళలా టెక్నాలజీలో భాగం కావచ్చు, కాకపోవచ్చు. అందువల్ల సాంకేతిక పరిజ్ఞానమంటే ఒక రసాయనంతో ఎట్లా పనిచేయించాలో తెలియడంకావచ్చు. చేపల్ని పెంచే ఒక పద్ధతికావచ్చు, కలుపును నిర్మూలించే పద్ధతులు కావచ్చు. థియేటర్లలో దీపాలు అమర్చే పద్ధతి కావచ్చు. ఒక చరిత్రను బోధించే పద్ధతి కావచ్చు, యుద్ధాలు చెయ్యడం కావచ్చు, లేదా వాటిని నివారించగలగడం కావచ్చు.'

గాంధీజీ రాట్నం గురించి మాట్లాడితే కలాం రాకెట్ గురించి మాట్లాడి ఉండవచ్చు. కానీ, పైకి విరుద్ధంగా కనపడే ఈ వక్తవ్యాంశాల్లో సారాంశమొక్కటే. అది నీ స్వాతంత్ర్యం నీ చేతుల్లోనే ఉందని చెప్పడం. నీ టెక్నాలజీలని నువ్వు రూపొందించు కాకపోతే శత్రువును జయించలేవని చెప్పడం. నీ ప్రపంచం శత్రురహితం కావడం అనేది నీ సాంకేతిక స్వయం సామర్థ్యం ఏ మేరకు వృద్ధి చెందగలదో ఆ మేరకే అని కూడా ఒక హెచ్చరిక ఉంది అందులో.

కలాం ఆత్మకథలో ఇతి ఒక పార్శ్వం. రెండవ ముఖ్య పార్శ్వం ఆయన సైన్సునూ ఆధ్యాత్మిక రహస్యాలనూ సమన్వయించుకోవడం. తన సాంఘిక కర్మపథాన్ని ఆత్మిక విమోచనతో ముడిపెట్టుకోవడంలో కూడా ఆయనకు గాంధీజీతో పోలిక తేవచ్చు. కానీ, ఇక్కడ నేను ఆయనను ఐన్‌స్టీన్‌తో పోల్చదలచుకున్నాను. న్యూటన్‌తో మొదలుకొని గొప్ప భౌతికశాస్త్రవేత్తలంతా అంతిమ సత్యం విజ్ఞానశాస్త్ర దిగంతంలో నిలిచి ఊరించేదిగానే గుర్తించారు. సత్యంపట్ల ఈ వినమ్రతే ఒక శాస్త్రవేత్తను మనీషిగా మార్చగలదన్న ఎరుక కలాం జీవితయాత్రలో అడుగడుగునా మనకు కనబడుతుంది.

పుస్తకాన్ని పూర్తిగా తెలుగులోకి అనువదించాక దీనికి ఏ పేరు పెట్టాలా అన్న ఆలోచన కలిగింది. దీన్ని ఒక యోగి ఆత్మకథ అనవచ్చు. కానీ అలా అనడం దాని సాంఘిక పార్శ్వానికి పూర్తి ప్రాతినిధ్యం కాకపోవచ్చు. ఏ విధంగా చూసినా కలాం అన్నిరకాల అపజయాలమీదా, వెనుకబాటుతనాల మీదా ఒక నిర్విరామ పోరాటం. అంతేకాక ఈ పోరాటం జయప్రదం కావడం కూడా ఆయన కళ్లారా చూసుకున్నారు. అందుకని ఈ మహనీయ జీవితగాథకు "ఒక విజేత ఆత్మకథ" అని పేరు పెట్టాను.

– ఇండియాటుడే సౌజన్యంతో

I

ప్రేరణ

(1931 – 1963)

ఈ పృథ్వి ఆయనది.

ఈ అపార విస్తృత ఆకాశం ఆయనది.

ఉభయ సాగరాలు ఆయనవి.

అయినా ఆయన చిన్న నీటి చెలమల్లో కూడా కనవస్తాడు.

అథర్వ వేదం
4-సూక్తం 16

1

నేను పుట్టింది మధ్య తరగతి తమిళ కుటుంబంలో. పూర్వపు మద్రాసు రాష్ట్రంలోని రామేశ్వరం ద్వీప పట్టణం నా పుట్టిన వూరు. నా తండ్రి జైనులాబ్దీన్ విద్యాధికుడూ కాదు, సంపన్నుడూ కాదు. వీటిని మించిన గొప్ప అంతర్గత విజ్ఞతా, ఆత్మిక ఔదార్యమూ ఉండేవి ఆయనకి. నా తల్లి అశియమ్మ ఆయనకు ఆదర్శ సహచారిణి. ఆమె రోజూ ఎంతమందికి వండి వార్చేదో నాకిప్పుడు గుర్తు లేదు గానీ, మా కుటుంబ సభ్యులందరికన్నా ఎక్కువమందే బయటి వాళ్ళు రోజూ మా ఇంట్లో మాతో కలిసి భోంచేసేవారని చెప్పగలను.

నా తల్లితండ్రులు ఆదర్శ దంపతులుగా గుర్తించబడేవారు. నా తల్లి వంశం మరింత విశిష్టమైంది. ఆమె పూర్వికుల్లో ఒకాయన్ని బ్రిటిష్ ప్రభుత్వం రాయ్ బహదూర్ బిరుదుతో సత్కరించింది. ఆ అందమైన తల్లితండ్రులకు పుట్టిన పిల్లల్లో నేనొకణ్ణి. చిన్న వాణ్ణి. అంతగా విశేషమేమీ లేని చూపులు నావి.

పందొమ్మిదో శతాబ్దిలో నిర్మించిన మా పూర్వికుల గృహంలో నివసించేవాళ్ళం మేం. ఇటుకతోనూ సున్నంతోనూ కట్టిన విశాలమైన ఆ పక్కా ఇల్లు రామేశ్వరం మసీదు వీధిలో ఉండేది. సజ్జనుడైన నా తండ్రి అనవసరమైన భోగభాగ్యాలకు దూరంగా ఉండేవాడు. అలాగని మా కనీస అవసరాలకుగానీ, అన్నవస్త్రాలకుగానీ వైద్య సదుపాయానికిగానీ మాకెప్పుడూ లోటు చెయ్యలేదు. నిజానికి చెప్పాలంటే భౌతికంగాగానీ మానసికంగాకానీ నా బాల్యం ఎంతో భద్రప్రదమైందనే అనాలి.

నేనెప్పుడూ మా అమ్మతో పాటే కలిసి భోంచేసేవాణ్ణి. వంటగదిలో నేల మీద కూచునే వాళ్ళం. ఆమె నా ముందొక అరటాకు పరిచి దాని మీద అన్నం, ఘుమఘుమలాడే సాంబార్ వడ్డించేది. వాటికి తోడు ఇంట్లోతయారయ్యే ఘాటైన ఊరగాయలూ, తాజా కొబ్బరి పచ్చడీను.

యాత్రికులకి రామేశ్వరాన్ని పవిత్ర స్థలంగా చేసిన ప్రసిద్ధ శివాలయానికి మా ఇంటినించి పది నిమిషాల నడక. . మేముండేది ప్రధానంగా ముస్లిం ప్రాంతమే అయినప్పటికీ అక్కడ తమ ముస్లిం పొరుగుతో ప్రశాంత సహజీవనం చేసే కొన్ని హిందూ కుటుంబాలు కూడా ఉండేవి. మా ప్రాంతంలో చాలా పురాతనమైన మసీదు ఉండేది. మా తండ్రి నన్ను కూడా సాయంకాల ప్రార్థనలకు తీసుకువెళ్ళేవాడు. అక్కడ గానం చెయ్యబడే ఆ అరబిక్ మంత్రాల అర్థమేమిటో నాకేమాత్రం తెలియక పోయినప్పటికీ అవి భగవంతుడిని చేరతాయనడంలో నాకే సందేహం ఉండేది కాదు.

తన ప్రార్థనలు ముగించుకుని నా తండ్రి మసీదు నుండి బయటకు రాగానే అక్కడ రకరకాల మతాలవాళ్ళు ఆయన కోసం నిరీక్షిస్తూండేవారు. వాళ్ళు నీళ్ళు నింపిన పాత్రల్ని ఆయన ముందుంచితే వాటిలో ఆయన తన వేళ్ళు ముంచి ప్రార్థనలు చేసేవాడు. అప్పుడు వాళ్ళా నీటిని తమ ఇళ్ళల్లోని రోగగ్రస్తుల కోసం తీసుకుపోయేవారు. తమకి నయమైన తరువాత కృతజ్ఞతలు చెప్పడానికి వాళ్ళు మా ఇంటికి వస్తూండటం కూడా నాకు గుర్తు. మా నాన్న అటువంటప్పుడు చిరునవ్వుతో వారి ధన్యవాదాలు అపార కరుణామయుడూ మహా ఔదార్యవంతుడూ అయిన అల్లాకి చెల్లించమనేవాడు.

రామేశ్వరం దేవాలయ ప్రధాన అర్చకుడు పక్షి లక్ష్మణ శాస్త్రి మా తండ్రికి ఎంతో దగ్గర మిత్రుడు. వారిద్దరూ తమ సాంప్రదాయిక దుస్తుల్లో కూచుని ఆధ్యాత్మిక విషయాలు మాట్లాడుకుంటూండటం నా బాల్య జ్ఞాపకాల్లో ఎంతో స్పష్టమైన స్మృతి. నాకు కొద్దిగా ప్రశ్నలు వెయ్యగలిగే వయసు వచ్చినప్పుడు ప్రార్థించడంలోని ఔచిత్యం గురించి నా తండ్రిని అడిగాను. అందులో అద్భుత రహస్యమేమీ లేదన్నాడు ఆయన. 'నువ్వు ప్రార్థిస్తున్నప్పుడు నువ్వు నీ దేహాన్ని దాటి నీ చుట్టూతా ఉండే విశ్వవ్యాప్త అస్తిత్వంలో భాగమవుతావు. అప్పుడు ఆస్తీ, వయసూ, కులమూ, జాతీ అనే భేదాలుండవు' అని అన్నాడు.

క్లిష్టమైన ఆధ్యాత్మిక అంశాల్ని నా తండ్రి చాలా సరళమైన తమిళంలో చెప్పగలిగే వాడు. ఒకసారి నాతో అన్నాడు 'తనున్న కాలంలో, తనున్న స్థలంలో, తను చేరగలిగిన స్థాయిలో మంచి గానీ, చెడు గానీ ప్రతి మనిషీ పరమాత్మ తాలూకు ప్రకటితాంశ మాత్రమే. అటువంటపుడు కష్టాలనీ, బాధలనీ, సమస్యలనీ భయపడటమెందుకు? ఇబ్బందులొచ్చి నప్పుడు నీ వేదనలెంత సంగతమో చూసుకో. వ్యతిరేక పరిస్థితులనేవి నీకెప్పుడూ ఆత్మవిమర్శ చేసుకోవడానికి అవకాశమిచ్చేవే'. 'మరి నువ్వీ మాటలు నీ సహాయం కోసం వచ్చేవాళ్ళ

కెందుకు చెప్పవు?' అనడిగాను మా నాన్నని. ఆయన నా భుజాల చుట్టూ చేతులు వేసి నా కళ్లల్లోకి సూటిగా చూసాడు. ఆయన చెప్పబొయ్యేమాటలు విని నేను అర్థం చేసుకోగలనా అన్నట్టుగా కొంతసేపు మాట్లాడకుండా ఆలోచిస్తూండి పోయాడు. అప్పుడు ఆయనిచ్చిన సమాధానం నన్నొక కొత్త శక్తితోనూ ఉత్సాహంతోనూ ముంచెత్తింది.

'మనుషులు ఎప్పుడైతే తాము ఒంటరిగా ఉన్నట్టు భావిస్తారో అప్పుడొక సాహచర్యం కోసం వెతుక్కోవడం మొదలుపెడతారు. వాళ్ళెప్పుడెప్పుడైతే ఇబ్బందుల్లో ఉన్నారో అప్పుడల్లా తమకు సహాయం చేసే వాళ్ళ కోసం వెతుక్కుంటారు. తామేదైనా సంకటంలో చిక్కుకుంటే దాన్నుంచి బయటపడవేసే వాళ్ళ కోసం చూస్తారు. తిరిగి తిరిగి సంభవించే ప్రతి వ్యాకులతా, ఆకాంక్షా, కోరికా తమ కోసం తమదైన సహాయకుణ్ణి పొందుతాయి.'

'తమ కష్టాల్లో నా సహాయం కోసం వచ్చే వాళ్ళకి వాళ్ళు తమ ప్రతికూల శక్తుల్ని తమ ప్రార్థనలతో ఎదుర్కొనే క్రమంలో నేనొక వారధిని మాత్రమే. ఇది సరైన విధానమూ కాదు. అనుసరించదగ్గదీ కాదు. భయంతో విధిని అనుసరించడానికీ, మనలో మనకి అడ్డుతగుల్తున్న ప్రతికూల శక్తుల్ని ధైర్యంతో ఎదుర్కోవడానికీ మధ్య గల తేడాని మనం గుర్తించాలి' అన్నాడాయన.

తెల్లవారు జామున నాలుగ్గంటలకు నమాజ్ పఠనంతో నా తండ్రి తన దినచర్య మొదలుపెట్టడం నాకు గుర్తు. నమాజ్ తరువాత మా ఇంటికి నాలుగు మైళ్ళ దూరంలో ఉన్న మా చిన్న కొబ్బరి తోట దాకా నడిచి వెళ్ళేవాడు. తిరిగివచ్చేటప్పుడు భుజాన డజను కొబ్బరిబొండాలు తగిలించుకుని వచ్చేవాడు. అప్పుడే ఆయన ఉదయపు అల్పాహారం. అరవయ్యేళ్ళు పైబడిన కాలంలో కూడా ఆ దినచర్యలో ఏ మార్పూ లేదు.

నా జీవితమంతా నేను నా శాస్త్ర సాంకేతిక రంగాల ద్వారా నా తండ్రిని అర్థం చేసుకోవడానికి ప్రయత్నించాను. నా తండ్రి నాకు విప్పి చెప్పిన ప్రాథమిక సత్యాల్ని అర్థం చేసుకోవడానికి ప్రయత్నించాను. సంక్షోభం నుంచీ, వేదన నుంచీ, విషాదం నుంచీ, వైఫల్యం నుంచీ మనిషిని లేవనెత్తి అతన్ని సరైన మార్గానికి చేర్చే ఒక దివ్య శక్తి ఉందని మనస్ఫూర్తిగా నమ్మాను. మనిషి తన భౌతిక మానసిక బంధాల నుంచి బయట పడినపుడే అతడు స్వేచ్ఛ, ఆనందం, మానసిక శాంతి దిశగా ప్రయాణించగలడని తెలుసుకున్నాను.

నా కప్పుడు ఆరేళ్ళు. రామేశ్వరం నుంచి ధనుష్కోటి దాకా యాత్రికుల్ని తీసుకుపోయి రావటానికి ఒక చెక్క పడవని తయారు చేసే పనికి పూనుకున్నాడు మా నాన్న. సముద్ర తీరంలో అతనికి మా బంధువు అహ్మద్ జలాలుద్దీన్ తోడు వున్నాడు. అతను తరువాత రోజుల్లో నా సోదరి జొహరాని పెళ్ళి చేసుకున్నాడు. వాళ్ళా పడవని తయారు చేస్తుండటం

చూస్తుండేవాణ్ణి. కొన్నాళ్ళు మా నాన్న ఆ పడవతో మంచి వ్యాపారమే చేసాడు. కానీ గంటకి వంద మైళ్ళ వేగంతో గాలులు వీచే తుపానొకటి ఒక రోజు ఆ పడవనీ, ధనుష్కోటి లంకదిబ్బల్నీ కూడా ఎగరేసుకుపోయింది. పంబన్ రైలు వంతెన కూలి ప్రయాణికుల రైలు కొట్టుకుపోయింది కూడా అప్పుడే. అప్పటిదాకా సముద్రపు అందాల్నే చూసానేమో దాని ప్రచండ శక్తి విజృంభణ కొత్త అనుభవం నాకు.

ఆ పడవ అలా తన అకాల మరణానికి గురయ్యేనాటికి అహ్మద్ జలాలుద్దీన్ నాకు మంచి మిత్రుడయ్యాడు. మా వయసులోని తేడా మా చెలిమికి అడ్డు రాలేదు. అతను నా కన్నా పదిహేనేళ్ళు పెద్ద. నన్ను ఆజాద్ అని పిలిచేవాడు. ప్రతి రోజూ సాయంకాలం మేం చాలా దూరం నడుచుకుంటూ పోయేవాళ్ళం. మా మసీదు వీధినుంచి మొదలుపెట్టి లంక భూముల ఇసుక తిన్నెల దాకా పోయినంత సేపూ మేము ఆధ్యాత్మిక విషయాలు మాట్లాడుకునే వాళ్ళం. తోసుకువచ్చి పడే యాత్రికులతో రామేశ్వరం వాతావరణం అటువంటి చర్చకు దోహదమయ్యేది. పరమశివుడి మహాదేవాలయం మా మొదటి మజిలీ. దేశంలోని సుదూర ప్రాంతాలనుంచి వచ్చే యాత్రికుల్లానే మేం కూడా ఆ గుడి చుట్టూ ప్రదక్షిణం చేస్తూ మాలో విద్యుత్తేజం ప్రసరిస్తున్నట్టు భావించుకునేవాళ్ళం.

తన పనిపాటల్లో దేవుడు తన సహచరుడన్నట్టే జలాలుద్దీన్ మాట్లాడేవాడు. తన గోడు వినడానికి ఆయనెప్పుడూ తన పక్కనున్నట్టే ప్రతి ఒక్క సంగతీ ఆయనకు నివేదించేవాడు. నేనతన్ని కన్నార్పకుండా చూసేవాణ్ణి. అలాగే దేవాలయం చుట్టూ ఆవరించిన యాత్రికుల్ని చూసేవాణ్ణి. వాళ్ళు సముద్రంలో పవిత్ర స్నానాలు చేసేవారు. మనం సర్వ శక్తిమంతుడిగా భావించే నిరాకార అజ్ఞాత అస్తిత్వం పట్ల ఆరాధనతో పూజలు చేస్తుండేవారు. ప్రార్థనలు పలుకుతుండేవారు. మా మసీదులో పలికిన ప్రార్థనల్లానే దేవాలయంలోని ఆ ప్రార్థనలు కూడా తమ గమ్యాన్ని చేరుకుంటాయని నమ్మడానికి నాకే సందేహమూ ఉండేది కాదు.

నా కప్పుడున్న ఆశ్చర్యమల్లా జలాలుద్దీన్‌కి దేవుడితో ఎటువంటి ప్రత్యేక అనుబంధముందా అన్నదే. అతని కుటుంబ పరిస్థితులు అతన్ని ఎక్కువ చదువుకోనివ్వలేదు. నేను బాగా చదువుకోవాలని ప్రోత్సహిస్తూ, నా విజయాలకతనెప్పుడూ సంతోషిస్తూ ఉండటానికి అదే కారణమనుకుంటాను. తనకి అవకాశాలు కలిసి రావకపోవడం పట్ల అతను నిస్పృహచెందడమెప్పుడూ నేను చూడలేదు. పైగా జీవితం తనకేమిచ్చిందో దానిపట్ల అతనెప్పుడూ పరిపూర్ణమైన కృతజ్ఞతతో ఉండేవాడు.

నేను ఈ సంగతులు చెప్తున్న రోజుల నాటికి మా రామేశ్వరం ద్వీపం మొత్తానికి ఇంగ్లీషు రాయగలిగింది అతనొక్కడే. అవసరమైనవాళ్ళకి అప్లికేషన్లు రాసిపెడుతుండేవాడు. జలాలుద్దీన్‌కి ఉన్న పాటి విద్యార్హతలు గానీ, బయటి ప్రపంచంతో అతనికున్నపాటి పరిచయం

గాని ఉన్నవాళ్లెవ్వరూ నాకు తెలిసినవాళ్లలోగానీ మా కుటుంబంలో గానీ ఎవరూ లేరనే అనాలి. అతనెప్పుడూ చదువుకున్న వాళ్ళ గురించీ, శాస్త్రీయ ఆవిష్కరణల గురించీ, సమకాలీన సాహిత్యం గురించీ, వైద్య రంగంలో సాధిస్తున్న విజయాల గురించీ నాతో చెప్తుండేవాడు. మా సంకుచిత సరిహద్దులకి అవతల పరవళ్ళు తొక్కుతున్న 'సాహసిక నవ్య ప్రపంచం' దిశగా నా కళ్ళు తెరిపించింది అతడే.

నా చిన్నప్పటిరోజుల సాధారణ స్థితిగతుల్లో మాకుపుస్తకాలు ఎంతో అరుదైన వస్తువులు. స్థానిక ప్రమాణాల బట్టి చూస్తే ఎస్.టి.ఆర్. మాణిక్యం అనే ఒక జాతీయ ఉద్యమకారుడి సొంత గ్రంథాలయమే మాకు తెలిసిన అతి పెద్ద లైబ్రరీ. నేను చదవగలిగినన్ని పుస్తకాలు చదువుకోవడానికి ఆయన ప్రోత్సాహమిస్తుండేవాడు. వీలైనప్పుడల్లా ఆయన దగ్గరనుంచి పుస్తకాలు అరువుతెచ్చుకునేవాణ్ణి.

నా చిన్ననాటి రోజుల్లో నన్ను ప్రభావితం చేసిన మరొక వ్యక్తి మా బంధువు షంషుద్దీన్. రామేశ్వరం లో వార్తాపత్రికలకు ఏకైక పంపిణీదారు. వార్తా పత్రికలు పంబన్ నుంచి పొద్దుటి రైల్లో రామేశ్వరం వచ్చేవి. రామేశ్వరంలోని వెయ్యిమందికి పైబడ్డ అక్షరాస్యుల అవసరాలు తీర్చే ఏక వ్యక్తి సంస్థగా షంషుద్దీన్ ఏజెన్సీ పనిచేస్తుండేది. జాతీయ స్వాతంత్ర్యోద్యమ పరిణామాల్ని ఎప్పటికప్పుడు తెలుసుకోవడానికి ప్రజలు వాటిని చదువుతుండేవారు. అలాగే దినఫలాల్ని చూసుకోవడానికీ, మద్రాస్ మార్కెటులో బంగారం ధరలు తెలుసుకోవడానికీ కూడా. కొంత విశాల దృక్పథం కలిగిన కొద్ది మంది పాఠకులు మాత్రం హిట్లర్, మహాత్మా గాంధీ, జిన్నాల గురించి మాట్లాడేవారు.

కానీ అన్ని చర్చలూ చివరికి సవర్ణ హిందూ ఆధిపత్యం పైన పెరియార్ ఇ.వి. రామస్వామి నాయకర్ లేవనెత్తిన ఉధృత రాజకీయ ఉద్యమం వైపే దారితీసేవి. అన్నిపత్రికల్లోనూ 'దినమణి' అందర్నీ ఆకర్షించేది. చదవడం ఆ రోజుల్నాటికి నా శక్తికి మించిన పని కాబట్టి షంషుద్దీన్ తన పాఠకులకి పత్రికలు అందిస్తుంటే వాటిల్లో బొమ్మలు చూడటంతోనే తృప్తిచెందేవాణ్ణి.

1939 లో రెండో ప్రపంచ యుద్ధం చెలరేగేసరికి నాకు ఎనిమిదేళ్ళు. కారణాలు తెలియదు గానీ అప్పుడు చింతపిక్కల ధర మార్కెట్లో చాలా హెచ్చింది. నేను చింతపిక్కలు ఏరి మసీదు వీథిలో ఉండే ఓ షాపులో అమ్మేవాణ్ణి. ఒక రోజు కష్టానికి నాకు ముట్టే ప్రతిఫలం రమారమి ఒక అణా. యుద్ధం గురించి జలాలుద్దీన్ నాకు కథలు కథలుగా చెప్పేవాడు. తరువాత నేను వాటిని దినమణి పత్రిక హెడ్ లైన్లలో పోల్చుకునేవాణ్ణి. అందరినుంచీ విడిగా ఉన్నందువల్ల మా ప్రాంతం యుద్ధం ప్రభావానికి పూర్తిగా దూరంగా ఉండింది. అనతికాలంలోనే ఇండియా మిత్రపక్షాల సరసన చేరవలసిరావడంతో ఎమెర్జెన్సీ లాంటిది ప్రకటించారు.

దీని మొదటి పరిణామంగా రామేశ్వరం స్టేషన్లోరైళ్ళు ఆగడం మానేసాయి. అందువల్ల న్యూస్ పేపర్ కట్టల్ని రామేశ్వరం ధనుష్కోటి మధ్యన రామేశ్వరం రోడ్ దగ్గర రైల్లోంచి బయటకు విసరవలసి వచ్చేది. షంషుద్దీన్‌కి ఆ కట్టల్ని ఏరడానికి ఓ చెయ్యి ఆసరా కావలసి వచ్చింది. సహజంగానే ఆ సహాయ హస్తం నాదే అయ్యింది. నా మొదటి వేతనాన్ని నేను సంపాదించుకోవడానికి సహకరించింది షంషుద్దీనే. ఆ నాటి మొదటివేతనం నాలో ఉరకలెత్తించిన గర్వాన్ని ఒక అర్ధశతాబ్దం తరువాత కూడా గుర్తుకు తెచ్చుకో గలుగుతున్నాను.

ప్రతి శిశువూ కొన్ని సహజ వారసత్వ లక్షణాలతో ఒక నిర్దిష్ట సాంఘిక ఆర్థిక భావావేశ వాతావరణంలో జన్మిస్తాడు. ఆ పైన ఆధికారిక శక్తులూ సంస్థలూ అతన్ని తమకి అనుగుణంగా తయారు చేసుకుంటాయి. నేను నా తండ్రినుంచి నిజాయితీనీ, ఆత్మ క్రమశిక్షణనీ అందిపుచ్చుకున్నాను. మా అమ్మ నుంచి మంచితనంలో నమ్మకాన్నీ, సానుభూతినీ అందుకున్నాను. నాతో పాటే నా ముగ్గురు సోదరులూ, నా సోదరీను.

కానీ జలాలుద్దీన్, షంషుద్దీన్‌లతో నేను గడిపిన సమయమే నా బాల్యంలోని అద్వితీయతకూ, నా తదనంతర జీవితంలోని మార్పుకీ కారణమనాలి. జలాలుద్దీన్లో షంషుద్దీన్‌లో కనవచ్చిన సహజాత ప్రజ్ఞ ఏ పాఠశాలల్లోనూ ఏ తర్ఫీదు వల్లా పొందలేని వివేకం. అది భాషకి అతీతంగా ప్రపంచం పట్ల స్పందించగల నేర్పు. అనంతరకాలంలో నా జీవితంలో ప్రకటితమైన సృజనాత్మకతకి నా బాల్యం వారి సాహచర్యంలో గడవడమే కారణమని నిస్సంకోచంగా చెప్పగలను.

చిన్నప్పుడు నాకు ముగ్గురు మిత్రులుండేవారు-రామనాథ శాస్త్రీ, అరవిందం, శివప్రకాశన్. వీళ్ళు ముగ్గురూ సనాతన హిందూ బ్రాహ్మణ కుటుంబాల నుంచి వచ్చిన వారే. వేరు వేరు మతాలకు చెందినందువల్ల గానీ లేదా వేరు వేరు సామాజిక నేపథ్యాలనుంచి వచ్చినందువల్ల గానీ మాలో ఏ భేదాలూ పొడసూపేవి కావు. రామనాథ శాస్త్రి రామేశ్వరం దేవాలయ ప్రధాన అర్చకుడు పక్షి లక్ష్మణ శాస్త్రి కొడుకు. తరువాత తన తండ్రి నుంచి ప్రధాన అర్చకత్వం అందుకున్నాడు. అరవిందన్ యాత్రల ట్రాన్స్ పోర్ట్ వ్యాపారంలో కుదురుకున్నాడు. శివప్రకాశన్ దక్షిణ రైల్వేలో కేటరింగ్ కాంట్రాక్టులు చేపట్టాడు.

ప్రతీఏటా జరిగే శ్రీ సీతారామ కల్యాణోత్సవంలో ఉత్సవ మూర్తుల్ని కల్యాణ వేదికకు చేర్చడానికి పడవలు కట్టే బాధ్యత మా కుటుంబానిది. మా ఇంటి దగ్గర్లో ఉన్న రామతీర్థమనే కొలనులో ఆ వేదిక ఉండేది. మా ఇంట్లో చిన్నపిల్లల్ని నిద్రపుచ్చేటప్పుడు మా అమ్మా నాయనమ్మా చెప్పే కథల్లో ప్రవక్త మహమ్మద్ కథల్తో పాటు రామాయణ కథలు కూడా కలిసిఉండేవి.

రామేశ్వరం ప్రాథమిక పాఠశాలలో నేను అయిదో తరగతి చదువుతుండే రోజుల్లో ఒకనాడు ఒక కొత్త ఉపాధ్యాయుడు మా తరగతికి వచ్చాడు. నన్ను చూడగానే ముస్లిం అని గుర్తు పట్టేటట్లుండే ఒక టోపీ తలన ధరించి ఉండేవాణ్ణప్పుడు. ఎప్పుడూ ముందువరసలో రామనాథ శాస్త్రి పక్కనే కూర్చుండేవాణ్ణి. అతడేమో యజ్ఞోపవీతధారి. ఒక హిందూ అర్చకుడి కుమారుడి సరసన ఒక ముస్లిం బాలుడు కూర్చుండటాన్ని ఆ కొత్త ఉపాధ్యాయుడు అరగించుకోలేకపోయాడు.

మా సామాజిక స్థాయికి అనుగుణంగా ఉండటానికని ఆ ఉపాధ్యాయుడు నన్ను వెనక బెంచీకి పోయి కూచోమని ఆదేశించాడు. నాకు చాలా దుఃఖం కలిగింది. రామనాథ శాస్త్రికీ అంతే. నేను వెనుక బెంచీలో సర్దుకుంటున్నంత సేపూ అతను అపరాధిలా తలవాల్చుకునే ఉన్నాడు. చివరి వరసలోకి నేను జరిగిపోతున్నప్పుడు ఆక్రోశిస్తుండిన ఆతని వదనం నా పైన జీవితకాలపు చెరగని ముద్ర వేసింది.

బడి ముగిసి ఇళ్ళకు వెళ్ళాక మా ఇళ్లల్లో మేం జరిగిన సంగతి చెప్పాం. లక్ష్మణ శాస్త్రిగారు మా ఎదుటే ఆ ఉపాధ్యాయుడికి కబురుచేసి పిలిపించారు. అమాయకులైన పసిపిల్లల్లో సామాజిక అసమానతల, మత విద్వేషాల విషం ప్రవహింపచేయవద్దని చెప్పారు. ఆ ఉపాధ్యాయుడు క్షమాపణైనా కోరాలి లేదా ఊరైనా విడిచిపెట్టాలి అని ఖండితంగా చెప్పారు. అ ఉపాధ్యాయుడు తన తప్పుకు పశ్చాత్తాపపడ్డాడు. అంతేకాదు లక్ష్మణశాస్త్రి దృఢమైన విశ్వాసం ఆ యువ ఉపాధ్యాయునిలో శాశ్వతమైన పరివర్తనని తీసుకువచ్చింది.

మొత్తానికి రామేశ్వరం సమాజం కఠినమైన సాంఘిక విభజనతో కూడుకునివున్నదే. కానీ మా సైన్సు ఉపాధ్యాయుడు శివసుబ్రహ్మణ్య అయ్యర్ తన భార్య సనాతను రాలైనప్పటికీ తనొక పురోగమనశీలిగానే ఉండేవాడు. వివిధ సామాజిక అంతస్తులకు చెందిన మనుషులు స్వేచ్ఛగా కలిసి తిరగడానికి వీలుగా సామాజిక తారతమ్యాల్ని బద్దలుకొట్టడానికి ఆయన చెయ్యగలిగినదంతా చేసాడు. నాతో గంటలకొద్దీ గడపడమే కాక నాతో అంటుండేవాడు: 'కలాం నువ్వు చాలా పైకి రావాలి. పట్టణాల్లో బాగాచదువుకునే వాళ్ళతో నువ్వు కూడా సమానం కావాలి'.

ఒక రోజు ఆయన నన్ను తన ఇంటికి భోజనానికి పిలిచాడు. మడికట్టుకుని శుభ్రంగా ఉంచుకునే తన వంటింట్లోకి ఒక ముస్లిం కుర్రవాడు భోజనానికి రావడమనే ఆలోచననే ఆయన భార్య తట్టుకోలేకపోయింది. కానీ శివసుబ్రహ్మణ్యం ఏమీ చలించలేదు. తన భార్యని కూడా ఏమీ అనలేదు. పైగా నన్ను తనతో పాటే భోజనానికి కూచుండబెట్టుకుని స్వహస్తాల్తో వడ్డించాడు. ఆయన భార్య వంటగది తలుపు వెనకనించి మమ్మల్నే గమనిస్తూంది. నేను అన్నం

తినడంలోగానీ, నీళ్ళు తాగడంలో గానీ, అన్నం తిన్నాక నేలమీద ఎంగిలి శుభ్రం చెయ్యడంలో గాని ఆమెకేదన్నా తేడా కనబడిందా అని ఆశ్చర్యపోయాను.

శివసుబ్రహ్మణ్య అయ్యర్ మరుసటి వారాంతమే నన్ను మళ్ళా భోజనానికి ఆహ్వానించాడు. నేను తడబడుతుండటం గమనించి నిస్పృహచెందవద్దన్నాడు. 'ఒకసారి నువ్వు వ్యవస్థని మార్చడానికి పూనుకున్నాక ఇటువంటి సమస్యల్ని ఎదుర్కోకతప్పదు' అన్నాడు. నేను మళ్ళాసారి వారింటికి భోజనానికి వెళ్ళినప్పుడు శివసుబ్రహ్మణ్య అయ్యర్ భార్యనే నన్ను వంటింట్లోకి తీసుకువెళ్ళి తన చేతుల్తో అన్నం వడ్డించింది.

రెండవప్రపంచ యుద్ధం ఆఖరు కావొస్తుండేకొద్దీ భారతదేశం స్వతంత్రం అయ్యే అవకాశం అధికమవుతూండింది. 'భారతీయులు తమ భారతదేశాన్ని తామే నిర్మించు కోగలరు' అన్నారు గాంధీజీ. దేశమంతటా అపూర్వమైన ఆశ పొంగిపొర్లింది. రామేశ్వరం వదిలి రామనాథపురం జిల్లా కేంద్రంలో చదువుకోవడానికి నేను మా నాన్న అనుమతి కోరాను.

ఆయన తనలో తను ఆలోచించుకుంటున్నట్టుగానే పైకి అన్నాడు 'అబుల్, నువ్వు పైకెదగడానికి ముందుకుపోక తప్పదని నాకు తెలుసు. సముద్రపక్షి తనకంటూ ఒక గూడు కూడా లేకుండా సూర్యుడికి ఎదురేగడం మనం చూడట్లేదా'? నీ ఆశలు ఫలించే చోటుకి పోవాలంటే నీ బాల్య స్థలం మీద బెంగ వదులుకోకతప్పదు. నిన్ను మా ప్రేమ ఆపదు, నీకు మా అవసరాలు అడ్డుచెప్పవు' అన్నాడు.

మా అమ్మ ఇంకా సందేహిస్తుంటే ఆయన ఖలీల్ జీబ్రాన్ వాక్యాలు గుర్తుచేసాడు. 'నీ పిల్లలు నీ పిల్లలు కారు. వాళ్ళు జీవితం తనకోసం తను కోరుకుంటే వచ్చిన కొడుకులూ కూతుళ్ళూనూ. వాళ్ళు నీ ద్వారా కలిగిన వాళ్ళే గాని నీకు కలిగిన వాళ్ళు కారు. నువ్వు వాళ్ళకి నీ ప్రేమని ఇవ్వగలవేమో గానీ నీ ఆలోచనల్ని కాదు. వాళ్ళ ఆలోచనలు వాళ్ళకుంటాయి.'

నన్నూ నా సోదరుల్నీ మసీదుకు తీసుకుపోయి పవిత్ర ఖురాన్ నుంచి మొదటి సూక్తం చదివించాడు. రామేశ్వరం స్టేషన్‌లో నన్ను రెలెక్కిస్తూ అన్నాడాయన 'ఈ ద్వీపం బహుశా నీ శరీరానికి ఆశ్రయమిచ్చి ఉండవచ్చు కానీ నీ ఆత్మకి మాత్రం కాదు. ఈ రామేశ్వరంలో ఉండే మేమెవ్వరమూ నీతో రాలేని, కలగనలేని భవిష్యత్‌లో విహరిస్తూ ఉందది. నిన్ను దేవుడనుగ్రహిస్తాడు'.

జలాలుద్దీన్ షమ్షుద్దీన్ నాతో పాటు రామనాథపురం దాకా వచ్చి నన్ను స్క్వారాట్జ్ హైస్కూల్లో చేర్పించి నాకు అన్నవసతికి కూడా ఏర్పాటు చేసారు. కానీ నేనా కొత్త వాతావరణానికి అంత తేలిగ్గా అలవాటుపడ లేకపోయాను. రామనాథపురం ఏభయివేల

జనాభాతో తొక్కిసలాడే కలకల్లాడే నగరమే అయిఉండవచ్చు కానీ అక్కడ రామేశ్వరంలోని సామరస్యం, సమగ్రత మాత్రం కనరాలేదు. నేను నా ఇంటిని కోల్పోయినట్టే భావించాను. ఏ చిన్ని అవకాశం వచ్చినా రామేశ్వరం పోతుండేవాణ్ణి. మా అమ్మ చేసిపెట్టే పోళీల ఆకర్షణని రామనాథపురంలోని చదువుసంధ్యలు మరిపించలేకపోయాయి.

ఇంటి పట్ల నా బెంగ ఎలా ఉన్నా నేను నా కొత్త వాతావరణానికి అలవాటు పడటానికే నిశ్చయించుకున్నాను. నా అభ్యున్నతి మీద మా నాన్న పెట్టుకున్న ఆశలు నాకు తెలుసు. మా నాన్న నన్నో కలెక్టర్‌గా చూడాలను కున్నాడు. రామేశ్వరం నాకిచ్చిన సాన్నిహిత్యానికి, భద్రతకీ, సదుపాయాలకీ నేను దూరమయినప్పటికీ మా నాన్న నా మీద పెట్టుకున్న ఆశల్ని నిజం చెయ్యడం నా బాధ్యత అని గుర్తు పెట్టుకున్నాను.

నేను బెంగగా ఉన్నప్పుడు, నిస్పృహకి లోనయినప్పుడు పాజిటివ్‌గా ఆలోచించడం ఇచ్చే శక్తి గురించి జలాలుద్దీన్ అప్పుడప్పుడు చెప్పింది గుర్తుచేసుకునేవాణ్ణి. అతను చెప్పినట్లే నేను నా మనసుని, ఆలోచనల్ని నియంత్రించుకోవడానికి, తద్వారా నా భవిష్యత్‌ని సుగమం చేసుకోవడానికి ప్రయత్నించేవాణ్ణి. కానీ ఆ భవిష్యత్ నన్ను తిరిగి రామేశ్వరం తీసుకువెళ్ళకపోగా ఆ నా బాల్యభూమి నుంచి నన్ను సుదూరంగా విసిరివేసింది.

2

నేను రామనాథపురంలో హైస్కూల్లో స్థిరపడగానే నాలోని పదిహేనేళ్ళ జిజ్ఞాసి మేల్కొన్నాడు. తనముందు పరచుకుని వున్న జీవితావకాశాల గురించీ ప్రత్యామ్నాయాల గురించీ ఇతమిత్థంగా తెలుసుకోలేని ఒక నవ ఔత్సాహకుడికి నా ఉపాధ్యాయుడు ఇయదురై సొలోమోన్ ఆదర్శ పథ నిర్దేశకుడయ్యాడు. తన ఉదార విశాల దృక్పథంతో ఆయన తన తరగతిగదిలోని విద్యార్థుల్ని ఉత్సాహపరిచేవాడు. మందబుద్ధి శిష్యుడు ఉత్తమ గురువు నించి నేర్చుకోగలిగినదానికన్నా ఉత్తమ విద్యార్థి చెడ్డ ఉపాధ్యాయుడి నించి కూడా ఎక్కువ నేర్చుకోగలడనేవాడాయన.

నేను రామనాథపురంలో ఉన్నకాలంలో మా అనుబంధం గురుశిష్య బంధాన్ని దాటి వికసించింది. ఆయన సాహచర్యంలో ఒకరి జీవితగమనాన్ని ఎవరేనా ఏమేరకు ప్రభావితంచెయ్యగలరో తెలుసుకున్నాను. ఇయదురై సొలోమోన్ అంటుండేవారు 'జీవితంలో విజయం పొందడానికీ ఫలితాలు సాధించడానికీ నువ్వు మూడు అంశాల మీద పట్టు సాధించాల్సిఉంటుంది - అవి కోరిక, నమ్మకం, ఆశపెట్టుకోవడమూను.'

తరువాతి రోజుల్లో రివరెండ్‌గా మారిన సొలోమోన్ నాకు నేర్పిందిదే. నాకేదన్నా సంభవించాలని నేననుకునే ముందు నేను దాన్ని గట్టిగా ఆకాంక్షించాలనీ, అది తప్పక జరిగి తీరుతుందని ప్రగాఢంగా విశ్వసించాలనీను. నా జీవితం నుంచి ఒక ఉదాహరణ ఇస్తాను. నాకు చిన్నప్పటినించీ ఆకాశపు రహస్యాలన్నా, పక్షుల ప్రయాణమన్నా అమితాసక్తి. కొంగలూ, సముద్రపు గువ్వలూ ఎగురుతుండటం చూస్తూ నేను కూడా ఎగరాలని కోరుకునేవాణ్ణి. సాధారణ గ్రామీణ బాలుడినయినప్పటికీ నేను కూడా ఏదో ఒక రోజు ఆకాశంలో

విహరించగలనని ఎంతగా నమ్మానంటే మా రామేశ్వరం నుంచి ఆకాశయానం చేసిన మొదటి బాలుణ్ణి నేనే కావటం విశేషం.

ఇయదురై సొలోమోన్ ఎందుకు గొప్ప ఉపాధ్యాయుడంటే ఆయన విద్యార్థులందరిలో ఏదో ఒక విలువ గురించి స్పృహని మేల్కొల్పేవాడు. ఆయన నా ఆత్మ గౌరవాన్ని ఏ మేరకు మేల్కొల్పాడంటే ఏ మాత్రం చదువుకోని తల్లితండ్రుల బిడ్డనయిన నేను కూడా ఏది కావాలనుకుంటే అది కాగలనని నమ్మాను. 'విశ్వాసంతో నువ్వు నీ విధిని కూడా తిరిగి రాయగలవు' అనేవాడాయన.

మేం ఫోర్త్ ఫాంలో ఉన్నప్పుడు ఒక రోజు మా గణితశాస్త్ర ఉపాధ్యాయుడు రామకృష్ణ అయ్యర్ మరొక తరగతిలో బోధిస్తున్నాడు. నేను పరాకున ఆ తరగతిలోకి ప్రవేశించాను. దానికి ఆ పాత తరం నిరకుంశత్వపు ఉపాధ్యాయుడు ఆగ్రహించి నా మెడ పట్టుకుని అందరిముందూ బెత్తంతో నన్ను బాదాడు.

చాలా నెలల తరువాత నేను లెక్కల్లో నూటికి నూరు మార్కులు తెచ్చుకున్నప్పుడు ఆయన ఉదయపు పాఠశాల ప్రార్థన సమావేశంలో అందరిముందూ ఆ సంగతి మరొకసారి గుర్తు చేసి అన్నాడు కదా 'చూడండి నా బెత్తం దెబ్బలు తిన్నవారెవరైనా గొప్పవాళ్ళు కావలసిందే. నా మాట గుర్తు పెట్టుకోండి. ఏదో ఒక నాటికి ఈ పిల్లవాడు తన పాఠశాలకీ తన ఉపాధ్యాయులకీ కీర్తి తేబోతున్నాడు' ఆయన ప్రశంస నా పూర్వపు అవమానాన్ని పూర్తిగా మరిపించేసింది!

స్క్వారాట్జ్ పాఠశాలలో నా చదువు పూర్తిచేసుకునేటప్పటికి జీవితంలో విజయం సాధించాలన్న నా దృఢ సంకల్పం ఇనుమడించింది. పై చదువులకు వెళ్ళాలన్న నిర్ణయంలో రెండవ ఆలోచన లేదు. ఆ రోజుల్లో మాకు ప్రొఫెషనల్ చదువుల గురించిన ఊహ కూడా లేదు. ఉన్నత చదువులంటే అప్పటికి కాలేజి చదువు మాత్రమే. అప్పటికి దగ్గరలో ఉన్న కాలేజి తిరుచినాపల్లిలో ఉండేది. ఆ ఊరి పేరు ట్రిచినోపోలీ అనీ క్లుప్తంగా ట్రిచీ అనీ అనేవారు.

1950 లో ఇంటర్మీడియెట్ పరీక్షకు చదవడానికి ట్రిచీ సెంట్ జోసెఫ్ కాలేజీ లో చేరాను. పరీక్షల గ్రేడుల లెక్కన చూస్తే నేనేమంత చురుకైన విద్యార్థిని కాను.

మా అన్నయ్య ముస్తఫా కమల్‌కి స్టేషన్ రోడ్‌లో ఒక కిరాణా దుకాణముండేది. హైస్కూల్లో చదువుకునేటప్పుడు నేను రామేశ్వరం వెళ్ళినప్పుడల్లా నన్ను సాయం చెయ్యమంటూ పిలిచి షాపులో కూచోబెట్టి ఇంక గంటల తరబడి అతను అదృశ్యమై పోయేవాడు. నేను అక్కడ ఆ షాపుని కనిపెట్టుకు కూచొని బియ్యం, నూనె, ఉల్లిపాయలు ఒకటేమిటి అన్నీ అమ్ముతుండేవాణ్ణి.

వాటిలో తొందరగా చెల్లిపోయేవి సిగరెట్లూ బీడీలూను. బీదవాళ్ళు తమ కష్టార్జితాన్ని ఎందుకట్లా పొగ పీల్చేస్తుంటారని ఆశ్చర్యం కలిగేది నాకు. మా అన్నయ్య ముస్తఫా నన్ను వదిలిపెట్టగానే మా తమ్ముడు కాశిం మహమ్మద్ నన్ను తన ఫాన్సీ షాపులో కూచోబెట్టడానికి సిద్ధంగా ఉండేవాడు. అక్కడ నత్తగుల్లలతోనూ శంఖాలతోనూ చేసిన రకరకాల అలంకార సామగ్రి అమ్మేవారు.

సెంట్ జోసెఫ్ కాలేజిలో రెవెరెండ్ ఫాదర్ టి. ఎన్. సెకీరా వంటి ఉపాధ్యాయుడు లభించడం నా అదృష్టం. ఆయన మా ఇంగ్లీషు లెక్చరర్ మాత్రమే కాకుండా మా హాస్టలు వార్డెన్ కూడా. మా మూడంతస్తుల హాస్టలు భవనంలో మేము వందమంది దాకా విద్యార్థుల ముండేవాళ్ళం. ప్రతి రాత్రీ రెవెరెండ్ ఫాదర్ ప్రతి విద్యార్థినీ వచ్చి పలకరించేవాడు. చేతిలో బైబిలుండేది. ఆయన సహనం, శక్తి అద్భుతమైనవి. విద్యార్థుల ప్రతి చిన్న సామాన్య అవసరాన్ని కూడా పట్టించుకునే శ్రద్ధ ఆయనది. ఒక ఉదాహరణ: దీపావళి నాడు హాస్టలు వ్యవహారాలు చూసే సోదరుడూ మెస్ వాలంటీర్లూ ప్రతి గది గదికీ తిరిగి ఫాదర్ చెప్పారని మేం తలంటు పోసుకోవడానికి నువ్వులనూనె పంచేవారు.

నేను సెంట్ జోసెఫ్ కాలేజిలో నాలుగేళ్ళు ఉన్నాను. ఆ కాలమంతటా నా రూమ్మేట్లుగా ఇద్దరుండేవారు. ఒకరు శ్రీరంగం నుంచి వచ్చిన సనాతన అయ్యంగార్ మరొకరు కేరళ నుంచి వచ్చిన సిరియన్ క్రైస్తవుడు. మేము కలిసి గడిపిన కాలం ఎంతో అమూల్యం. నా హాస్టలు మూడో సంవత్సరంలో నేను వెజిటేరియన్ మెస్ కార్యదర్శిగా ఎంపిక అయినప్పుడు ఒక ఆదివారం మా రెక్టర్ రివరెండ్ ఫాదర్ కలథిల్‌ని లంచ్‌కి పిలిచాం. మా మెనూ మా మా కుటుంబ నేపథ్యాలనించి ఎంపిక చేసిన మంచి వంటకాలన్నిటితో కూడి ఉంది. ఫలితం! మేం ఎదురుచూడనంత ప్రశంస. రెవెరెండ్ ఫాదర్ తన ప్రశంసతో మమ్మల్ని ముంచెత్తాడు. మా మామూలు సంభాషణలో ఒక పిల్లవాడి కుతూహలంతో ఆయన పాల్గొన్నాడు. అది కలకాలం గుర్తుండే అనుభవం.

సెంట్ జోసెఫ్ లోని మా ఉపాధ్యాయులంతా కంచి పరమాచార్యకు అనుచరులు. త్యాగ నిరతి ద్వారా ఆనందించే గుణాన్ని ఆయన వాళ్ళల్లో మేల్కొల్పాడు. కళాశాల కేంపస్‌లో మా గణిత శాస్త్ర ఉపాధ్యాయులు ప్రొ. తోతత్రి అయ్యంగార్, ప్రొ. సూర్య నారాయణ శాస్త్రి గార్లతో కలిసి నడుస్తున్న ఆ దృశ్యం నా కిప్పటికీ గుర్తొచ్చి ఉద్వేగభరితుణ్ణి చేస్తుంది.

నేను సెంట్ జోసెఫ్‌లో నా చివరి సంవత్సరంలో ఉన్నప్పుడు ఇంగ్లీషు సాహిత్యం పట్ల మక్కువ పెంచుకున్నాను. ఇంగ్లీషులోని సర్వశ్రేష్ఠ కృతుల్ని చదువుతుండేవాణ్ణి. టాల్‌స్టాయ్, స్కాట్, హార్డీల పట్ల ప్రత్యేక ఆసక్తి ఉండేది. అప్పుడప్పుడు తత్వశాస్త్ర గ్రంథాలు

చదువుతుండేవాణ్ణి. దాదాపుగా ఆ సమయంలోనే భౌతికశాస్త్రం పట్ల నాకు అమితమైన ఆసక్తి ఏర్పడింది.

అణుభౌతికశాస్త్రం పైన మాకు పాఠాలు చెప్పిన ఫిజిక్సు ఉపాధ్యాయులు ప్రొ. చిన్నాదురై, ప్రొ. కృష్ణమూర్తి నాకు పదార్థం యొక్క అణుధార్మిక నశ్వరత గురించీ అర్ధ జీవ కాలం గురించీ పరిచయం చేసారు. రామేశ్వరంలో నాకు పాఠాలు చెప్పిన సుబ్రహ్మణ్య అయ్యర్ ఉపధాతు అణువులు అస్థిరాలనీ కొంత కాలం గడిచాక అవి కణాలుగా విడిపోతాయనీ చెప్పలేదు. ఇదంతా నేను మొదటిసారిగా నేర్చుకుంటున్నది. కానీ మిశ్రమ పదార్థాల్లో నశ్వరత అనివార్యమనీ అందువల్ల సూక్ష్మ బుద్ధితో వ్యవహరించమనీ చెప్తున్నప్పుడు ఆయన చెప్పింది ఇదే కాదా?

కొంతమంది మనుషులు సైన్సు అనేది వేరే ఒక అంశమన్నట్టుగా, అది మనిషిని భగవంతుడినుంచి దూరం చేస్తుందన్నట్టుగా ఎందుకు మాట్లాడుతారో నాకర్థం కాదు. విజ్ఞాన శాస్త్ర పథం మానవ హృదయ వీథుల్లోంచి సాగి పోయేదే. నాకయితే సైన్సు ఎప్పుడూ ఆధ్యాత్మిక ఉన్నతికీ ఆత్మ సాక్షాత్కారానికీ మార్గం గానే ఉంటూ వచ్చింది.

సైన్సు సూత్రీకరణలు కూడా అద్భుత రసానికి పుట్టిళ్లే. వ్యోమ జీవుల గురించీ విశ్వ రహస్యాల గురించీ రాసిన పుస్తకాలంటే నేను చెవి కోసుకుంటాను. మిత్రులు చాలా మంది నన్ను వ్యోమ సంచారం గురించిన ప్రశ్నలడుగుతూ జ్యోతిష్యంలోకి జారిపోతుంటారు. నిజం చెప్పాలంటే సుదూరంలోని మన సౌరకుటుంబానికి చెందిన ఆ గ్రహాలకు మనుషులంత ప్రాముఖ్యం ఎందుకిచ్చారో నాకు తెలియదు. ఒక కళగా జ్యోతిష్యం పట్ల నాకేమీ అభ్యంతరం లేదు. కానీ అది విజ్ఞానం ముసుగులో ఆమోదం కోసం ప్రయత్నిస్తే మటుకు నేను నిరాకరిస్తాను. గ్రహాలు, నక్షత్ర రాశులు చివరికి ఉపగ్రహాలు కూడా మనుషుల మీద ప్రభావం చూపగలవని చెప్పే ఈ కల్పనలెట్లా రూపుదిద్దుకున్నాయో నాకు తెలియదు. ఈ వ్యోమ శక్తుల నిశిత సంచారాల మీంచి సంక్లిష్టమైన లెక్కలు గట్టి, మనుషుల జీవిత సంఘటనల్ని చెప్పడం అహేతుకమనిపిస్తుంది. నాకు తెలిసినంత వరకూ భూమి అత్యంత శక్తిమంతమైన గతిశీల గ్రహం. జాన్ మిల్టన్ తన పారడైజ్ లాస్ట్ కావ్యంలో (ఎనిమిదవ అధ్యాయం) ఈ విషయమే ఎంతో అందంగా చెప్పాడు:

......ఈ విశ్వానికి సూర్యుడు కేంద్రమైతేనేమి ?అలాగే నక్షత్రాలూ...
ఎంతో స్థిరం గా చలించనట్టుండే భూమి
మూడు మార్గాల్లో మనోహరంగా భ్రమించడం లేదా ఏమి?

ఈ గ్రహం మీద మీరెక్కడికన్నా వెళ్ళండి, అక్కడ చలనముంది, ప్రాణముంది. చివరికి పైకి అచరాలుగా కనిపించే రాళ్ళు, లోహాలు, దారు ఖండాలు, బంకమన్ను కూడా ఒక అంతర్గత గతిశీలత్వంతో కంపిస్తుండేవే. వాటి పదార్థ అణువుల్లో న్యూక్లియస్ చుట్టూ ఎలక్ట్రాన్లు నృత్యం చేస్తుంటాయి. వాటి పైన న్యూక్లియస్ విధించిన బంధానికి ప్రతిస్పందనగా ఆ చలనం ఉద్భవిస్తుంది. ఎంతో కొంత శక్తి కలిగిన ప్రతి మనిషీ తన పైన విధించబడ్డ నిర్బంధాన్ని ఎదిరించినట్టే ఎలక్ట్రాన్లు కూడా నిర్బంధాన్ని ప్రతిఘటిస్తాయి. న్యూక్లియస్ వాటినెంత దగ్గరగా పట్టి ఉంచుతుందో వాటి కక్ష్యవేగం అంత తీవ్రంగా ఉంటుంది. నిజానికి ఒక అణువులో నిర్బంధించబడ్డ ఎలెక్ట్రాన్ల వేగం సెకండుకి వెయ్యి కిలోమీటర్ల మేరకు ఉంటుంది!

పైకి ఈ తీవ్ర ఉధృతి ఆ అణువుని ఒక చలనరహిత అస్తిత్వంగా కనిపించేట్టుచేస్తుంది. బాగా వేగంగా తిరిగే సీలింగు పంకా ఒక చక్రంలాగా కనబడటం మనకు తెలిసిందే కద. అణువుల్ని ఉన్నదానికన్నా దగ్గరగా అణచివుంచడం చాలా కష్టం. అంటే పదార్థానికి ఘనరూపం ఇవ్వడం. అందువల్ల ఘనరూపంలో ఉండే ప్రతీదీ తనలో కొంత శూన్యాన్ని నింపుకుని ఉంటుంది. అలాగే స్థిరంగా కనిపించే ప్రతిదానిలోనూ ఒక తీవ్ర చలనం నిబిడమైఉంటుంది. భూమ్మీద మన ప్రతి అస్తిత్వ క్షణంలోనూ కూడా నటరాజ తాండవం జరుగుతున్నట్టే ఉంటుంది.

సెంట్ జోసెఫ్‌లో బి.ఎస్‌సి. డిగ్రీ కోర్సులో చేరినప్పుడు అంతకు మించిన ఉన్నత చదువేమీ నాకు తెలియదు. ఒక సైన్సు విద్యార్థికి ఉన్న భవిష్య అవకాశాల గురించిన సమాచారం కూడా నాకేమీ తెలియదు. బి.ఎస్‌సి. డిగ్రీ పూర్తి చేసాకే ఫిజిక్సు నా సబ్జెక్టు కాదని గ్రహించాను. నా కలలు నిజం కావాలంటే నేను ఇంజనీరింగ్ చదవవలసి ఉంటుందని తెలుసుకున్నాను. ఇంటర్మీడియెట్ అయిన తరువాతనే నేనునేరుగా ఇంజనీరింగ్‌లో చేరి ఉండవచ్చు. దక్షిణ భారత దేశమంతటిలోనూ సాంకేతిక విద్యకు తలమానికం లాంటి మద్రాస్ ఇన్‌స్టిట్యూట్ ఆఫ్ టెక్నాలజీలో ప్రవేశానికి దరఖాస్తు చేసాను.

ప్రవేశానికి ఎంపికైతే అయ్యాను గానీ అటువంటి ప్రతిష్ఠాత్మక సంస్థలో చదవడమంటే చాలా ఖర్చుతో కూడుకున్న పని. దాదాపు వెయ్యి రూపాయలన్నా అవసరమవుతాయి. కానీ అది నా తండ్రికి తలకు మించిన విషయం. అప్పుడు నా సోదరి జొహరా నాకు తోడు నిలబడింది. తన బంగారు గాజులు, గొలుసు కుదువబెట్టి ఆమె నాకు సహాయం చేసింది. నేను చదువుకోవాలన్న ఆమె ఆకాంక్షా, నా సామర్థ్యంలో ఆమె నమ్మకం నన్ను గాఢంగా చలింపచేసాయి. నేను నా సొంత సంపాదన మీదనే ఆమె గాజుల్ని విడిపిస్తానని ఒట్టుపెట్టుకున్నాను. అప్పుడు నాకు డబ్బు సంపాదించడానికున్న ఏకైక మార్గం కష్టపడి చదువుకుని స్కాలర్‌షిప్ సంపాదించుకోవడమే.

నన్ను ఎమ్.ఐ.టిలో అన్నిటికన్నా మిన్నగా ఆకర్షించింది అక్కడ ప్రదర్శన కోసం పెట్టిన రెండు పాత విమాన యంత్రాలు. విమాన యంత్రాల ప్రదర్శన కోసం అవక్కడుంచబడ్డాయి. వాటిపట్ల ప్రత్యేక ఆకర్షణకు లోనయ్యాను. విద్యార్థులంతా హాస్టలుకు వెళ్ళిపోయాక కూడా చాలా సేపు వాటిదగ్గరే కూచుండేవాణ్ణి. పక్షిలాగా ఆకాశంలో విహరించాలన్న మనిషి ఆకాంక్షని ఆరాధిస్తూ అక్కడే గడిపేవాణ్ణి.

నా మొదటి సంవత్సరం పూర్తయ్యాక ఒక ప్రత్యేక విషయాన్ని ఎంపిక చేసుకోవాల్సి వచ్చినప్పుడు మరేమీ అలోచించకుండా ఏరోనాటికల్ ఇంజనీరింగ్‌ని ఎంచుకున్నాను. లక్ష్యం నా మనసులో స్పష్టంగానే ఉండింది. నేను ఎలాగైనా విమానాల్ని నడపాలి. నాకు నన్ను నిలదొక్కుకునే శక్తి లేదని తెలిసికూడా నాకా లక్ష్యం సాధ్యమనే నేను నమ్మాను. నా సాధారణ కుటుంబ నేపథ్యం అందుకు అడ్డు రాలేదు.

ఆ సమయంలోనే నేను వివిధ రకాల వ్యక్తులతో పరిచయాలు పెంచుకోవడానికి ప్రయత్నించాను. ఆ దారిలో వైఫల్యాలున్నాయి. ఆశాభంగాలున్నాయి. తోవ తప్పడా లున్నాయి. కానీ దారితప్పిన ప్రతివేళా నా తండ్రి మాటలు నన్ను మళ్ళా సరిగా నిలబెట్టేవి. ఆ ఉత్తేజకరమైన మాటలు: 'ఇతరుల్ని అర్థం చేసుకున్న వాడు విజ్ఞాని. కానీ తనని తాను తెలుసుకున్నవాడే వివేకి. వివేకం లేని విజ్ఞానం ప్రయోజన శూన్యం.'

ఎమ్.ఐ.టి లో నా విద్యాభ్యాసంలో నా ఆలోచనని ముగ్గురు ఉపాధ్యాయులు తీర్చిదిద్దారు. వారి సంయుక్త ప్రోత్సాహం ఏర్పరిచిన పునాది పైనే నా సాంకేతిక ప్రతిభ అంతా ఆధారపడిఉంది. వారు ప్రొ. స్పాండర్, ప్రొ. కె.ఏ.వి. పండలై, ప్రొ. నరసింగరావు గార్లు. వారిలో ప్రతి ఒక్కరిదీ ఒక ప్రత్యేక వ్యక్తిత్వం. కానీ అందరి ఆశయమూ ఒకటే – తమ విద్యార్థుల జ్ఞానతృష్ణని తమ చైతన్యం తోనూ అకుంఠిత సంకల్పంతోనూ సంతృప్తిపరచడమే.

ప్రొ. స్పాండర్ నాకు ఏరోడైనమిక్స్‌కి సంబంధించిన సాంకేతిక అంశాల్ని బోధించేవాడు. ఏరోనాటికల్ ఇంజనీరింగ్‌లో సుసంపన్నమైన అనుభవం కలిగిన ఆస్ట్రియన్ ఆయన. రెండవ ప్రపంచయుద్ధంలో నాజీల చేత చిక్కి కాన్‌సెంట్రేషన్ కేంప్‌లో గడిపాడు. అందువల్ల జర్మన్‌ల పట్ల ఆయన ద్వేషాన్ని పెంచుకున్నాడు. కానీ చిత్రంగా మా ఇన్‌స్టిట్యూట్‌లో ఏరోనాటికల్ ఇంజనీరింగ్ విభాగానికి ఒక జర్మన్ ప్రొ. వాల్టర్ రెపెన్థిన్ అధిపతిగా ఉండేవాడు. జర్మన్ సింగిల్ సీటర్ యుద్ధ విమానం ఎఫ్. డబ్లుయూ 190 కి రూపకర్త అయిన డా. కుర్ట్ టాంక్ మరొక ప్రఖ్యాత ఏరోనాటికల్ ప్రొఫెసర్. ఆ యుద్ధ విమానాలకి రెండవ ప్రపంచ యుద్ధంలో బాగా పేరువచ్చింది. డా. టాంక్ తరువాతి రోజుల్లో బెంగుళూర్ లోని హిందుస్తాన్ ఏరోనాటిక్స్ లిమిటెడ్ (ఎచ్.ఏ.ఎల్)లో చేరి భారతదేశపు మొదటి యుద్ధ విమానం ఎచ్.ఎఫ్–24 మరుత్‌ని సృష్టించడంలో కృషి చేసాడు.

ప్రొ. స్పాండర్‌ది విశిష్టమైన వ్యక్తిత్వం అనీ ఆయన ఉద్యోగ ప్రమాణాలు అత్యంత ఉన్నతమైనవనీ చెప్పవచ్చు. ఆయనెప్పుడూ శాంతంగా, శక్తిమంతంగా, స్వయంశిక్షితంగా ఉండేవాడు. సాంకేతిక రంగంలో వచ్చే మార్పుల్ని ఎప్పటికప్పుడు తెలుసుకుంటూ తన విద్యార్థుల్ని కూడా ముందుకు తీసుకుపోయేవాడు. నేను ఏరోనాటికల్ ఇంజనీరింగ్ తీసుకోబోయేముందు ఆయన్ని సంప్రదిస్తే భవిష్య అవకాశాల గురించి మరీ వ్యగ్రత పొందవలసిన అవసరం లేదన్నాడాయన. పైగా దృఢమైన పునాది వేసుకుని తను ఎంచుకున్న అంశం పట్ల ప్రగాఢ అభినివేశంతో, ఉత్సాహంతో పనిచేస్తే చాలన్నాడాయన.

భారతీయుల్లో ఆయన చూసిన లోపమేదన్నాడంటే వాళ్ళకి విద్యావకాశాలు మౌలిక సదుపాయాలూ తక్కువని కాదు కానీ వాళ్ళు తమ విషయాల్ని సరిగా ఎంచుకోకపోవడమూ అలాగే తమ ఎంపికల్ని క్రమబద్ధీకరించు కోకపోవడమూనూ అని. ఉదాహరణకి : ఎలక్ట్రికల్ ఇంజనీరింగే ఎందుకు? మెకానికల్ ఇంజనీరింగ్ ఎందుకు కాకూడదు? కొత్తగా ఇంజనీరింగ్‌లోకి ప్రవేశించే విద్యార్థులందరికీ నేనిచ్చే సలహా ఇదే. వాళ్ళు తమ బ్రాంచ్ ఎన్నుకోబోయేముందు చూసుకోవాల్సిందేమంటే వాళ్ళ ఎంపిక వాళ్ళ ఆంతరంగిక అనుభూతినీ ఆకాంక్షనీ వ్యక్తంచెయ్యగలుగుతోందా లేదా అనే.

ప్రొ. పండలై నాకు ఏరో స్ట్రక్చర్ డిజైన్‌నీ విశ్లేషణనీ బోధించాడు. ఆయన చాలా కలుపుగోలు మనిషి. ఉల్లాసి. ప్రతి ఏడాదీ తన బోధనకి కొత్త మెరుగులు దిద్దుకునే ఉత్సాహవంతుడైన ప్రొఫెసర్. స్ట్రక్చరల్ ఇంజనీరింగ్ రహస్యాల్ని మాకు విప్పిచెప్పింది ఆయనే. కించిత్తుకూడా అహంభావం లేని గొప్ప పండితుడూ చిత్తశుద్ధి కలవాడూ అని ఆయన గురించి ఆయన దగ్గర చదువుకున్న ఏ విద్యార్థినడిగినా చెప్తాడని నేనిప్పటికీ అనుకుంటూఉంటాను. ఎన్నో అంశాలపైన విద్యార్థులకి తరగతి గదిలో ఆయనతో విభేదించగలిగే స్వేచ్ఛ ఉండేది.

ప్రొ. నరసింగరావు గణితశాస్త్రవేత్త. ఆయన మాకు ఏరోడైనమిక్స్ సిద్ధాంతాన్ని బోధించేవారు. ద్రవపదార్థాల డైనమిక్స్‌ని బోధించేటప్పుడు ఆయన పాటించిన బోధనాపద్ధతి నాకిప్పటికీ గుర్తే. ఆయన తరగతులకు ఒకసారి హాజరయ్యాక మాథెమెటికల్ ఫిజిక్సు తప్ప మరే విషయం పైనా నా మనసు పోయేది కాదు. ఏరోనాటికల్ డిజైన్ సమీక్షలకి నేనొక 'సర్జన్ చాకు' తో హాజరుకావాలని అనేవాడాయన. ఏరోడైనమిక్ ప్రసారాల సూత్రీకరణలకు ఉదాహరణలు వెతుక్కోవాలని ఆయన పదే పదే నన్ను హెచ్చరించి ఉండకపోయుంటే ఆ సర్జన్ చాకు ఏమిటో నాకు అందకపోయుండేది.

ఏరోనాటిక్స్ ఉవ్విళ్లూరించే సబ్జెక్టు. అందులో స్వాతంత్ర్య వాగ్దానం ఉంది. స్వేచ్ఛకీ, తప్పించుకోడానికీ; చలనానికీ, గమనానికీ; పక్కకి జారడానికీ, ప్రవహించడానికీ మధ్య గల

వ్యత్యాసాన్ని తెలుసుకోవడం లోనే విజ్ఞాన శాస్త్ర రహస్యాలు దాగిఉన్నాయి. తమ నిశిత బోధన వల్ల వారు ఏరోనాటిక్స్‌పట్ల నాలో తృష్ణని జాగరితం చేసారు. వారి మేధా గరిమ, ఆలోచనా స్పష్టత, సమగ్రత గురించిన ఆకాంక్షా ద్రవ పదార్థాల గతిశీలతకు చెందిన ఎన్నో అంశాల పట్ల నా శ్రద్ధని బలోపేతం చేసాయి.

విస్తృత పరిజ్ఞానం నా మనసులో నెమ్మదిగా సమీకరింపబడటం మొదలయ్యింది. వివిధ రకాల ఏరోప్లేన్‌ల నిర్మాణాంశాల ప్రాముఖ్యం తెలియడం మొదలైంది. నా జ్ఞానం సమగ్రం కావడానికి ఆ ముగ్గురు ప్రొఫెసర్లూ వారి వారి శ్రేష్ఠ వ్యక్తిత్వాలతో నాకెంతో సహకరించారు.

ఎమ్.ఐ.టి లో నా చివరి సంవత్సరం తీసుకువచ్చిన పరివర్తన నా అనంతర జీవితం పైన ఎంతో ప్రభావాన్ని చూపించింది. ఆ రోజుల్లో దేశమంతా కొత్త రాజకీయ చైతన్యమూ, పారిశ్రామిక ఉద్యమమూ చెలరేగుతున్నాయి. భగవంతుడి పట్ల నా విశ్వాసం నా శాస్త్రీయ ఆలోచనతో ఏ మేరకు పొసగుతుందో పరీక్షించుకోవాల్సి వచ్చింది.

అంతవరకూ ఆమోదించబడ్డ ఆలోచనేమంటే జ్ఞానం సంపాదించడానికి విజ్ఞాన శాస్త్రమొక్కటే మార్గమని. అలాగైతే పదార్థమొక్కటే సత్యమా? తక్కిన అభౌతిక దృగ్విషయాలన్నీ దాని వ్యక్తీకరణలు మాత్రమేనా? నైతిక విలువలన్నీ సాపేక్షమై కేవలం ఇంద్రియజ్ఞానం మాత్రమే సత్యం తెలుసుకోవడానికీ జ్ఞానానికీ ఏకైక ఆధారమా? ఈ అంశాల పట్ల ఆలోచించవలసి రావడంతో, నా సైంటిఫిక్ టెంపర్‌ని నా ఆధ్యాత్మిక ఆసక్తులతో సమన్వయించు కోవడంలో నేను అలసిపోయాను. నేను పెరిగిన విలువలు పూర్తిగా ధార్మికాలు. అసలైన సత్యం కంటి ఎదుట కనిపించే భౌతిక ప్రపంచానికి ఆవల ఉందనీ యథార్థ సత్యం ఆత్మిక అనుభవం వల్లనే బోధపడుతుందనీ అప్పటిదాకా నేను వింటూవచ్చాను.

ఈలోగా నా కోర్సు పూర్తిచెయ్యగానే నలుగురు సహచరులతో కలిసి ఒక చిన్నతరహా యుద్ధ విమానం డిజైన్ చేసే బాధ్యత చేపట్టాను. అందులో ఏరోడైనమిక్ డిజైన్ రూపకల్పన బాధ్యత నాది. చోదనం, నిర్మాణం, అదుపు, ఉపకరణ సామగ్రికి సంబంధించిన రూపకల్పనని నా మిత్రులు తమ వంతుగా తీసుకున్నారు.

ఒక రోజు మా డైరెక్టర్, మాకు డిజైనింగ్ ఉపాధ్యాయుడూ అయిన ప్రొ. శ్రీనివాసన్ మా పనిలో ప్రగతిని సమీక్షించి ఏమీ పురోగతి లేదనీ చాలా నిరాశాజనకంగా ఉందనీ తేల్చేసారు. నేను పనిలో జాప్యానికి ఓ డజను సాకులు చెప్పినా ఆయన్ని ఒప్పించ లేకపోయాను. ఆ పనిని పూర్తిచెయ్యడానికి చివరికి ఓ నెల రోజుల వ్యవధి కోరాను. ఆ ప్రొఫెసర్ నా వంక కొంతసేపు చూసి 'చూడు యంగ్‌మేన్, ఈ రోజు శుక్రవారం మధ్యాహ్నం. నేను నీకు మూడు రోజుల టైమిస్తున్నాను. సోమవారం ఉదయానికి గానీ విమాన నిర్మాణం డ్రాయింగ్

పూర్తికాకపోతే మీ స్కాలర్షిప్ ఆపెయ్యవలసిఉంటుంది' అన్నాడు. నాకు నోట మాట రాలేదు. ఆ స్కాలర్షిప్పే నా జీవనభాగ్యరేఖ. అది గాని లేకపోతే ఇక దిక్కు లేదు. చెప్పినట్టు ఆ పని పూర్తిచెయ్యడం తప్ప మరో మార్గం కనిపించలేదు.

ఆ రాత్రి నేను భోజనం మానేసి డ్రాయింగ్ బోర్డ్ దగ్గరే పనిలో నిమగ్నుణ్ణైపోయాను. మర్నాడు ఉదయం ఒక గంట మాత్రమే విరామం తీసుకుని ఏదో తిన్నాననిపించి మళ్ళా పనిలో పడ్డాను. ఆదివారం ఉదయానికి దాదాపుగా పనిపూర్తికావస్తుండగా హఠాత్తుగా ఎవరో అక్కడ మసిలినట్టుగా అనిపించింది. చూద్దును కదా ప్రొ. శ్రీనివాసన్. నన్ను కొంత దూరం నుంచీ పరికిస్తున్నాడు. ఆయన నా పని ప్రగతిని చూడడానికి జింఖానా నుండే నేరుగా తన టెన్నిస్ డ్రెస్‌లో వచ్చేసాడు. నా పని తీరు పరిశీలించాక ప్రొ. శ్రీనివాసన్ నన్ను ఆప్యాయంగా కావిలించుకుని ప్రశంసాత్మకంగా వెన్ను తట్టాడు. 'నాకు తెలుసు నిన్ను ఒత్తిడి చేస్తున్నానని, అసాధ్యమైన పరిస్థితికి నెడుతున్నానని కూడా తెలుసు. కానీ నువ్వింత చక్కగా ఈ పనిని పూర్తిచెయ్యగలవని ఊహించలేదు' అన్నాడు.

ప్రాజెక్ట్ పని పూర్తిచేస్తున్న కాలంలోనే నేను ఎమ్.ఐ.టి తమిళ సంఘం వారు నిర్వహించిన వ్యాస రచన పోటీలో పాల్గొన్నాను. తమిళం నా మాతృభాష. నేను తమిళ ప్రాచీనతకు గర్విస్తుంటాను. రామాయణానికి ముందునుంచీ అగస్త్యుడి కాలం నుంచీ ఉన్న భాష అది. దాని సాహిత్యం క్రీస్తు పూర్వం అయిదవ శతాబ్దం నుంచీ వికసిస్తూ ఉంది. న్యాయవాదులూ వ్యాకరణవేత్తలూ ఆ భాషని అభివృద్ధి పరచారని అంటారు. దాని నిశిత తర్క పటిమ అంతర్జాతీయ ఖ్యాతి పొందింది. సైన్సు ఈ అద్భుతమైన భాషకి అతీతంగా ఉండిపోగూడదన్నదే నా ఆత్రుత.

'మన విమానాన్ని మనమే తయారు చేసుకుందాం' అని ఒక వ్యాసాన్ని తమిళంలో రాసాను. ఆ వ్యాసం గొప్ప ఆసక్తిని రేకెత్తించింది. ఆ పోటీలో గెలిచాను. ప్రఖ్యాత తమిళ వార పత్రిక ఆనంద వికటన్ సంపాదకుడైన దివాన్ చేతులమీదుగా దానికి మొదటి బహుమతి అందుకున్నాను.

ఎమ్.ఐ.టి కి సంబంధించి నా ఆత్మీయమైన జ్ఞాపకం ప్రొ. స్పాండర్‌కి సంబంధించిందే. వీడ్కోలు సమావేశంలో భాగంగా మేము గ్రూప్ ఫొటో కోసం నిలబడ్డాము. ప్రొఫెసర్లు ముందు కూర్చుని ఉండగా గ్రాడ్యుయేట్ విద్యార్థులమంతా మూడు వరసల్లో వెనక నిల్చొన్నాము. హఠాత్తుగా ప్రొ. స్పాండర్ లేచి నిల్చుని నా కోసం కలయచూసాడు. నేను మూడో వరసలో నిల్చున్నాను. 'రా నాతో పాటు ముందు కూచో' అన్నాడు. నేను ప్రొ. స్పాండర్ ఆహ్వానానికి నిర్ఘాంతపోయాను. 'నువ్వు నా బెస్ట్ స్టూడెంట్‌వి. నీ పరిశ్రమ నీ ఉపాధ్యాయులకి భవిష్యత్‌లో మంచి పేరు తేవడానికి ఉపకరిస్తుంది' అన్నాడు. ఆ ప్రశంసకి సిగ్గుపడ్డాను. అదే సమయంలో

నాకు లభించిన గుర్తింపుకు గర్విస్తూ నేను ప్రొ. స్పాండర్‌తో కలిసి ఫోటోగ్రాఫు కోసం కూచున్నాను. 'దేవుడే నీ ఆశా ఆశ్రయమూ మార్గదర్శీ కాగలడు. భవిష్యత్‌లోకి నీ ప్రయాణానికి ఆయనే దారి చూపే దీపం కాగలడు'. అన్నాడు ఆ మహామేధావి నాకు వీడ్కోలు పలుకుతూ.

ఎమ్.ఐ.టి నుంచి నేను బెంగుళూర్‌లోని హిందుస్తాన్ ఏరోనాటిక్స్ లిమిటెడ్‌లో ట్రైనీగా చేరాను. అక్కడ ఒక టీంలో భాగంగా ఇంజన్ ఓవర్ హాలింగ్‌లో పనిచేసాను. విమానాల ఓవరాలింగ్‌లో ప్రాక్టికల్‌గా పనినేర్చుకోవడం ఒక అనుభవం. తరగతి గదిలో నేర్చుకున్న సూత్రాన్ని వాడుకలో పెట్టి తెలుసుకోవడం విచిత్రమైన ఉద్వేగాన్ని కలగచేస్తుంది. అది అపరిచితుల గుంపులో నీ పాత మిత్రుడిని పసిగట్టడంలాంటిది. ఎచ్.ఏ.ఎల్ లో నేను పిస్టన్, టర్బయన్ ఇంజన్‌లు రెండింటి ఓవరాలింగ్ మీదా పనిచేసాను. వాయు పదార్థాల డైనమిక్స్ లోని ఎన్నో అంశాలు నా కప్పుడే బోధపడ్డాయి.

ఒక క్రాంక్ షాఫ్ట్ అరిగిపోయినప్పుడెలా సరిచూసుకోవాలో దాన్ని ఎలా మార్చాలో ఒక సూపర్ ఛార్జ్‌డ్ ఇంజన్‌కి ఒక ఫిక్సెడ్ పిచ్ ఫాన్‌ని బిగించడానికి కొలతలెట్లా తీసుకోవాలో నేర్చుకున్నాను. టర్బో ఇంజన్ల వాయు సరఫరా వ్యవస్థల గురించీ, పీడనం వేగాల అదుపు చేసే వ్యవస్థల గురించీ స్వయంగా తెలుసుకున్నాను. ప్రొపెల్లర్ ఇంజన్‌ల గురించిన వివిధ అంశాల్ని నేర్చుకోవడం ఎంతో ఆసక్తిగా ఉండింది. బ్లేడ్ ఏంగిల్ కంట్రోల్‌ని హెచ్.ఏ.ఎల్. సాంకేతిక నిపుణులు ప్రదర్శించిన తీరు ఇప్పటికీ జ్ఞాపకమొస్తూఉంటుంది. వాళ్ళు గొప్ప విశ్వవిద్యాలయాల్లో చదువుకున్న వారు కారు. అలాగని కేవలం వాళ్ళ ఇంజనీరు ఏది చెప్తే దాన్ని గుడ్డిగా ప్రదర్శిస్తున్నవాళ్ళూ కారు. వాళ్ళు దానిమీద సంవత్సరాల తరబడి పనిచేస్తున్నవాళ్ళు. అదే వాళ్ళకి తమ పని పట్ల ఒక అతీంద్రియ సంతోషం లాంటిదేదో ఇచ్చింది.

గ్రాడ్యుయేట్ ఏరోనాటికల్ ఇంజనీర్‌గా నేను ఎచ్.ఏ.ఎల్ నుంచి బయటకు వచ్చేటప్పటికి ఆకాశయానం గురించిన నా చిరకాల స్వప్నాన్ని నిజం చేసే రెండు ఉపాధి అవకాశాలు నా ముందుకొచ్చాయి. ఒకటి వైమానిక దళంలో ఉద్యోగం. రెండోది రక్షణ మంత్రిత్వశాఖ ఆధ్వర్యంలో పని చేసే సాంకేతిక అభివృద్ధి ఉత్పాదక డైరక్టరేట్‌లో ఉద్యోగమూను. నేను రెండింటికీ దరఖాస్తు చేసాను. రెండు చోటల్నించీ కాల్ లెటర్లు ఒక్కసారే వచ్చాయి.

వైమానిక దళంలో ఉద్యోగానికి డెహరా డూన్‌కీ, రక్షణ మంత్రిత్వ శాఖ ఉద్యోగానికి ఢిల్లీకి వెళ్ళవలసి ఉంది. అప్పుడీ కోరమాండల్ తీర బాలుడు ఉత్తరదేశానికి పోయే రైలెక్కాడు. నా జీవిత లక్ష్యం రెండువేల కిలోమీటర్లకు పైగా దూరంలో ఉంది. నా మాతృభూమి విస్తృతి ఎటువంటిదో మొదటిసారి తెలుసుకున్న సందర్భం అది.

3

రైలు కంపార్ట్మెంట్ కిటికీ లోంచి వేగంగా వెనక్కి తప్పుకుంటున్న గ్రామసీమల్ని చూస్తూ ఉన్నాను. పచ్చని వరి చేలల్లో రంగురంగు చీరల్లో స్త్రీలూ, తెల్లని పంచె తలపాగాలతో రైతులూ సుందరమైన చిత్తరువులో భాగంగా కనిపిస్తున్నారు. ఎక్కడ చూసినా మనుషులేదో పనిపాటల్లో నిమగ్నులయ్యే ఉన్నారు. ఆ పనుల్లో, పురుషులు పశువులు మేపుకుంటూండటంలో, ఆడవాళ్ళు నీళ్ళు తెచ్చుకోవడంలో లయ, నిశ్శబ్దమూ కూడా ఉన్నాయి. అప్పుడప్పుడు ఎవరో పిల్లవాడు ప్రత్యక్షమై ట్రైన్ వైపు చెయ్యూపుతూ కనిపిస్తాడు.

మనం ఉత్తరానికి ప్రయాణించేకొద్దీ ప్రాకృతిక దృశ్యంలో కనవచ్చే మార్పు ఆశ్చర్యజనకంగా ఉంటుంది. గంగానదీ, దాని అసంఖ్యాక ఉపనదులూ సృష్టించిన సారవంతమైన మైదానాలు దండయాత్రల్నీ, సంక్షోభాన్నీ, పరివర్తననీ ఆహ్వానించాయి. క్రీస్తు పూర్వం 1500 సంవత్సరంలో సుందరదేహులైన ఆర్యులు వాయవ్య కనుమలగుండా భారతదేశాన్ని ముంచెత్తారు. క్రీస్తు తరువాత పదవ శతాబ్దం ముస్లిములను తీసుకొచ్చింది. వాళ్ళు కాలక్రమంలో స్థానిక ప్రజలతో కలిసిపోయి ఈ దేశంలో విడదీయరాని అంతర్భాగమైపోయారు.

ఒక సామ్రాజ్యం స్థానంలో మరొక సామ్రాజ్యం చేరుతూ వచ్చింది. మత పరమైన జైత్రయాత్రలు కొనసాగాయి. కానీ ఈ కాలమంతటా భారతదేశంలో కర్కాటక రేఖకి దిగువన ఉండే ప్రాంతం ఏమీ చెక్కు చెదరలేదు. వింధ్య సాత్పురా పర్వతాల రక్షణలో ఆ ప్రాంతమంతా

భద్రంగా ఉండింది. భారత ద్వీపకల్పానికి నర్మద, తపతి, మహానది, గోదావరి, కృష్ణా నదులు దుర్భేద్యమైన రక్షణనిచ్చాయి. ఢిల్లీకి పోవడానికి నేనెక్కిన రైలు ఈ భౌగోళిక అవరోధాలన్నిటినీ సైన్సు సాధించిన ప్రగతి వల్లనే అవరోధించగలిగింది.

ఢిల్లీలో వారంరోజుల పాటు ఉన్నాను. అది మహనీయ సూఫీ సాధువు హజ్రత్ నిజాముద్దీన్ నివసించిన నగరం. నేను రక్షణ మంత్రిత్వ శాఖ ఇంటర్వ్యూకి హాజరయ్యాను. అక్కడడిగిన ప్రశ్నలు చాలా మామూలువి. అవి నా మెదడుకి మేత కాలేదు. అక్కడినించి డెహరాడూన్‌లో వైమానిక దళం వారి ఇంటర్వ్యూకి హాజరయ్యాను. ఆ ఎంపిక బోర్డు వ్యక్తిత్వ అంశాలకు పరీక్ష పెట్టింది తప్ప తెలివితేటలకు కాదు. బహుశా శారీరక సామర్థ్యం కోసమూ, వాక్చాతుర్యం కోసమూ వాళ్ళు వెతుక్కుంటూండవచ్చు. ఆ పరీక్షకు ముందు నేను ఉద్వేగభరితుణ్ణయ్యాను. అదే సమయంలో వణికాను కూడా. దృఢ సంకల్పంతోనే ఉన్నప్పటికీ ఆత్రుతని దాచుకోలేకపోయాను. ఆత్మ విశ్వాసం ఉన్నప్పటికీ ఒత్తిడికి లోనుకాకుండా ఉండలేకపోయాను.

వైమానిక దళం ఎనిమిది మంది కోసం జరిపిన ఆ ఎంపికలో పాతిక మంది అభ్యర్థుల్లో నేను తొమ్మిదో స్థానంలో నిలిచాను. అది నాకు చాలా ఆశాభంగం కలిగించింది. వైమానిక దళంలో చేరే అవకాశం నా వేళ్ళ సందుల్లోంచి జారిపోయిందన్న సత్యాన్ని అరాయించుకోడానికే నాకు కొంత సమయం పట్టింది. నేనా ఎంపిక స్థలం నుంచి ఎట్లానో బయటపడి ఒక కొండచరియ దగ్గరకు పోయి నిల్చున్నాను. దూరంగా కిందన ఒక సరసు. రాబోయే దినాలు భారంగా గడవబోతున్నాయని నాకు తెలుసు. ఎన్నో ప్రశ్నలకు సమాధానాలు వెతుక్కోవాలి. ముందు ముందు ఏమి చెయ్యాలో నిదానంగా ఆలోచించుకోవాలనుకుంటూ ఋశీకేశ్ దారి పట్టాను.

గంగలో స్నానం చేసాను. ఆ పరిశుద్ధ జలాలు నన్ను తెరిపిన పడేసాయి. అక్కడ దగ్గరలో కొండమీద ఉన్న శివానంద ఆశ్రమానికి వెళ్ళాను. నేను ఆశ్రమంలో ప్రవేశిస్తున్నప్పుడే సాంద్ర భావోద్వేగం నన్ను చలింపచేసింది. అక్కడెక్కడ చూసినా అసంఖ్యాకమైన సాధువులు ఆనంద స్థితిలో కనబడ్డారు. సాధువులకి అతీంద్రియ జ్ఞానం ఉంటుందనీ, వారు మనోభావాల్ని పసిగట్టగలరని ఎక్కడో చదివినట్టు గుర్తు. నా సందేహాలకు సమాధానాలు వారినుంచి తెలుసుకోవాలనుకున్నాను.

నేను స్వామి శివానందని కలిసాను. ఆయన బుద్ధుడిలాగా కనిపించాడు. మంచువలె తెల్లనైన ధోతి, కాళ్ళకి పావుకోళ్ళు. మనిషి చామనచాయ రంగు. తీక్షణమైన, నల్లని నేత్రాలు. ఆయన పసి దరహాసం ప్రభావం నుంచి నేను తప్పించుకోలేననిపించింది. నన్నాయనకు

పరిచయం చేసుకున్నాను. నా ముస్లిం పేరు ఆయనలో ఏ అనన్యభావాన్నీ రేకెత్తించలేదు. నేనింకేదన్నా మాట్లాడబోయే ముందు ఆయనే నా దుఃఖానికి కారణమేమిటని అడిగారు. నేను చింతాగ్రస్తుడిగా ఉన్నట్లు ఆయనకెలా తెలిసిందో ఆయనా చెప్పలేదు, నేనూ అడగలేదు.

నేనాయనకు నా చిరకాల స్వప్నమైన ఆకాశ యానం గురించీ, నేను వైమానిక దళం ఎంపికలో నెగ్గలేకపోవడం గురించీ చెప్పాను. ఆయన చిరునవ్వునవ్వారు. ఆ మందహాసం నా అశ్రుతలన్నిటినీ ఒక్క క్షణంలో తుడిచిపెట్టేసింది. అప్పుడాయన మంద్ర బలహీన స్వరంలో ఇలా అన్నారు.

'కోరిక అనేది హృదయం నుంచీ ఆత్మ నుంచీ ఉప్పొంగినప్పుడు, అది పరిశుద్ధమూ తీవ్రమూ అయినప్పుడు దానికొక గంభీరమైన విద్యుదయస్కాంత శక్తి వస్తుంది. మనసు నిద్రలోకి జారుకున్న ప్రతి రాత్రీ ఈ శక్తి శూన్యంలోకి విడుదలవుతుంది. తిరిగి ప్రతి ఉదయమూ అది విశ్వ శక్తి ప్రవాహాల బలాన్ని పుంజుకుని మన వ్యక్త స్థితిలో మనని చేరవస్తుంది. నువ్వేది సంభావించావో అది తప్పక సాక్షాత్కరిస్తుంది. ఈ కాలాతీత వాగ్దానం మీద, ఓ యువకుడా, నువ్వు తప్పక ఆశపెట్టుకోవచ్చు. అనంతకాలం నుండీ సూర్యోదయం గానీ వసంతాగమనం గానీ ఎలాగతితప్పలేదో ఈ వాగ్దానమూ అలాగే'.

శిష్యుడు సిద్ధంగా ఉన్నప్పుడు గురువు ప్రత్యక్షమవుతాడు అన్న మాట ఎంత సత్యం! దాదాపుగా దారితప్పిపోయిన ఒక విద్యార్థికి ఇదిగో ఇక్కడొక గురువు లభించాడు. 'నీ విధినంగీకరించి నువ్వు ముందుకు సాగిపో. నువ్వు ఒక విమానచోదకుడివి కావడానికి పుట్టలేదు. నువ్వేమి కావలసిఉందో ఇప్పుడు తెలియదుగానీ అది ఇప్పటికే నిర్ణయమైఉంది. ఈ వైఫల్యాన్ని మర్చిపో. నీ భవిష్యత్ వైపు నిన్ను నడిపించడానికి ఈ వైఫల్యం కూడా అవసరమేనని భావించి అన్వేషించు. నీ జీవిత యథార్థ పరమార్థ మేమిటో వెతుకులాడు. నిన్ను నువ్వు చేరుకో. భగవత్సంకల్పానికి తలవంచు' అన్నారు స్వామీజీ.

నేను ఢిల్లీకి తిరిగివచ్చి రక్షణ మంత్రిత్వ శాఖలో నా ఉద్యోగం గురించి వాకబు చేసాను. కానీ వాళ్ళు ఏకంగా నియామక ఉత్తర్వులే ఇచ్చేసారు. నేను ఆ మరుసటి రోజే సీనియర్ సైంటిఫిక్ అసిస్టంట్‌గా నెలకు 250 రూపాయల జీతం మీద ఉద్యోగంలో చేరాను. ఒక వేళ ఇదే నా విధిరాత అయితే అలానే కానివ్వు అనుకున్నాను. ఏమైతేనేం నాకు మనశ్శాంతి దొరికింది. వైమానిక దళంలో చేరలేకపోయినందుకు నేనింకేమాత్రం చింతించలేదు. నిస్పృహ చెందలేదు. ఇది 1958 నాటి మాట.

నేను డైరక్టరేట్‌లో పౌరవిమానయాన సాంకేతిక కేంద్రంలో నియమించబడ్డాను. నేను విమానాలు నడపకపోవచ్చుగానీ అవి ఎగరడానికి సహకరించే సేవ అది. డైరక్టరేట్లో నా మొదటి

సంవత్సరంలో ఒక సూపర్సానిక్ లక్ష్య భేదక విమానాన్ని మా ఇంఛార్జి ఆఫీసరు ఆర్. వరదరాజన్‌తో కలిసి డిజైన్ చేసాను. దానికి మా డైరక్టర్ డా. నీలకంఠన్ నుంచి ప్రశంస లభించింది. విమాన నిర్వహణలో మరింత అనుభవం కోసం నన్ను కాన్పూర్ లోని ఎయిర్ క్రాఫ్ట్ అండ్ ఆర్మమెంట్ టెస్టింగ్ యూనిట్ కి పంపించారు. అప్పుడు వాళ్ళు గ్నాట్ ఎమ్.కె.-1 విమానాల వాతావరణ అనుకూలతని పరీక్షిస్తున్నారు. వాళ్ళతో కలిసి నేను కూడ ఆ పరీక్షల్లో పాలుపంచుకున్నాను.

అప్పటికే కాన్పూర్ బాగా జనసమ్మర్దమైన పట్టణం. ఒక పారిశ్రామిక నగరంలో ఉండటం అదే మొదటిసారి నాకు. అక్కడి చలిగాలి, జనాల తొక్కిసలాట, రణగొణధ్వని, పొగ నాకు రామేశ్వరంలో అలవాటైన వాతావరణానికి పూర్తిగా వ్యతిరేకం. పొద్దున్న టిఫిన్ దగ్గర్నుంచీ రాత్రి డిన్నర్ దాకా డైనింగ్ టేబిల్ మీద దర్శనమిచ్చే బంగాళాదుంపలు నాకు వెగటు కలిగించాయి. ఆ నగరమంతా ఒంటరితనం వ్యాపించి ఉన్నట్టు అనిపించింది. వాళ్ళ మట్టివాసననీ, సొంత కుటుంబాల్నీ వదిలిపెట్టి ఫాక్టరీల్లో ఉద్యోగాలు వెతుక్కుంటూ వచ్చిన గ్రామీణ జనాభానే ఆ రోడ్ల మీద ఎక్కడ చూసినా కనిపించేవారు.

నేను ఢిల్లీకి తిరిగి రాగానే డైరక్టరేట్ ఒక కొత్త లక్ష్యభేదక విమానాన్ని డిజైన్ చెయ్యడానికి పూనుకుందనీ ఆ డిజైనింగ్ టీములో నా పేరుకూడా ఉందనీ తెలిసింది. నేను నా సహచరులతో ఆ పని కూడా పూర్తి చేసాను. ఆపైన కొన్నాళ్ళు వివిధ రకాల లక్ష్యభేదక నమూనాల పరిశీలన చేపట్టాను. మూడేళ్లు గడిచాయి. అప్పుడు బెంగుళూరులో ఏరోనాటికల్ డెవలెప్‌మెంట్ ఎస్టాబ్లిష్‌మెంట్ ఏర్పాటయింది. నన్నా కొత్త సంస్థలో నియమించారు.

బెంగుళూరు కాన్పూరు కన్నా విరుద్ధమైన నగరం. తన ప్రజల్లోని వివిధ వైరుధ్యాల్నిపైకి తెచ్చే గుణమేదో మనదేశంలో ఉందని నేననుకుంటాను. బహుశా భారతీయులు శతాబ్దాల తరబడి వలసల వల్ల ప్రభావితమైనందువల్ల ఇది తటస్థపడి ఉండవచ్చు. అనేక పాలక శక్తులకు విధేయంగా ఉండవలసి వచ్చినందువల్ల ఏకైక విధేయత పట్ల మన సామర్థ్యం సన్నగిల్లింది. దానికి బదులుగా మనం ఏక కాలంలోనే క్రూరంగా, దయార్ద్ర హృదయులుగా; సున్నితంగా, ఆకతాయిగా; స్థిరంగా, చంచలంగా అన్నిరకాలుగానూ ఏకకాలంలోనే ఉండటం అలవాటు చేసుకున్నాం. అంతగా నిశితంగా చూడనివారికి మనం సుందరంగా ఆకర్షణీయంగా కనిపించవచ్చు. కానీ విమర్శనాత్మకంగా చూడగలిగిన వారికి మనం మన వివిధ రకాల నాయకుల వికృత అనుకరణలుగానే కనిపిస్తాం. నేను కాన్పూర్‌లో వాజీద్ అలీ షా కి అనుకరణలుగా తాంబూల చర్వణం చేసేవాళ్ళని చూడగా బెంగుళూర్‌లో మరొక రకం సాహెబ్‌లని చూసాను.

ఇక్కడ కూడా నేను రామేశ్వరం తాలూకు ప్రగాఢత కోసం ప్రశాంతి కోసం తపించాను. సాధారణ భారతీయుడి హృదయానికీ మేధకీ ఉండవలసిన సంబంధం మన నగరాల విచ్ఛిన్న సంవేదనలవల్ల తుడిచిపెట్టుకుపోయింది. నా సాయంకాలాల్లో నగర ఉద్యానాల్లో తిరుగుతూ షాపింగ్ ప్లాజాలు చుట్టబెడుతూ గడపడమే వ్యాపకంగా వుండేది.

మా ఎస్టాబ్లిష్‌మెంట్ స్థాపించిన మొదటి సంవత్సరం మాకు పని తక్కువగానే ఉండేది. పనికి ఒక తీరూతెన్నూఏర్పడే వరకూ నా పని నేనే కల్పించుకోవాల్సి వచ్చేది. ఒక గ్రౌండ్ ఎక్విప్ మంట్ మెషీన్ నమూనా రూపకల్పన కోసం ఒక ప్రాజెక్ట్ టీం ఏర్పాటైంది. సైంటిఫిక్ అసిస్టెంట్ స్థాయి అధికారులు నలుగురుతో కూడిన చిన్న వర్కింగ్ గ్రూప్ అది. మా సంస్థ డైరెక్టర్ డా. ఒ.పి. మెడిరెట్టా నన్నా టీముకు సారథ్యం వహించమన్నాడు. ఆ ఇంజనీరింగ్ మోడల్‌కి రూపకల్పన చేసి ఆవిష్కరించడానికి మాకు మూడేళ్ళ వ్యవధినిచ్చారు.

ఏ ప్రమాణాల బట్టి చూసినా మా ప్రాజెక్టు, మా టీం సభ్యులందరి సామర్థ్యానికీ మించిన పని. విమాన యంత్రం సంగతలా ఉంచి అసలు మాకు ఏ యంత్రం తయారు చెయ్యడంలోనూ అనుభవం లేదు. మా ముందేమీ నమూనాలు గానీ ప్రామాణిక పరికరాలు గానీ లేవు. మాకు తెలిసిందల్లా గాలివేగాన్ని మించిన ఒక విమానాన్ని జయప్రదంగా తయారుచెయ్యవలసి ఉంటుందనే. హోవర్ క్రాఫ్టలగురించి ఎంత సమాచారం లభ్యమైతే అంతా చదవడానికి ప్రయత్నించాం. ఈ రంగంలో అనుభవజ్ఞు లెవరన్నా ఉంటే వారిని సంప్రదించాలనుకున్నాం గానీ అటువంటి వారెవరూ కనిపించలేదు. ఇకచూసి చూసి మా దగ్గర అందుబాటులో ఉన్న సమాచారం ఆధారంగానే ప్రాజెక్టు పని మొదలుపెట్టాలని నిశ్చయించుకున్నాను

రెక్కలులేని తేలికపాటి వేగవంతమైన ఒక యంత్రాన్ని తయారు చెయ్యాలన్న ప్రయత్నం నా మనోగవాక్షాలకి తలుపులుతెరిచింది. హోవర్ క్రాఫ్టకీ ఎయిర్ క్రాఫ్టకీ మధ్య పోలికనైతే నేను చప్పున చూడగలిగాను. ఏడేళ్ళ పాటు సైకిళ్ళ మీద ప్రయోగాలు చేసే కదా రైట్ సోదరులు మొదటి విమానం తయారు చెయ్యగలిగింది! మేము చేపట్టిన ప్రాజెక్టులో ఎదుగుదలకీ సృజనాత్మకతకీ ఎంతో అవకాశమున్నట్టనిపించింది నాకు. కొన్ని నెలలు డ్రాయింగ్ బోర్డ్ మీద పని చేసిన తరువాత ఇక మేము తిన్నగా హార్డ్ వేర్ పని మొదలుపెట్టాం.

గ్రామీణ వాతావరణం నుంచీ, అంతగా చదువుకోని మధ్యతరగతి కుటుంబం నుంచీ వచ్చిన నాలాంటి వాడితో ప్రమాదమేమిటంటే పరిస్థితులు ఏదో మార్పుని తీసుకు రాకపోతే అతడు ఏదో ఒక మూలన కనీస అవసరాలకోసం తన్నులాడుకుంటూనే బతుకుతుంటాడు. నాకు తెలుసు నా అవకాశాల్ని నేనే సృష్టించుకోవాల్సి ఉంటుందని.

పనిముట్టు వెనక పనిముట్టు, విభాగం వెనక విభాగం, ఒక స్థాయిని దాటి మరొక స్థాయి -ఇలా మొత్తం ప్రాజెక్టు ఆచరణలోకి రావడం మొదలయ్యింది. ఈ ప్రాజెక్టు మీద పనిచేస్తూ నేను గ్రహించిందేమంటే ఒక సారి నీ మనసు ఒక స్థాయిలో ఆలోచించడం మొదలయ్యాక తిరిగి పాత ప్రమాణాల్లో ఆలోచించడం ఇంకెంత మాత్రం సాధ్యం కాదని.

అప్పుడు వి.కె. కృష్ణ మీనన్ రక్షణ మంత్రిగా ఉండేవారు. మా చిన్న ప్రాజెక్టు ప్రగతి పైన ఆయనకెంతో ఆసక్తి ఉండేది. భారతదేశం తన రక్షణ సామగ్రిని తనే తయారుచేసుకునే దిశగా వేసిన మొదటి అడుగుగా దాన్ని ఆయన భావించారు. ఆయన బెంగుళూర్‌లో ఉన్నప్పుడల్లా మా ప్రాజెక్టు ప్రగతిని సమీక్షించడానికి ఏదో ఒక విధంగా వీలు చూసుకుని వచ్చేవారు. మా సామర్థ్యంపైన ఆయనకున్న నమ్మకం మా ఉత్సాహాన్ని ఇనుమడింప చేసింది. మా నాన్న ప్రార్థనల కోసం తన చెప్పులు బయట విడిచి మసీదులో ప్రవేశించినట్టే నేను నా తక్కిన వ్యగ్రతలన్నిటినీ బయట వదిలి పెట్టి పనిలో ప్రవేశించేవాడిని.

కానీ మా ప్రాజెక్టు గురించి కృష్ణ మీనన్ అభిప్రాయాల్తో అందరూ ఏకీభవించలేదు. మాకు అందుబాటులో ఉన్న పరికరాల్తో ఉపకరణాల్తో చేస్తున్న మా ప్రయోగాలు మా సీనియర్ సహచరుల్ని సంతోష పరచలేదు. చాలా మంది మా గ్రూప్‌ని అసాధ్య స్వప్నం వెంట పరుగులు తీస్తున్న పిచ్చివాళ్ళుగానే గుర్తించారు. ఇక ఆ గ్రూప్‌కి నాయకుడిగా నేను మరింత విమర్శకు గురయ్యాను. గాల్లో పరుగులు తియ్యాలనుకునే పల్లెటూరి బైతునే వాళ్ళు నాలో చూసారు. వాళ్ళ వ్యాఖ్యానాల బరువు నా ఆశావాదాన్ని నీరుకార్చింది. మా ఎస్టాబ్లిష్‌మెంట్‌లోని కొందరు సైంటిస్టుల విమర్శలు రైట్ సోదరుల మీద 1896 లో జాన్ ట్రోబ్రిడ్జ్ వ్యంగ్య కవితను గుర్తుకు తెచ్చాయి.

వేలిచుట్టుతో, దారంతో
మైనం, సుత్తి, కొక్కేలు, మేకులతో
మేధావులు వాడుకునే సరుకుల్తో
ఎంత వింత మనుషులు వాళ్ళు....

ప్రాజెక్టు మొదలై సంవత్సరం పూర్తి కావొస్తుండగా ఒకసారి రక్షణ మంత్రి కృష్ణ మీనన్ మా ఎస్టాబ్లిష్మెంట్‌కి వచ్చారు. ఆయన్ని నేను మా అసెంబ్లీ షాపుకి తీసుకువెళ్ళి చూపించాను. లోపల బల్ల మీద మా ప్రాజెక్టు నమూనా చిన్న చిన్న ఉపనమూనాలుగా విభజించబడిఉంది. యుద్ధభూమి అవసరాలకు తగిన విధంగా పనికొచ్చే హోవర్‌క్రాఫ్ట్‌ని తయారు చెయ్యడానికి ఏడాది పాటు శ్రమించిన ప్రయత్నాల ఫలితం అది.

మంత్రి నా మీద ప్రశ్న వెనక ప్రశ్న సంధించారు. ఆ నమూనా రాబోయే ఏడాదికల్లా పరీక్షాత్మక యుద్ధ విమానంగా రూపుదాల్చాలన్నది ఆయన ఆశ. 'ఇప్పుడు కలాం దగ్గరున్న పరికరాల్తో జి.ఇ.ఎం యుద్ధ విమానం తయారవడం సాధ్యమే' అన్నాడాయన డా. మెడిరెట్టాతో.

ఆ హోవర్ క్రాఫ్టకి శివుడి వాహనం పేరు మీద 'నంది' అని నామకరణం చేసారు. మా దగ్గరుండే అవశేషాత్మకమైన ఉపకరణాల్తో ఆ నమూనా పూర్తి హంగులతో సంపూర్ణ రూపం ధరించడం మా అంచనాకు మించిన పని. నేను నా మిత్రులకు చెప్పాను. 'ఇదిగో ఇక్కడో వైమానిక శకటం ఉంది. ఇది కొన్ని ఇరుసుల మీద నిర్మించబడ్డది కాదు. కానీ సమర్థులైన ఇంజనీర్లతో నిర్మించబడ్డది. దాని కేసి చూడకండి. అది కనులకింపు కోసం చేసింది కాదు. ఎగరడం కోసం చేసింది' అన్నాను.

తన వెంటవచ్చిన అధికారులు తన భద్రత దృష్ట్యా వారిస్తున్నా వినకుండా కృష్ణ మీనన్ 'నంది'లో ప్రయాణించారు. మంత్రి సిబ్బందిలోని గ్రూప్ కెప్టెన్ ఆకాశయానంలో ఎంతో అనుభవం గడించిన వ్యక్తి . అంతగా అనుభవం లేని నా వంటి ఒక పౌర విమాన చోదకుడికి బదులు మంత్రి భద్రత కోసం తనే విమానాన్ని నడపడానికి ముందుకువచ్చాడు. అంతేకాకుండా ఆ శకటం నుంచి బయటకు వచ్చెయ్యమని నాకు సైగ చేసాడు. నేను తయారు చేసిన శకటాన్ని నేనే నడపాలన్న ఉద్దేశంతో బయటికి రావాల్సిన అవసరం లేదన్నట్టుగా నేను తలూపాను.

మా మౌన సమాచార ప్రసారాన్ని గమనించిన కృష్ణ మీనన్ తన గ్రూప్ కెప్టెన్ చేసిన అవమానకర సూచనను చిరునవ్వుతో కొట్టిపడేసి శకటాన్ని నడపవలసిందిగా నన్ను ఆదేశించారు. ఆయనకది ఎంతో సంతోషం కలిగించింది. హోవర్ క్రాఫ్ట నిర్మాణానికి చెందిన ప్రాథమిక సమస్యలు పరిష్కారమయ్యాయని మేము ఋజువు చేసాం. 'మరింత శక్తిమంతమైన ప్రధాన చోదకాన్ని తయారుచెయ్యండి. నన్ను మళ్లా రెండవసారి స్వారీకి పిలవండి' అని కృష్ణమీనన్ నాతో అన్నాడు.

ఆ నాడు శంకించిన ఆ గ్రూప్ కెప్టెన్, నేడు ఎయిర్ మార్షల్ గోలే, తరువాత నాకు మంచి మిత్రుడయ్యాడు. మేము నిర్దేశించుకున్న గడువు కన్నా ముందే మా ప్రాజెక్టుని పూర్తిచేసాం. ఇప్పుడు మా దగ్గర ఒక పరిగెత్తే హోవర్ క్రాఫ్ట ఉందన్న మాట. డా. మెడిరెట్టా మా విజయానికి సంతోషించినట్టే కనబడ్డాడు. కానీ ఆ సరికి కృష్ణ మీనన్ పదవిలో లేరు. అందువల్ల ఆయన వాగ్దానం చేసినట్టు రెండో సారి స్వారీకి రాలేకపోయారు.

మారిన పరిస్థితుల్లో యుద్ధ అవసరాలకు దేశీయ శకటాన్ని వినియోగించు కోవాలన్న ఆయన స్వప్నంతో చాలా మంది ఏకీభవించలేకపోయారు. నిజానికి ఇప్పటికి కూడా మనం

హోవర్ క్రాఫ్ట్‌లను దిగుమతి చేసుకుంటున్నాం. ఆ ప్రాజెక్టు వివాదాల రొంపిలో కూరుకుపోయి చివరికి అటకెక్కింది. అదొక కొత్త అనుభవం నాకు. ఇంతవరకు నేను ఆకాశమే సరిహద్దు అనుకున్నాను. కానీ ఇప్పుడర్థమయ్యింది హద్దులు చాలా దగ్గరగానే ఉన్నాయని. జీవితాన్ని శాసించే సరిహద్దులున్నాయి. 'నువ్వింత బరువే మొయ్యగలవు' 'నువ్వింత త్వరగానే నేర్వగలవు', 'నువ్వింత కష్టమే పడగలవు', 'నువ్వింత దూరమే పోగలవు' అంటూ.

నేను వాస్తవాన్ని ఎదుర్కోవడానికి యిష్టంగా లేను. నేను నా హృదయాన్నీ ఆత్మనీ కూడా 'నంది' మీదే పెట్టుకున్నాను. ఆ శకటం ఉపయోగించబడలేదన్నది నేను అర్థం చేసుకోలేని విషయం. నేను ఆశాభంగం చెందాను. నా భ్రమలు తొలిగిపోయాయి. ఈ అనిశ్చితతలో, ఈ కలవరపాటు సమయంలో నా బాల్య స్మృతులు నన్ను మళ్ళా ముప్పిరిగొన్నాయి. నాకు వాటిలో కొత్త అర్థాలు బోధపడ్డాయి .

పక్షి లక్ష్మణ శాస్త్రి అంటుండేవారు. 'నువ్వు సత్యాన్ని చూడు, ఆ సత్యమే నిన్ను విడుదల చేస్తుందని', 'అడగండి, ఇవ్వబడుతుంది' అని బైబిల్లో అన్నట్టే . అయితే అది వెంటనే జరగలేదు కానీ జరగకుండా ఉండలేదు కూడా. ఒకరోజు డా. మెడిరెట్టా నన్ను పిలిచాడు. మా హోవర్ క్రాఫ్ట్ పరిస్థితి గురించి అడిగి తెలుసుకున్నాడు. అది ఎగరడానికి పూర్తిగా సిద్ధంగా ఉండాలనీ మరుసటి రోజు ఒక ముఖ్య అతిథి ముందు దాన్ని ప్రదర్శించడానికి సిద్ధంగా ఉండాలనీ చెప్పాడు. నాకు తెలిసినంతవరకూ ఆ రాబోయే వారం లో ఏ ముఖ్య వ్యక్తీ కూడా మా లాబరేటరీని సందర్శించే కార్యక్రమమేమీ లేదు. ఏమైతేనేం నేను డా. మెడిరెట్టా ఆదేశాల్ని నా సహచరులకు తెలియచేసాను. మాలో కొత్త ఆశ ఉరకలెత్తింది.

ఆ మరుసటి రోజు డా. మెడిరెట్టా మా శకటం దగ్గరకు ఆ అతిథిని తీసుకువచ్చాడు. అతను పొడుగ్గా అందంగా ఉన్నాడు. అతనికి గడ్డం కూడా ఉంది. అతను నన్ను ఆ యంత్రం గురించి ఎన్నో ప్రశ్నలు వేసాడు. అతని ఆలోచనలోని నైశిత్యం, స్పష్టత నన్ను ఆకట్టుకున్నాయి. 'నువ్వు నన్ను ఈ శకటంలో తిప్పగలవా' అని అడిగాడతను. అతని అభ్యర్థన నాలో సంతోషాన్ని నింపింది. ఇప్పటికి నా పనిలో ఆసక్తి కలిగినవాడు ఒకాయన కనబడ్డాడనుకున్నాను.

మేము భూమికి కొన్ని అంగుళాల ఎత్తులో పదినిమిషాలపాటు చక్కర్లుకొట్టాం. మేము ఎగురుతున్నామనలేం కానీ గాల్లో తేలుతున్నామని మాత్రం చెప్పవచ్చు. ఆ అతిథి నా గురించి కూడా కొన్ని ప్రశ్నలడిగాడు. ఆ స్వారీకి కృతజ్ఞతలు చెప్పి సెలవు తీసుకున్నాడు. కానీ తను ప్రొ. ఎమ్.జి.కె. మీనన్ అనీ, టాటా ఇన్‌స్టిట్యూట్ ఆఫ్ ఫండమెంటల్ రీసెర్చ్ డైరక్టర్ననీ తనని పరిచయం చేసుకోనేలేదు.

ఒక వారం తరువాత రాకెట్ ఇంజనీర్ పోస్టుకు గాను ఇంటర్వ్యూ కి హాజరు కావలసిందిగా ఇండియన్ కమిటీ ఫర్ స్పేస్ రీసెర్చ్‌నించి నాకు పిలుపు వచ్చింది. అప్పటికి

నాకు ఆ కమిటీ గురించి తెలిసిందల్లా అది టాటా ఇన్‌స్టిట్యూట్‌లోని ప్రతిభావంతులతో భారతదేశంలో అంతరిక్ష పరిశోధన నిర్వహణకోసం బొంబాయిలో ఏర్పాటైన సంస్థ అన్నంతవరకే.

ఆ ఇంటర్వ్యూకి హాజరవడానికి బొంబాయి వెళ్ళాను. అక్కడ ఎటువంటి ప్రశ్న లెదుర్కోవాల్సి ఉంటుందో నాకు తెలియదు. ఏదన్నా చదువుకోవడానికి కాని లేదా ఎవరన్నా అనుభవజ్ఞులతో మాట్లాడుకోవడానికి గానీ సమయమే లేదు.

లక్ష్మణ శాస్త్రి గారు భగవద్గీత నుంచి వినిపించే శ్లోకాలు నా చెవుల్లో మార్మోగుతున్నాయి. **'జీవులన్నీ భ్రాంతిలో చిక్కుకున్నవే. రాగద్వేషాల ద్వంద్వంలో తగులుకుని ఉండేవే. కానీ ఎవరి పాపాలు సత్కార్యాల వల్ల నశిస్తాయో ద్వంద్వాల భ్రాంతి నుంచి విడివడతాయో వారే నన్ను స్థిరంగా అనుసరిస్తారు'** అన్నాడు భగవంతుడు.

విజయం పొందితీరాలన్న ఆలోచనే లేకపోవడమే విజయానికి రహదారి అని నేను గుర్తుచేసుకున్నాను. ఒత్తిడులేమీ లేకుండా, సందేహాలేమీ లేకుండా చెయ్యగల కృషిలోంచే అద్భుత విజయాలొస్తాయి. ప్రొ. ఎమ్.జి.కె. మీనన్ రాక గానీ ఈ ఇంటర్వ్యూకి పిలుపుగానీ నా ప్రయత్నం వల్ల జరిగినవి కాకపోవడం నా ఈ దృక్పథానికి ఊతమిచ్చేయి.

అప్పుడు డా. విక్రమ్ సారాభాయి, ప్రొ. ఎమ్.జి.కె. మీనన్, అటామిక్ ఎనర్జీ కమీషన్ డిప్యూటీ కమిషనర్ షరాఫ్‌లతో కలిసి నన్ను ఇంటర్వ్యూ చేసారు. నేను రూంలో ప్రవేశిస్తుండగానే వారి స్నేహశీలత్వపు వెచ్చదనాన్ని కనుగొన్నాను. ముఖ్యంగా డా. విక్రమ్ సారాభాయి ఆత్మీయత నన్ను తక్షణమే ఆకట్టుకుంది. ఇంటర్వ్యూకి వచ్చే ఒక యువకుణ్ణి ప్రశ్నించేవారు అతని దుర్బలత్వం ఆసరాగా కనపరచే అనవసర ఆదరణ గానీ లేదా చూపించే పొగరు కానీ అక్కడ కనరాలేదు.

డా. సారాభాయి ప్రశ్నలు నా పరిజ్ఞానాన్ని గాని నైపుణ్యాన్ని గానీ పరీక్షకుపెట్టినవి కావు. వాటికన్నా నాలో నిబిడీమైఉన్న సంభావ్య శక్తుల్ని అవి అన్వేషించాయనాలి. ఒక బృహత్ప్రణాళికలో భాగంగా నన్నాయన పరీక్షిస్తున్నట్లనిపించింది. ఆ సమావేశం మొత్తం నాకో సత్య స్ఫురణగా అనిపించింది. నా స్వప్నాన్ని ఒక మహనీయుడి విశాల స్వప్నం తనలోకి పొదువుకుందనిపించింది.

నన్నో రెండుమూడు రోజులపాటు ఉండమన్నారు. కానీ ఆ మర్నాటి సాయంకాలమే నా ఎంపిక వార్త చెప్పారు. వారు నన్ను అంతరిక్ష పరిశోధన సంఘంలో రాకెట్ ఇంజనీరుగా తీసుకున్నారు. నాలాంటి యువకుడికి కలలోకూడా ఊహించలేని ఆకస్మిక అవకాశం ఇది.

అంతరిక్ష సంఘంలో నా పని టాటా ఇన్‌స్టిట్యూట్ కంప్యూటర్ సెంటర్‌లో ప్రాథమిక అభ్యాసంతో మొదలయ్యింది. రక్షణ మంత్రిత్వ శాఖ వాతావరణానికీ ఇక్కడి వాతావరణానికీ మధ్య ఎంతో తేడా ఉంది. ఇక్కడ హోదాలు అంత ముఖ్యం కాదు. ఇతరుల ఆగ్రహం చవిచూడవలసిన అవసరంగాని తన స్థానాన్ని సమర్థించుకోవలసిన అవసరంగానీ ఇక్కడ లేదు.

1962 మధ్య కాలంలో అంతరిక్షసంఘం కేరళలోని తిరువంతనంతపురం దగ్గరుండే తుంబా అనే ఒక మత్స్యకారగ్రామంలో రాకెట్ ప్రయోగశాలని నెలకొల్పాలని తీర్మానించింది. ఆ గ్రామం భూ అయస్కాంత క్షేత్రానికి చాలా దగ్గరలో ఉన్నందువల్ల అక్కడా ప్రయోగశాల నెలకొలపాలని అహ్మదాబాద్ లోని ఫిజికల్ రీసెర్చ్ లాబరేటరీకి చెందిన డా. చిట్నిస్ ప్రతిపాదించాడు. ఆ విధంగా ఆర్భాటాలేమీ లేకుండా దేశంలో రాకెట్ ఆధారిత ఆధునిక పరిశోధన మొదలైంది.

అందుకోసం తుంబాలో ఎంపిక చేసిన స్థలం సముద్ర తీరానికీ రైల్వేస్టేషన్‌కీ మధ్య దాదాపుగా ఆరువందల ఎకరాల్లో రెండున్నర కిలోమీటర్ల పొడుగునా ఉంది. ఈ సేకరించవలసిన స్థలంమధ్యలో ఒక పెద్ద చర్చ్ కూడా ఉంది. జనసాంద్రత ఎక్కువగా ఉండే కేరళలాంటి రాష్ట్రాల్లో ప్రజల నుండి భూమి సేకరించడం ఎంతో కాలవ్యయంతో కష్టంతో కూడుకున్నపని. పైగా ఒక మతానికి చెందిన కట్టడం కూడా ఉండటంతో స్థలసేకరణ సున్నితమైన వ్యవహారంగా మారింది. 1962 లో త్రివేండ్రం బిషప్‌గా ఉంటున్న రైట్ రివరెండ్ డా. డెరీరా ఆశీర్వాదాలతో సహకారంతో అప్పటి జిల్లా కలెక్టర్ కె. మాధవన్ నాయర్ ఈ సమస్యని ఎంతో యుక్తియుక్తంగా, శాంతియుతంగా, త్వరగా పరిష్కరించగలిగారు. అనతికాలంలోనే సెంట్రల్ పబ్లిక్ వర్క్స్ డిపార్ట్మెంట్‌కి చెందిన కార్యనిర్వాహక ఇంజనీరు ఆర్.డి.జాన్ ఆ ప్రాంతం రూపురేఖలే మార్చేసారు. సెంట్ మేరీ మగ్దలీన్ చర్చ్ తుంబా అంతరిక్ష కేంద్ర మొదటి కార్యాలయమైంది. ఆ ప్రార్థనా మందిరమే నా మొదటి లాబరేటరీ. బిషప్ గారి గది మాకు డిజైనింగ్‌కీ డ్రాయింగ్‌లు గియ్యడానికీ కార్యాలయ మయ్యింది. భారత అంతరిక్ష వస్తుప్రదర్శనశాలగా ఇప్పటికీ ఆ చర్చ్ తన పూర్తి వైభవంతో నిలిచేవుంది.

మరికొద్ది రోజులకే నన్ను ఆరునెలలపాటు ప్రత్యేక శిక్షణ కోసం అమెరికా పంపించారు. అక్కడ నేషనల్ ఏరోనాటిక్స్ అండ్ స్పేస్ అడ్మినిస్టేషన్‌లో రాకెట్ ప్రయోగ పద్ధతుల్లో నేను శిక్షణ పొందవలసి ఉంది. విదేశం వెళ్ళబోయే ముందు నేను రామేశ్వరం వెళ్ళాను. నాకు లభించిన అవకాశానికి మా తండ్రి ఎంతో సంతోషించాడు. నన్ను మసీదుకు తీసుకువెళ్లి ప్రత్యేక నమాజ్ నిర్వహించాడు. దేవుడినుంచి శక్తి ప్రసారం ఒక సర్క్యూట్‌లో దేవుడి ద్వారా

నా తండ్రికి, ఆయన్నించి నాకు, తిరిగి నా నుంచి దేవుడికి ప్రసరిస్తున్నట్టు నేను అనుభూతి చెందాను. ప్రార్థనల మంత్ర ప్రభావం మమ్మల్నందర్నీ ఆవరించింది.

ప్రార్థనల ముఖ్య ధర్మం మనలోని సృజనాత్మక భావాల్ని మేల్కొల్పడమని నేననుకుంటూ ఉంటాను. జయప్రదమైన జీవితాన్ని జీవించడానికి అవసరమైందంతా మనిషి మనసులోనే ఉంది. మనిషి తన చైతన్యంలో ఉన్న ఆలోచనలకి ఎదగడానికీ రూపం దిద్దుకోవడానికీ అవకాశమిస్తే అవి విజయాలకి దారితియ్యగలవు. మన సృష్టికర్త మన మనసుల్లో వ్యక్తిత్వాల్లో అపారమైన శక్తిసామర్థ్యాల్ని నిక్షిప్తం చేసాడు. వాటిని తరచి తరచి వెలికితీసి వృద్ధి చెందించుకోవడానికి ప్రార్థన సహకరిస్తుంది.

నన్ను బొంబాయి విమానాశ్రయందాకా అహ్మద్ జలాలుద్దీన్, షంషుద్దీన్ వచ్చి దిగబెట్టారు. న్యూయార్క్ లాంటి ఒక మహానగరానికి పోవడం నాకెలా కొత్తనో బొంబాయి లాంటి నగరాన్ని చూడటం కూడా వాళ్ళకి కొత్త. జలాలుద్దీన్, షంషుద్దీన్‌లవి ఆత్మ నిర్భరిత ఆశావహ ఉదార వ్యక్తిత్వాలు. విజయం పట్ల అచంచల విశ్వాసంతో తమ పని తాము చేసుకునేవారు వాళ్ళు. నా మనసులోని సృజనాత్మక సారాంశం నేను వారిద్దరినుంచీ అందిపుచ్చుకున్నదే. నా భావోద్వేగాన్ని నేనాపుకోలేకపోయాను. కళ్ళల్లో కన్నీటి మసక కమ్మింది. జలాలుద్దీన్ అన్నాడు. 'అజాద్ మా కెప్పుడూ నువ్వంటే ఎంతో ఇష్టం. నీ మీద మాకెంతో నమ్మకం. నిన్ను చూసుకుని మాకెంతో గర్వం.' నిర్మలమైన ప్రగాఢమైన ఆ విశ్వాస ప్రకటన నన్నింక నిలవనివ్వలేదు. కన్నీరు కట్టలు తెంచుకుని ప్రవహించింది.

II

సృజన

(1963 – 1980)

ఆదరంగా, సాహసంగా, సత్యంగా
క్షణ క్షణం...
సుదీర్ఘ దినాంత వేళ దాకా
పనిచేసినా హస్తాలే సుందరాలు

4

వర్జీనియా రాష్ట్రం లోని హాంప్టన్ వద్ద ఉన్న లాంగ్లీ రీసెర్చ్ సెంటర్ లో నా పని మొదలుపెట్టాను. అంతరిక్ష సాంకేతిక విజ్ఞానానికి చెందిన ఉన్నత స్థాయి పరిశోధన అభివృద్ధి కేంద్రం అది. ఆ సెంటర్‌కి సంబంధించి నాకు బాగా గుర్తుండే జ్ఞాపకం అక్కడున్న ఒక శిల్పం. అందులో ఒక సారథి రెండు అశ్వాల్ని నడుపుతూంటాడు. ఆ అశ్వాల్లో ఒకటి మౌలిక శాస్త్రీయ పరిశోధనకీ, రెండవది సాంకేతికాభివృద్ధికీ సంకేతాలు అవి. పరిశోధనకీ అభివృద్ధికీ మధ్యనుండే పారస్పరికతని గుర్తుచేస్తూ ఉండేవి.

అక్కడినుంచి నేను మేరీలాండ్‌లోని గ్రీన్‌బెల్ట్ దగ్గరున్న గొడ్డార్డ్ అంతరిక్ష నౌకా కేంద్రానికి వెళ్ళాను. నాసాకి చెందిన భూకక్ష్యలో పరిభ్రమించే ఉపగ్రహాల శాస్త్రీయ అనువర్తనాంశాల్ని ఈ కేంద్రమే నిర్వహిస్తూ ఉంటుంది. అన్ని అంతరిక్ష ప్రయోగాల్నీ పరిశీలించే సమాచార వ్యవస్థగా అది నాసా కోసం పనిచేస్తుంది. నా యాత్ర చివరలో వర్జీనియా రాష్ట్రంలోని తూర్పు తీరంలోని వాల్లోప్స్ ద్వీపంలోని వాల్లోప్స్ ప్రయోగశాలకి వెళ్ళాను. నాసా రాకెట్ ప్రయోగాల స్థావరం అది. అక్కడ సందర్శకుల లాబీలో ప్రముఖంగా కనిపిస్తున్న ఒక చిత్తరువుని చూసాను. కొన్ని రాకెట్లు ఎగురుతున్న నేపథ్యంలో చిత్రించిన ఒక యుద్ధ దృశ్యం అది. సాధారణంగా అంతరిక్ష కేంద్రాల్లో అటువంటి ఇతివృత్తంతో చిత్రాలు కనిపించడం సహజమే అయినప్పటికీ ఆ చిత్తరువు నన్ను ఆకర్షించడానికి కారణం ఉంది. అది ఆ రాకెట్లు ప్రయోగిస్తున్న వైపు సైనికుల దేహాలు దక్షిణ ఆసియాలో కనవచ్చే చామనచాయ రంగుతో చిత్రించబడటం.

ఒక రోజు నా ఆసక్తి అధికమై చిత్తరువు దగ్గరకు పోయి చూద్దును కదా అది బ్రిటిష్ వారితో టిప్పు సుల్తాన్ సైన్యం పోరాడుతున్న దృశ్యం. టిప్పు జన్మించిన దేశంలోనే ఎవరికీ గుర్తుండని ఆ యథార్థ సంఘటన భూమికి అవతలి వైపున స్మరించబడటం నన్నాశ్చర్యానికి గురిచేసింది. ఒక భారతీయుణ్ణి అంతరిక్ష యుద్ధ నాయకుడిగా నాసా కీర్తించడం చూసి నేను గర్వించాను.

అమెరికన్ల గురించి నా మనో భావాల్ని బెంజమిన్ ఫ్రాంక్లిన్ వాక్యంతో బాగా వివరించవచ్చు. 'గాయపరిచినవే బోధపరుస్తా' యన్నదే ఆ వాక్యం. అక్కడ మనుషులు తమ సమస్యలతో నేరుగా తలపడతారు. వాటిని సహించడంకన్నా వాటినుంచి బయటపడాలనే ఎక్కువ కోరుకుంటారు.

పవిత్ర ఖురాన్ గ్రంథం నుంచి మా అమ్మ నాకోసారి ఒక కథ చెప్పింది. 'దేవుడు మనిషిని సృష్టించిన తరువాత దేవదూతల్ని ఆది మానవుడి ముందు సాగిలపడమని ఆదేశించాడు. అందరూ అతని ముందు సాగిలపడ్డారు, ఒక్క సైతాన్ తప్ప. అతనందుకు నిరాకరించాడు. నువ్వెందుకు సాగిలపడలేదని అతన్ని అల్లా అడిగాడు. నన్ను నువ్వు అగ్నితో తయారుచేసావు, అతన్ని మట్టితో. అందువల్ల నేనతని కన్నా అధికుడిని కాదంటావా' అని సైతాన్ వాదించాడు. 'ఇక్కడ గర్వానికి తావు లేదు. స్వర్గం నుంచి నీకిదే నా బహిష్కరణ' అన్నాడు భగవంతుడు. సైతాన్ ఆ ఆజ్ఞకి తలవొగ్గాడు కానీ పోతూ పోతూ ఆడమ్‌ని కూడా అదే శాపానికి గురిచేసి మరీ పోయాడు. అనతికాలంలోనే ఆడమ్ కూడా నిషిద్ధ ఫలాన్ని రుచి చూసి భగవదాజ్ఞని ఉల్లంఘించడం ద్వారా సైతాను దారినే పట్టాడు. 'ఇక నుంచీ నీ వారసులు సంశయగ్రస్తమైన నిత్యశంకిత జీవితాన్ని గడుపుదురుగాక వెళ్ళ'మన్నాడు అల్లా.

భారతీయ సంస్థల్లో జీవితాన్ని దుర్భరం చేసేది ఈ గర్వమే. అది మన కింది ఉద్యోగులూ, మన కన్నా తక్కువ స్థాయిలో ఉన్నవాళ్లూ, మన అధీనులూ చెప్పే మాటల్ని మనం వినిపించుకోకుండా అడ్డుపడుతుంది. నువ్వొక మనిషిని అవమానిస్తూ అతన్నించి ఫలితాలు రాబట్టుకోలేవు. అతన్ని ద్వేషిస్తూ, దూషిస్తూ అతనిలోని సృజనాత్మకతను వెలికి తియ్యలేవు. దృఢంగా ఉండటానికీ, మోటుగా ఉండటానికీ; పటిష్ఠమైన నాయకత్వానికీ, పెత్తనం చెయ్యడానికీ; క్రమశిక్షణకీ, తప్పులుపట్టడానికీ మధ్య విభజన రేఖ చాలా సున్నితం. కానీ దాన్ని గుర్తించవలసిందే. దురదృష్టవశాత్తూ నేడు మన దేశంలో ప్రముఖంగా గీయబడ్డ ఏకైక విభజనరేఖ హీరోల్నీ జీరోల్నీ వేరు చేసేది మాత్రమే. ఒక వైపు కొన్ని వందల మంది హీరోలు మరొక వైపు తొంభై అయిదు కోట్ల మంది ప్రజల్ని తొక్కిపెడుతుండే ఈ పరిస్థితి మారితీరాలి.

సమస్యల్ని ఎదుర్కొని వాటిని పరిష్కరించవలసిన ప్రక్రియ ఎంతో శ్రమ పెట్టడమే కాక బాధని కూడా కలిగిస్తుంది కనుక మనం ఆ పరిష్కారాన్ని నిరవధికంగా వాయిదా

వేస్తుంటాం. విజయం నుంచి వైఫల్యాన్ని వేరు చెయ్యగలిగేది సమస్యలే . అవి మనలోపల దాగిఉన్న సాహసాన్ని, వివేకాన్ని బయటకు తీస్తాయి.

నేను నాసా నుంచి తిరిగి వచ్చిన వెంటనే 1963 లో నవంబర్ 21 న భారతదేశపు మొదటి రాకెట్ ప్రయోగించబడింది. అది నిక్-అపాచే అనే సౌండింగ్ రాకెట్. దాన్ని మేము అంతకుముందు పనిచేసిన చర్చ్ భవనంలోనే తయారుచేసారు. దాన్ని తరలించడానికి అందుబాటులో ఉన్న సామగ్రి అంతా ఒక ట్రక్కూ, చేతుల్తో తిప్పితే పనిచేసే ఒక హైడ్రాలిక్ క్రేనూను. దాన్ని చర్చ్ బిల్డింగ్ నుంచి ప్రయోగ తలం మీదకు తరలించవలసిఉంది. దాన్ని తరలించి క్రేన్‌తో ఎత్తి లాంచ్ పాడ్ మీదకి దింపేలోగా క్రేన్ హైడ్రాలిక్ వ్యవస్థలో ఏదో దెబ్బతిని రాకెట్ పక్కకి ఒరిగింది. ప్రయోగ కాలం సాయంకాలం ఆరుగంటలు కావస్తున్నందున ఇక క్రేన్‌కి మరమ్మత్తులు చెయ్యడం సాధ్యమయ్యే పని కాదు. ఆ హైడ్రాలిక్ లీక్ ఏమంత పెద్దది కాకపోవడంతో మేమంతా మా భుజబలం ఉపయోగించి ఆ రాకెట్‌ని మా చేతుల్తో ఎత్తి లాంచర్ మీద నిలబెట్టాం. ఆ ప్రయోగంలో నేను రాకెట్ భద్రత అంశాల్ని చూశాను. డి. ఈశ్వరదాస్, ఆర్. అరవముదన్ అనే నా సహచరులిద్దరు ఆ ప్రయోగంలో ఎంతో క్రియాశీలక పాత్ర పోషించారు. రాకెట్ల ప్రయోగానికి సంబంధించి మాకెంతో విలువైన సమాచారం లభ్యమైంది. మేం పూర్తి తృప్తితోనూ గర్వంతోనూ తిరిగొచ్చాం.

మరుసటి రోజు సాయంకాలం మేము డిన్నర్ బల్ల దగ్గరుండగా టెక్సాస్‌లోని డల్లాస్‌లో అమెరికా ప్రెసిడెంట్ జాన్ ఎఫ్. కెన్నడీని హత్య చేసారన్న వార్త విన్నాం. మేమంతా భయపడ్డాం. కెన్నడీ శకం అమెరికాలో ఎంతో ప్రముఖమైన కాలం. అప్పుడన్ని రంగాల్లోనూ యువతరానిదే పైచేయి. 1962లో మిసిలీ సంక్షోభంలో కెన్నడీ చేపట్టిన చర్యలు నేనెంతో ఆసక్తితో తెలుసుకుంటూ ఉండేవాణ్ణి. ఒకప్పటి సోవియెట్ యూనియన్ క్యూబా వద్ద ఒక మిసిలీ స్థావరాన్ని నిర్మించింది. అక్కడినించి అమెరికా నగరాల మీద దాడులు చెయ్యవచ్చు. దానికి కెన్నడీ ఎటువంటి విధ్వంసక అస్త్రాల్నీ క్యూబా నుంచి ప్రయోగించే వీలు లేకుండా దిగ్బంధం లాంటిది చేసాడు. సోవియెట్ యూనియన్ నుంచి అటువంటి అస్త్రప్రయోగం పశ్చిమార్ధగోళం మీద ఎక్కడ జరిగినా తాము ప్రతీకారం తీర్చుకుంటామని అమెరికా హెచ్చరించింది. రెండువారాల ఉత్కంఠభరితమైన హంగామా అనంతరం సోవియెట్ అధ్యక్షుడు కృశ్చేవ్ క్యూబా లోని స్థావరాల్ని కూల్చివేసి మిస్సైళ్ళను వాపసు తీసుకోవడానికి అంగీకరించడంతో కథ సుఖాంతమైంది.

ఆ మర్నాడు ప్రొ. సారాభాయి మాతో భవిష్య ప్రణాళికల గురించి విస్తృతంగా చర్చించారు. భారతదేశంలో సైన్సు సాంకేతిక రంగాల్లో ఆయన ఒక కొత్త లోకాన్ని

ఆవిష్కరించబోతున్నారు. ముప్ఫయ్యేళ్ళ మరియు నలభయ్యేళ్ల లోపు యువశాస్త్ర వేత్తల ఒకతరం అనిదంపూర్వమైన ఉత్సాహంతో ఉరకలెత్తింది. అంతరిక్ష సంఘం దగ్గర మా ప్రధాన అర్హత మా డిగ్రీలు కానీ మేము పొందిన శిక్షణ గానీ కాదు. మా సామర్థ్యం పట్ల ప్రొ. సారాభాయి కున్న విశ్వాసమే మా ప్రధాన అర్హత . నిక్ అపాచే జయప్రదంగా ప్రయోగించబడ్డ తరువాత ఒక భారతీయ శాటిలైట్ లాంచ్ వెహికిల్ ని నిర్మించాలన్న తన స్వప్నాన్ని ఆయన మాతో పంచుకున్నారు.

ప్రొ. సారాభాయి చూపించే ఆశావాదం తొందరగా అందరికీ వ్యాపించేది. ఆయన తుంబాకి వస్తున్నారంటే చాలు లాబరేటరీల్నీ, వర్క్ షాపుల్నీ, డిజైన్ ఆఫీసుల్నీ, అందర్నీ విద్యుత్ తరంగం లాంటిదేదో చుట్టబెట్టేది. వాళ్ళ కార్యకలాపం నిర్విరామ ఝుంకారంతో మార్మోగేది. ఇంతవరకూ మన దేశంలో జరిగిఉండనిదేదో-అది కొత్త డిజైన్ కానివ్వు లేదా కొత్త అమరిక కావచ్చు అదీ కాకపోతే పాలనా సంబంధమైన ఒరవడిని కావాలని తప్పించడం-ఏదో ఒక కొత్త విషయాన్ని డా. సారాభాయికి చూపించాలన్న ఉత్సాహంతో మనుషులు నిజంగా ఇరవయినాలుగ్గంటలూ పనిచేసేవారు . ప్రొ. సారాభాయి తరచు ఒక మనిషికే లేదా ఒక గ్రూప్‌కే ఎన్నో పనులప్పచెప్పేవారు. ఆ పనులు ఒకదానికొకటి సంబంధం లేనట్టు ముందనిపించినా పని కొంతమొదలుపెట్టాక వాటిమధ్య సంబంధం తెలియవచ్చేది. ఎస్. ఎల్. వి గురించి మాతో మాట్లాడుతున్నప్పుడే అదే ఊపులో ప్రొ. సారాభాయి నన్ను మిలిటరీ వైమానిక విన్యాసం కోసం రాకెట్ సమర్థిత గమన వ్యవస్థని అధ్యయనం చెయ్యల్సిందిగా కోరారు. ఆ మహా దార్శనికుడి ఆలోచనలో తప్ప ఆ రెండింటికీ బయటకి చూడ్డానికి ఏ విధమైన సంబంధం కనబడలేదు. నాకు తెలిసిందల్లా నేను నా లక్ష్యం పట్ల జాగరూకుడిగా దృష్టి కేంద్రీకరించిఉండాలని మాత్రమే. త్వరలోనో తరువాతో నా సామర్థ్యానికి సవాల్లాంటి పని చెయాల్సిన అవకాశమేదో నా లాబరేటరీకి రాగలదు.

ప్రొ. సారాభాయి కొత్త పద్ధతుల్ని అనుసరించడానికీ యువరక్తాన్ని ప్రోత్సహించడానికీ ఎప్పుడూ సంసిద్ధులుగా ఉండేవారు. ఏదైనా ఒక పని చక్కగా జరిగినప్పుడు గుర్తించగలగడమే కాక అవసరమైతే దాన్ని ఎప్పుడాపాలో తెలిసిన వివేకం, నిర్ణయచాతుర్యం ఆయనకుండేవి. నా అభిప్రాయంలో ఆయనొక ఆదర్శ ప్రయోగ శీలి. నూతన పథ నిర్ణేత. మా ముందు వివిధ రకాల ప్రత్యమ్నాయాలు నిలిచి ఉన్నప్పుడు వాటి పర్యవసానాన్ని ఊహించడం కష్టమైనప్పుడు లేదా వాటిని సమన్వయించడంలో వివిధ అభిప్రాయాలకు తావున్నప్పుడు ప్రొ. సారాభాయి వాటిని ప్రయోగాత్మకంగా పరిష్కరించడానికి పూనుకునేవారు. 1963 లో అంతరిక్ష సంఘంలో పరిస్థితి ఇది. సైన్సుటెక్నాలజీల్లో అంతరిక్ష పరిశోధనలో స్వయం పోషకత్వాన్ని సాధించే బాధ్యత యువ సమూహానికి అప్పగించ బడింది. అనుభవం

లేకపోతేనేం? వాళ్ళు ఉత్సాహవంతులూ, శక్తిమంతులూనూ. నమ్మి నాయకత్వం వహించడమనే దానికి అది గొప్ప ఉదాహరణ.

ఆ రాకెట్ లాంచ్ స్థలం తరువాత రోజుల్లో తుంబా ఈక్వెటోరియల్ రాకెట్ లాంచ్ స్టేషన్ (TERLS) గా రూపుదిద్దుకుంది. ఆ స్టేషన్ ఫ్రాన్స్, అమెరికా సంయుక్త రాష్ట్రాలు, యు.ఎస్.ఎస్.ఆర్‌ల పూర్తి సహకారంతో స్థాపించబడింది. ప్రొ. విక్రమ్ సారాభాయి భారత అంతరిక్ష కార్యక్రమ అధ్యక్షుడిగా ఆ బాధ్యతని పూర్తిగా ఆకళింపు చేసుకుని వెనుతిరిగి చూడవలసిన పని లేకుండా చేసారు. అంతరిక్ష సంఘం పని ప్రారంభించి నప్పటినుంచీ దేశీయ సామర్థ్యం పెంపుదల అవసరాన్ని ఆయన గుర్తుపెట్టుకునే ఉన్నారు. ఆ సామర్థ్య కల్పనలో రాకెట్ల తయారీ, వాటిని ప్రయోగించగల సదుపాయాలూ ఉన్నాయి.

వీటిని దృష్టిలో పెట్టుకుని అహ్మదాబాద్ లో ఉన్న స్పేస్ సైన్సు ఎండ్ టెక్నాలజీ సెంటర్ లోనూ అలాగే ఫిజికల్ రీసెర్చ్ లాబరేటరీ సెంటర్ లోనూ వివిధ కార్యక్రమాలు ప్రారంభించబడ్డాయి. వాటిలో రాకెట్ల ఇంధనవ్యవహారాల పరిశోధనా, అభివృద్ధీ, చోదక వ్యవస్థల అధ్యయనం, ఏరోనాటిక్స్, ఏరో స్పేస్ సామగ్రి, ఉన్నతమైన అమరికా, నిర్మాణాలు, రాకెట్ మోటార్ ఇనుస్టుమెంటేషన్, అదుపు మార్గ దర్శకత్వాల వ్యవస్థలూ, టెలీమెట్రీ, జాడని పసిగట్టే వ్యవస్థలు, అంతరిక్ష పరిశోధనలో ప్రయోగాల కోసం శాస్త్రీయ ఉపకరణాల సేకరణా ఉన్నాయి. కాలక్రమంలోఈ లాబరేటరీ భారతదేశానికి గొప్ప ప్రతిభాపాటవాలు కలిగిన అంతరిక్ష శాస్త్రజ్ఞుల్ని అందించడం గమనార్హం.

భారతీయ అంతరిక్ష కార్యక్రమ ప్రయాణం యథార్థంగా మొదలయ్యింది రోహిణీ ప్రయోగం తోనే.

సౌండింగ్ రాకెట్‌ని మిస్సైల్ నుంచీ, శాటిలైట్ లాంచ్ వెహికిల్ నుంచీ వేరుచేసేదేది? సౌండింగ్ రాకెట్లను భూగర్భాన్ని అధ్యయనం చెయ్యడానికీ, అలాగే వాతావరణంలో పరిశోధనలకీ ఉపయోగిస్తారు. వివిధ స్థాయిల ఎత్తుల్లో పనిచెయ్యడానికి అనువైన సామర్థ్యాన్ని కలిగి ఉన్నప్పటికీ అవి భూ కక్ష్యను ప్రవేశించగల వేగాన్ని మాత్రం పుంజుకోలేవు. కాగా లాంచ్ వెహికిల్ సమర్థ నౌకను గానీ లేదా ఉపగ్రహాన్నిగానీ భూకక్ష్య లోకి ప్రవేశించగల పరమ వేగాన్ని ఇవ్వగలదు. ఇది ఒక స్థావరం నుంచి సూచనలు ఇస్తూ అదుపు చెయ్యవలసిన సంక్లిష్ట ప్రక్రియ. మిస్సైల్ ఈ కుటుంబానికి చెందిందే అయినా దానిది మరింత సంక్లిష్ట వ్యవస్థ. స్థావర ఆధారిత సూచన, అదుపు వ్యవస్థలతో పాటు మరింత విస్తృత వేగ సామర్థ్యమూ, లక్ష్యాన్ని తాకగల సామర్థ్యమూ ఉండాలి దానికి. దాని లక్ష్యాలు చలించగలిగేవీ, దాన్నుంచి తప్పించుకోగలిగేవి అయినప్పుడు వాటిని వెంటాడే సామర్థ్యం కూడా ఉండాలి దానికి.

భారత దేశంలో శాస్త్రీయ అన్వేషణకు, స్థావర ఆధారిత మార్గదర్శకత్వానికీ, సౌండింగ్ రాకెట్ల అభివృద్ధి నిర్మాణానికీ రోహిణీ కార్యక్రమం దారిచూపింది. ఈ కార్యక్రమంలో నిర్వహణశీల సౌండింగ్ రాకెట్ల పరంపర వృద్ధి చెందింది. ఈ రాకెట్లకు విస్తారమైన సామర్థ్యముంది. ఇప్పటిదాకా శాస్త్రీయ సాంకేతిక అధ్యయనాల కోసం కొన్ని వందల రాకెట్లు ప్రయోగించబడ్డాయి.

మొదటి రోహిణీ రాకెట్‌ని నడిపిన మోటార్ కేవలం 32 కేజీల బరువు కల ఏకైక ఘన చోదకం మాత్రమేనని నాకు గుర్తే. అది ఒక సాధారణ ఏడు కేజీల బరువుని పది కిలో మీటర్ల ఎత్తుకి విసరగలిగింది. వెనువెంటనే వందల కేజీల బరువుగల అసంఖ్యాకమైన బరువుల్ని మూడువందల యాభై కిలోమీటర్ల ఎత్తుకు విసరగలిగే మరొక చోదకం అమర్చారు దానికి.

ఈ రాకెట్ల అభివృద్ధితో దేశంలో పూర్తి స్వదేశీ సామర్థ్యంతో సౌండింగ్ రాకెట్ల నిర్మాణం చోదక వ్యవస్థల ఏర్పాటు సాధ్యపడింది. బాగా పనిచెయ్యగల ఘన చోదకాల తయారీకి అవసరమైన సాంకేతిక పరిజ్ఞానాన్ని ఈ కార్యక్రమం దేశంలోకి తీసుకువచ్చింది. రాకెట్ ఇంజన్లకు అవసరమైన వ్యూహాత్మక రసాయనాల్నీ, రాకెట్ చోదకాల్నీ తయారుచెయ్యడానికి ఒక కర్మాగారాన్ని ఏర్పరచే రాకెట్ చోదక ఇంధన సముదాయం స్థాపించడానికి అది దారితీసింది.

పద్దెనిమిదో శతాబ్దంలో టిప్పు సుల్తాన్ కన్న కలల్ని పునరావిష్కరించడంగా ఇరవయ్యవ శతాబ్దంలో భారతీయ రాకెట్ల అభివృద్ధిని చూడవచ్చు. 1799 లో జరిగిన తురకన హళ్ళి యుద్ధంలో టిప్పు సుల్తాన్ చంపబడ్డప్పుడు అతని స్థావరం నుంచి దాదాపు ఏడువందల రాకెట్లనూ, తొమ్మిదివందలకు పైగా ఉపరాకెట్లనూ బ్రిటిష్ వారు పట్టుకున్నారు. అతని సైన్యంలో కుషూన్లనబడే 27 బ్రిగేడ్లు ఉండేవి. ప్రతి బ్రిగేడులోనూ జోవుర్ఖులనబడే రాకెట్ నిపుణులుండేవారు. వీటిని తరువాత విలియం కాంగ్రేవు ఇంగ్లాండ్‌కు తీసుకుపోయాడు. అక్కడ వీటిని ఇప్పుడు మనం రివర్స్ ఇంజనీరింగ్ అని పిలిచే పద్ధతిలో అధ్యయనం చేసారు. అయితే అప్పుడు పేటెంట్ వ్యవస్థ గానీ భారతీయ పేటెంటు చట్టం గానీ లేవు. టిప్పు మరణంతో భారతీయ రాకెట్ శాస్త్రం కూడా మరణించింది. కనీసం తరువాత నూట యాభయ్యేళ్ల దాకా.

ఈ లోగా రాకెట్ పరిజ్ఞానం విదేశాల్లో పెద్ద పెద్ద అంగలేసింది. రష్యాలో కాన్‌స్టాంటిన్ షిల్కోవస్కీ (1903), యు. ఎస్. ఏలో రాబర్ట్ గొడ్దార్డ్ (1914) జర్మనీలో హెర్మన్ ఓబెర్త్ (1923) రాకెట్ శాస్త్రాన్ని కొత్త పుంతలు తొక్కించారు. నాజీ జర్మనీలో వెర్నెర్ వాన్ బ్రావున్ జట్టు సమీప శ్రేణి లక్ష్యాల్ని ఛేదించగల వి2 బాలిస్టిక్ మిస్సైళ్ళను ప్రయోగించి మిత్రపక్షాల

పై నిప్పులు కురిపించారు. యుద్ధానంతరం అమెరికా రష్యా కూడా జర్మనీ నుంచి వారి వారి వాటాగా రాకెట్ పరిజ్ఞానాన్ని, శాస్త్రజ్ఞుల్నీ కూడా పట్టుకుపోయారు. ఈ దోపిడీసొమ్ముతో తయారైన మిస్సైళ్ళతో వాళ్ళ మధ్య భయానకమైన ఆయుధ స్పర్థ మొదలైంది.

అప్పటి ప్రధాన మంత్రి జవహర్ లాల్ నెహ్రూ సాంకేతిక దర్శనం పుణ్యమా అని భారతదేశంలో రాకెట్ నిర్మాణం పునర్జన్మించింది. ఆ స్వప్నానికి సాకారాన్నిచ్చే మహత్తరమైన బాధ్యతను ప్రొ. సారాభాయి అందుకున్నారు. కొత్తగా స్వతంత్రం పొందిన ఒకదేశం తన ప్రజలకు అన్నమే పెట్టలేకపోతున్నప్పుడు అంతరిక్ష కార్యక్రమం చేపట్టడంలోని ఔచిత్యాన్ని హ్రస్వ దృష్టికలవారెందరో ప్రశ్నించారు. కానీ ప్రధాన మంత్రి నెహ్రూకు గానీ ప్రొ. సారాభాయికి గాని లక్ష్యశుద్ధి చెదరలేదు. వారి ఆశయం చాల స్పష్టంగా ఉండింది. తమ నిత్య జీవిత సమస్యలకు ఉన్నత సాంకేతిక పరిజ్ఞానాన్ని వాడుకోవడానికి భారతీయులు వివిధ జాతీయ రాజ్యాల సరసన ఎవరికీ తీసిపోకూడదన్నదే వారి ఆశయం. కేవలం మన బలప్రదర్శనకు దాన్ని వాడుకోవాలన్న ఉద్దేశం వారికెంతమాత్రమూ లేదు.

5

ప్రొ. సారాభాయి తరచు తుంబాకి వచ్చినప్పుడల్లా మొత్తం టీం సభ్యులతో పనిలో ప్రగతిని సమీక్షించేవారు. అయితే ఇలా చెయ్యండి అలా చెయ్యండి అని ఏవీ నిర్దేశాలిచ్చేవారు కారు. మా అభిప్రాయాల్ని స్వేచ్ఛగా ఒకరితో ఒకరు చర్చించుకోవడం ద్వారా మాకు అంతదాకా స్ఫురించని ఏదో కొత్త పరిష్కారపు తోవ తొక్కించేవారు. తనకి స్పష్టంగా కనిపిస్తున్న గమ్యం చేరడానికి తనెంత స్పష్టమైన నిర్దేశించాలిచ్చినా తన టీం సభ్యులకి అది అర్థం కాకపోతే వారా దిశగా పురోగమించడానికి నిరాకరిస్తారని బహుశాఆయన ఉద్దేశ్యమై ఉండవచ్చు. సమర్థవంతమైన నాయకత్వపు ముఖ్య లక్షణం సమస్యని సమష్టిగా అర్థం చేసుకోవడమేనని ఆయన భావించారు. ఒకసారి నాతో అన్నారాయన. 'చూడు, నా పని నిర్ణయాలు తీసుకోవడమే కావచ్చు. కానీ ఆ నిర్ణయాల్ని నా టీం సభ్యులు ఆమోదించేలా చూసుకోవడం కూడా అంతే ముఖ్యం నాకు.'

నిజానికి ప్రొ. సారాభాయి తీసుకున్న అనేక నిర్ణయాలు ఎంతోమందికి జీవితకాల లక్ష్యాలు. 'మన రాకెట్లు మనమే తయారు చేసుకోవాలి'. 'మన స్వంత శాటిలైట్ లాంచ్ వెహికిల్స్‌నీ, మన ఉపగ్రహాల్నీ మనమే తయారు చేసుకోవాలి'. 'ఇవి కూడా ఒక దాని వెనక ఒకటిగా కాదు. ఒక్కసారిగానే బహుముఖీన పద్ధతిలో తయారు కావాలి'. సౌండింగ్ రాకెట్ల కోసం పే లోడ్ల తయారీలో మరింత ప్రగతికోసం వివిధ ప్రాంతాల్లో నెలకొని ఉన్న వివిధ సంస్థల్లో పనిచేసే పే లోడ్ల శాస్త్రజ్ఞులతో సవివరంగా చర్చించాం. సౌండింగ్ రాకెట్ కార్యక్రమం

లోని ప్రధాన విజయం దేశవ్యాప్తంగా ఉన్న వివిధ సాంకేతిక సంస్థల మధ్య ఒక పరస్పర విశ్వాసాన్ని సాధించడమే అని చెప్పవచ్చు.

పే లోడ్ శాస్త్రజ్ఞులకు పరస్పర సహకారాన్నందించే బాధ్యతని ప్రొ. సారాభాయి నాకు అప్పగించారు. నా స్వీయ అధికారాన్ని ఉపయోగించి పనులు నెరవేర్చడం కన్నా ఇతరుల్ని వారు తమ పనులు చేసేలా ఒప్పించడాన్నే నేను ఎక్కువ ఇష్టపడతానని ఆయన గ్రహించి నందువల్ల కావచ్చు. సౌండింగ్ రాకెట్ కార్యక్రమంలో దేశంలోఉన్న భౌతిక శాస్త్ర ప్రయోగ శాలలన్నీ పాలుపంచుకున్నాయి. అందులో దేనికి దానికే ఒక నిర్దిష్ట లక్ష్యం, ఉద్దేశం, తనదైన ఒక పే లోడ్ ఉన్నాయి. విహాయస పరిస్థితుల్లో రాకెట్ నిర్మాణాలు పనిచేసేలా ఈ పే లోడ్లను ఒక సమగ్ర వ్యవస్థలో సమీకరించవలసి ఉంది. నక్షత్రాల్ని పరిశీలించడానికి మాకు ఎక్స్‌రే పే లోడ్లు అవసరం. ఊర్ధ్వ వాతావరణంలో వాయు సంయోజనాన్ని విశ్లేషించడానికి రేడియో తరంగ దైర్ఘ్యానికి అనుసంధించిన స్పెక్ట్రో మీటర్లకి బిగించిన పేలోడ్లు, పవన ధర్మాల్ని తెలుసుకునే సోడియం పే లోడ్లు మాకు అవసరమయ్యాయి. వాతావరణంలోని వివిధ పొరల్ని పరిశీలించడానికి అయనోస్ఫియరిక్ పే లోడ్లు కూడా కావలసి వచ్చాయి. ఇందుకోసం నేను టాటా ఇన్‌స్టిట్యూట్ ఆఫ్ ఫండమెంటల్ రీసెర్చ్, నేషనల్ ఫిజికల్ లాబరేటరీ, ఫిజికల్ రీసెర్చ్ లాబరేటరీలకు చెందిన శాస్త్రవేత్తలతోనే కాక యు.ఎస్.ఏ, యు.ఎస్.ఎస్.ఆర్, ఫ్రాన్స్, జర్మనీ, జపాన్‌లకు చెందిన పే లోడ్ శాస్త్రవేత్తలతో కూడా సంప్రదించవలసివచ్చేది.

నేను తరచు ఖలీల్ జిబ్రాన్‌ని చదువుతుంటాను. ఆయన వాక్యాలు గొప్ప వివేకంతో కూడిఉంటాయి. **'ప్రేమ లేకుండా పెట్టిన రొట్టె చేదుగా ఉండటమే కాదు అది ఆకలిని సగమే తీరుస్తుంది'** అన్నాడాయన. హృదయాలతో పనిచెయ్యని వాళ్ళ విజయం బోలుగా ఉండటమే కాక అది తన చుట్టూ వెగటుతనాన్నే వ్యాపించచేస్తుంది. నువ్వు డాక్టర్‌వో లాయర్‌వో కావాలని రహస్యంగా తపిస్తూ పైకి మాత్రం రచయితగా రచనలు చేస్తున్నావనుకో నీ అక్షరాలు నీ పాఠకుల ఆకలిని సగమే తీర్చ గలుగుతాయి. నువ్వు ఒక వ్యాపారివి కాలేక ఒక ఉపాధ్యాయుడివి అయ్యావనుకో నీ పాఠాలు నీ విద్యార్థుల జ్ఞానతృష్ణని సగమే తృప్తి పరచగలుగుతాయి. నువ్వు సైన్సుని ద్వేషిస్తూ ఒక సైంటిస్టుగా పనిచెయ్యవలసి వచ్చిందనుకో నీ కృషి నీ లక్ష్యాన్ని సగమే నెరవేరుస్తుంది.

తను కోరుకున్నట్టుగా పనిచెయ్యవలసి రాలేనప్పుడు ఫలితాలు సాధించలేని అసంతోషం కలుగుతుందని చెప్పడంలో కొత్త విషయమేమీ లేదు. కానీ ఇటువంటి అభివ్యక్తికి ప్రొ. ఓడా, సుధాకర్ వంటి మినహాయింపులు ఉంటారు. వాళ్ళు తమ వ్యక్తిత్వంవల్లా, సుశీలంవల్లా, అంతరంగ ప్రేరణల వల్లా, వాళ్ళ హృదయాల్లో మెరుగుదిద్దుకున్న స్వప్నాలవల్లా తమ పనికి ఒక మాంత్రిక స్పర్శని, ఒక ఆత్మీయ పరామర్శనీ తీసుకువస్తారు. వాళ్ళు తమ పనిలో ఎంత

భావోద్వేగంతో నిమగ్నులవుతారంటే వాళ్ళ విజయం ఏ మాత్రం పలచబడ్డా వారు విషాదంలో మునిగిపోతారు.

ప్రొ. ఓడా ఎక్స్-రే పే లోడ్ సైంటిస్ట్. ఆయన జపాన్‌లోని ఇన్‌స్టిట్యూట్ ఆఫ్ ఏరోనాటికల్ సైన్సెస్‌లో పనిచేస్తుంటాడు. ఆయన చూడ్డానికి పొట్టిగా కనిపించినా ప్రతిభతో ప్రకాశించే నేత్రాలతో మేరునగ వ్యక్తిత్వంతో నాకెప్పుడూ గుర్తుంటాడు. అతనికి పనిపట్ల ఉండే అంకితభావం ఉదాహరణప్రాయమైంది. ఆయన తన సంస్థ నుంచి ఎక్స్-రే పే లోడ్లు తీసుకు రాగా వాటిని ప్రొ. యు. ఆర్. రావు రూపొందించిన పే లోడ్లతో పాటు నా టీం రోహిణీ రాకెట్ నాసికలోకి ప్రవేశపెడుతుండే వారు. భూమికి నూట యాభై కిలోమీటర్ల ఎత్తుకి చేరిన తరువాత ఎలెక్ట్రానిక్ టైమర్ ద్వారా మీటబడే విస్ఫోటనం ద్వారా ఆ నాసిక విడివడేది. అప్పుడు ఆ నాసిక గుండా ఎక్స్-రే గ్రహణ సాధనాలు నక్షత్రాల నుండి వెలువడే రశ్ముద్గారాల్ని పరిశీలించి అవసరమైన సమాచారాన్ని సేకరించడానికి వీలవుతుంది. ప్రొ. ఓడా, ప్రొ. రావు ఇద్దరూ కలిసి మేధా సంపత్తీ అంకిత భావాల అద్వితీయ సమ్మిలనంగా ఉండేవారు. అటువంటి కలయిక చాలా అరుదు.

ఒక రోజు నేను నా టైమర్ సాధనాలతో పే లోడ్లను రాకెట్‌లో అమర్చుతున్నప్పుడు ప్రొ. ఓడా తను జపాన్ నుంచి తెచ్చిన టైమర్లను వాడవలసిందిగా నొక్కిచెప్పాడు. నాకవి బలహీనంగా అనిపించాయి. కానీ ప్రొ. ఓడా ఇండియన్ టైమర్ల స్థానే జపనీయ టైమర్లను వాడితీరాలన్నారు. నేను ఆయన సూచనకు తలఒగ్గి టైమర్లను మార్చేసాను. కానీ టెలిమెట్రీ సంకేతాలు టైమర్లు పనిచెయ్యడం లేనందున యంత్రాలు పనిచెయ్యట్లేదని హెచ్చరించాయి. అప్పుడు ప్రొ. ఓడా ఎంత డీలా పడ్డాడంటే ఆయన కళ్ళల్లో నీరు చిమ్మింది. నేనుప్రొ. ఓడా భావోద్వేగ ప్రతిస్పందనకు నిశ్చేష్టుడనయ్యాను. ఆయన తనుచేస్తున్న పనిలో హృదయాన్నీ ఆత్మనీ పెట్టి పనిచేసాడని స్పష్టంగా చెప్పగలను.

సుధాకర్ పేలోడ్ ప్రెపరేషన్ లాబరటరీలో నా సహోద్యోగి. రాకెట్ విడుదలకు ముందస్తు దశలో భాగంగా మేం ప్రమాదకరమైన సోడియం థెర్మైటులను కలుపుతున్నాము. ఎప్పటిలానే మాములుగా తుంబాలో వేడిగా ఉక్కపోస్తూ ఉంది. మేము ఆ మిశ్రమాన్ని ఆరవసారి మళ్లీ కలిపాక అది సరిగా కుదురుకుందో లేదో చూడటానికని పే లోడ్ ఉన్న గదిలోకి వెళ్ళాం. హఠాత్తుగా అతని నుదుటి నుంచి ఒక చెమట బొట్టు సోడియం మిశ్రమంలో పడి మేమేమి జరుగుతోందో తెలుసుకునే లోపలనే పెద్ద విస్ఫోటనం జరిగి గదినంతా ఒక ఊపూపింది. నాకేమి చెయ్యాలో తెలియలేదు. మంటలు చెలరేగుతున్నాయి. సోడియం జ్వాలల్ని నీటితో ఆర్పలేం. ఆ కొలిమిలో చిక్కుకుని కూడా సుధాకర్ తన సమయస్ఫూర్తిని పోగొట్టుకోలేదు. అతను ఆ గదికున్న గాజు అద్దాన్ని తన చేతుల్తో బద్దలుగొట్టి నన్నందులోంచి బయటపడేసి

తను కూడా ఆ వెనుకే బయటికి దూకేసాడు. రక్తం కారుతున్న అతని చేతుల్ని నేను కృతజ్ఞతతో స్పృశించాను. అంతబాధలో కూడా అతని మందహాసం చెరగలేదు. తన గాయాల్నుంచి కోలుకోవడానికి అతను ఆ తరువాత హాస్పటల్లో ఎన్నో వారాలు గడపవలసి వచ్చింది.

తుంబా రాకెట్ కేంద్రంలో రాకెట్ తయారీ పనులు, పే లోడ్లు సమకూర్చడం, పే లోడ్ అమరిక, విడివడగల నాసికల్ని అమర్చడం, పరీక్షించడం, మూల్యాంకనం మొదలైనవి నా పనిగా ఉండేవి. రాకెట్ నాసికలకు సంబంధించిన పనులు నన్ను సంయుక్త పదార్థాల రంగంలోకి తీసుకువెళ్ళాయి.

దేశంలో వివిధ స్థలాల్లో జరిగిన పురావస్తు తవ్వకాలు బయటపెట్టిన ఒక అంశం ఎంతో ఆసక్తికరంగా ఉంటుంది. అదేమంటే భారతీయులు పదకొండవ శతాబ్దం నాటికే కొయ్య, నరాలు, కొమ్ములు వంటి వివిధ పదార్థాలని ఉపయోగించి సంయుక్త ధనుర్బాణాల్ని తయారు చెయ్యగలిగారు. ఆ తరువాత అయిదువందల ఏళ్ళకి గానీ యూరోప్‌లో అది సాధ్యం కాలేదు. ఆ సంయుక్త పదార్థాల బహుముఖీనత, అవి ప్రదర్శించగల నిర్మాణ, ఉష్ణ ప్రసార, విద్యుత్ ప్రసార, రాసాయనిక, యాంత్రిక ధర్మాలు నన్నెంతో ఆకర్షించాయి. మానవ నిర్మితాలైన ఆ పదార్థాలు నన్నెంత ఆకర్షించాయంటే నాకు రాత్రికి రాత్రే వాటిగురించి సమస్తం తెలుసుకోవాలనిపించింది. దానికి సంబంధించిన ప్రతిఒక్క సమాచారాన్నీ నేను ఎంతో ఆసక్తితో చదివేవాణ్ణి. ముఖ్యంగా గాజు, కర్బనాల సంయుక్త పదార్థమైన ఫైబర్ రీఇన్ఫోర్స్‌డ్ ప్లాస్టిక్ నన్నెక్కువ ఆకర్షించింది. ఎఫ్.ఆర్.పి పదార్థం ఏదన్నా ఒక నిర్మాణంలో ఒక నిర్జీవ పదార్థాన్ని కూరడం ద్వారా బలంగా తయారయ్యే పదార్థం.

1969 ఫిబ్రవరిలో తుంబా కేంద్రాన్ని అంతర్జాతీయ అంతరిక్ష శాస్త్రీయ సమాజానికి అంకితం చెయ్యడానికి ప్రధానమంత్రి ఇందిరా గాంధి తుంబా వచ్చారు. అప్పుడు ఆమె మా లాబరేటరీలో మొదటి ఫిలమెంట్ వైండింగ్ యంత్రాన్ని ప్రారంభించారు. ఇది మా టీం సభ్యులు సి.ఆర్. సత్య, పి.ఎన్. సుబ్రమణియన్, ఎం.ఎన్. సత్యనారాయణలతో పాటు నాకెంతో తృప్తినిచ్చింది. మేం అయస్కాంతరహిత పే లోడ్ల అమరికను నిర్మించడానికి బలమైన గాజుగుడ్డ లామినేషన్‌లను తయారుచేసి రెండుదశల సౌండింగ్ రాకెట్లలో ప్రయోగించేవాళ్ళం. 360 మి. మి వరకూ వ్యాసంగల మోటార్ కేసింగుల రాకెట్లను వైండింగ్ చేసి పరీక్షించేవాళ్ళం.

నెమ్మదిగా తుంబాలో రెండు భారతీయ రాకెట్లు నిర్మాణమయ్యాయి. ఆకాశ రాజు ఇంద్రుడి కొలువులో దేవ నర్తకులైన అప్సరసల పేరిట వారికి 'రోహిణి', 'మేనక' అని పేర్లు పెట్టారు. భారతీయ పే లోడ్లను ఫ్రెంచ్ రాకెట్లు ప్రయోగించాల్సిన అవసరం ఇంకెంత మాత్రం లేకపోయింది. విశ్వాసం, అంకితభావాల వాతావరణాన్ని ప్రొ. సారాభాయి అంతరిక్ష సంఘంలో

కల్పించకపోయుంటే ఇది సాధ్యపడిఉండేదా? ఆయన ప్రతి ఒక్కరి జ్ఞానాన్ని నైపుణ్యాల్నీ ఉపయోగంలో పెట్టారు. ఎవరికి వారే సమస్యకి పరిష్కారం వెతుక్కునేటట్లు చేసారాయన. టీం సభ్యులందరి భాగస్వామ్యం వల్ల ఆ పరిష్కారాలు తక్కిన సభ్యులందరి విశ్వాసాన్నీ, ఆమోదాన్నీ చూరగొనడటంతో కార్యక్రమం అమలు చెయ్యడానికి పూర్తి అంకితభావం సాధ్యపడింది.

అయితే తను ఆశాభంగం చెందినప్పుడు ఆయన అది దాచుకోవాలని చూసేవాడు కాదు. మాతో నిజాయితీగా నిష్పక్షపాతంగా మాట్లాడేవాడు. ఒక్కొక్కప్పుడు బయటున్న దానికన్నా వాస్తవాల్ని మరింత ఆశావహంగా ఉన్నట్లుగా తన మాంత్రిక వాక్కులతో మమ్మల్ని ఒప్పించేవాడు. అభివృద్ధి చెందిన దేశాల నుంచి మాతో కలిసి పనిచెయ్యడానికి ఎవరో ఒకర్ని మా డ్రాయింగ్ బోర్డు దగ్గరికి తీసుకొచ్చేవాడు. ఆ విధంగా మా శక్తి సామర్థ్యాలకు సున్నితమైన సవాలు విసిరేవాడు.

అటువంటప్పుడు మేము కొన్ని పనుల్లో విఫలమయ్యేమే అనుకోండి, అప్పుడు కూడా మేము చెయ్యగలిగినంత మేరకు మమ్మల్ని ప్రశంసించకుండా వదిలేవాడు కాదు. ఎవరేనా తగినంత సామర్థ్యం కానీ, నైపుణ్యం గానీ లేకుండా తన కిచ్చినపనిలో మరీ దూకుడుగా పోతుంటే అతనికి వేరే పని సున్నితంగా అప్పగించి అతన్నించి తగినంత రాబట్టే ఏర్పాటు చేసేవాడు. తుంబా కేంద్రం నుంచి 1967 నవంబర్ 20 న మొదటి రోహిణి -75 రాకెట్ ప్రయోగించబడే సమయానికి మాలో ప్రతిఒక్కరం ఆయన గాడిలో పడ్డాం.

మరుసటి ఏడాది మొదట్లో ఆయన నన్ను ఢిల్లీ వచ్చి తనని కలుసుకోవాల్సిందిగా కబురుచేసారు. అప్పటికి నేను ప్రొ. సారాభాయి పని పద్ధతికి అలవాటు పడ్డాను. నేను ఢిల్లీ చేరగానే ప్రొ. సారాభాయి కార్యదర్శిని సంప్రదించగా తెల్లవారు జాము మూడున్నరకు ప్రొఫెసర్ని హోటల్ అశోకా వద్ద కలవవలసిందిగా తెలియచేసాడు. దక్షిణ దేశపు వెచ్చదనం అలవాటైన నాలాంటివాడికి, ఢిల్లీ అంతగా పరిచయం లేనివాడికి, అక్కడి వాతావరణం అంతగా అలవాటు లేనివాడికి రాత్రిభోజనం ముగించుకుని ఆ హోటల్ సోఫాల్లో నిరీక్షించడమే శరణ్యా మనుకున్నాను.

మొదటినుంచీ దేవుణ్ణి నా కార్యకలాపాల్లో భాగస్వామిగా నమ్మిన వాణ్ణి. పనిలో ఉత్తమ ఫలితాల్ని సాధించడమనేది నా శక్తికి మించిన పని అని ఎరిగిఉన్న వాణ్ణి కనుక దేవుడుమాత్రమే ఆ శక్తినివ్వగలడని తెలిసి సహాయం కోసం ఆయన్ని అభ్యర్థిస్తూ ఉంటాను. నా సామర్థ్యాన్ని అంచనా వేసుకుని దాన్ని మరొక యాభయి శాతం పెంచి నన్ను దేవుడి చేతులకి ఒప్పచెప్పుకుంటాను. ఈ భాగస్వామ్యంలో నేనెప్పుడూ నాకు కావలసిన శక్తిని పొందడమే

కాక అది నా ద్వారా నిజంగా ప్రసరిస్తున్న అనుభూతికూడా పొందాను. నీ లక్ష్యాల్నీ, నీ స్వప్నాల్నీ సాధించుకోవడానికి, సహకరించడానికి దేవుడి రాజ్యం నీలోనే ఈ శక్తి రూపంలో ఉందని నేను నిశ్చయంగా చెప్పగలను.

ఈ అంతశ్శక్తి ప్రతిస్పందన వివిధ రకాలుగా వివిధ స్థాయిల్లో సూక్ష్మతరంగా అనుభవమవుతూంటుంది. కొన్నిసార్లు ఆయనతో మన మృదు పరిస్పర్శ, మనం సంసిద్ధులుగా ఉన్నప్పుడు, అంతర్దృష్టితో, వివేకంతో నింపుతుంది. ఇది ఎవరో ఒక మనిషి ద్వారా మనని చేరవస్తుంది. అది ఒక మాట, ఒక ప్రశ్న, ఒక కవళిక, చివరికి ఒక వీక్షణం ఏదన్నా కావచ్చు. చాలా సందర్భాల్లో అది ఒక పుస్తకం రూపంలో లేదా ఒక సంభాషణ, ఒక పదప్రయోగం, లేదా ఒక కావ్యం నుంచి ఒక పంక్తి, అదీ కాకపోతే ఒక చిత్తరువుని చూడడం ద్వారా కావచ్చు. ఏ విధమైన ముందస్తు హెచ్చరికా లేకుండానే కొత్తదేదో నీ జీవితంలోకి చొరబడుతుంది. ఒక నిర్ణయమేదో రహస్యంగా జరిగిపోతుంది. అదేమిటో మొదట్లో నీకెంతమాత్రమూ తెలియకపోయినా సరే.

ఆ విలాసవంతమైన లౌంజ్‌ని నేను కలయజూసాను. ఆ పక్కన సోఫా మీద ఎవరో ఒక పుస్తకం వదిలిపెట్టివెళ్ళారు. ఆ చలి రాత్రి నా నిరీక్షణను కొంతైనా వెచ్చని భావాలతో గడుపుదామని భావించి ఆ పుస్తకాన్ని నా చేతుల్లోకి తీసుకుని కొన్ని పేజీలు తిరగేసాను. కానీ అందులో చదివినదేమీ ఇప్పుడు గుర్తు లేదు నాకు.

అది వ్యాపార నిర్వహణ గురించిన ఒక జనప్రసిద్ధ రచన. నిజానికి ఆ పుస్తకాన్ని చదువుతున్నాననలేను. కేవలం పేజీలు పైపైనే చూస్తున్నాను. హఠాత్తుగా నా చూపులు ఆ పుస్తకంలోని ఒక పేరా మీద ఆగాయి. అది జార్జ్ బెర్నార్డ్‌షానుంచి కొటేషన్. ఆ మాటల సారాంశమేమిటంటే 'వివేకవంతులు తమని ప్రపంచానికి అనుగుణంగా సర్దుకుంటారు, కేవలం అవివేకులు మాత్రమే ప్రపంచాన్ని తమకనుగుణంగా సరిదిద్దాలని పట్టుబడతారు' అని. ప్రపంచంలో సాధ్యమైన ప్రగతి అంతా ఈ అవివేకుల విలక్షణ అవిధేయ కార్యకలాపం వల్ల మాత్రమే సాధ్యపడిందని.

నేనా పుస్తకాన్ని బెర్నార్డ్‌షా వాక్యాలున్నదగ్గరనుంచీ చదవడం కొనసాగించాను. ఆ రచయిత పరిశ్రమలోనూ వాణిజ్యంలోనూ నూతన కల్పనలనే భావన చుట్టూ అల్లిన మిథ్యా భావనల్ని వివరిస్తున్నాడు. వ్యూహాత్మక ప్రణాళిక అనే మిథ్యా భావన గురించి ఆ రచయిత రాసింది చదివాను. సాధారణంగా అనేదేమిటంటే గణనీయమైన వ్యూహాత్మక సాంకేతిక ప్రణాళిక వల్ల మన ఫలితాల్లో ఆశ్చర్యం కలిగించే ఇబ్బందులు తగ్గుతాయని. రచయిత ఏమంటాడంటే ఒక ప్రాజెక్టు మానేజర్ అనిశ్చితతనీ, సందిగ్ధతని ఎదుర్కోవడం నేర్చుకోవలసి

ఉంటుందని. ఆర్థిక విజయానికి లెక్కలుగట్టే సామర్థ్యమే ముఖ్యమనడం మిథ్యా భావన అని ఆ రచయిత భావించాడు. జార్జి బెర్నార్డ్‌షా మాటల్ని ఆయన ఈ మిథ్యా భావనకు ప్రతిగా ప్రతిపాదించాడు. తక్షణమే అమలు పరచగలిగే ఒక మంచి ప్రణాళిక మరుసటి వారం అమలుపరచాలనుకునే పరిపూర్ణ ప్రణాళిక కన్నా మెరుగైందనే భావన అటువంటి అపోహ అనే ఆయన వాదన. విజయం పొందాలంటే తన ప్రయత్నాల్ని జాగ్రత్తగా వినియోగించాలనుకోవాలన్న అలోచనే ఒక అపోహ అని రచయిత అభిప్రాయ పడ్డాడు. అటువంటి జాగ్రత్త కాగితాలమీదనే పనిచేస్తుంది కానీ నిజ ప్రపంచంలో మాత్రం నష్టపోతుందని ఆ పుస్తకం చెప్పింది.

మరొక మూడు గంటల తరువాత సంభవించబోయే కలయిక కోసం హోటల్ లౌంజులో అర్ధ రాత్రి ఒంటిగంటకి నిరీక్షించడం నాకు గానీ ప్రొ. సారాభాయికి గానీ అమోదయోగ్యమైన అంశం కాదు. కానీ ప్రొ. సారాభాయి వ్యక్తిత్వంలోని విలక్షణత కనబడేది అక్కడే. ఆయన తగినంత సిబ్బంది లేకుండా విపరీతమైన పనిఒత్తిడితో భారతీయ అంతరిక్ష పరిశోధనని జయప్రదంగా నిర్వహిస్తున్న వ్యక్తి అని మరవలేం.

హఠాత్తుగా నా ఎదురుగా సోఫా మీద మరొకరెవ్వరో వచ్చి కూచున్నట్టు నేను గమనించాను. అతను మెరిసే నేత్రాలతో సున్నితమైన హావభావాల్తో కనిపించాడు. నాలా ఎలాపడితే అలా ధరించే దుస్తుల్లాంటివి కాక మంచి దుస్తులు ధరించి ఉన్నాడు. అర్ధ రాత్రి ఆ వేళప్పుడు కూడా అతను చురుగ్గా ఉల్లాసంగా ఉన్నాడు.

నా ఆలోచనల్నించి నన్ను బయట పడవేసిన వింత ఆకర్షణేదో అతనిలో ఉంది. నేను మళ్ళా పుస్తకంలో పడబోయేలోగా ప్రొ. సారాభాయి నా కోసం వేచిఉన్నారని కబురు వచ్చింది. నేనా పుస్తకాన్ని సోఫా మీద ఎక్కణ్ణించి తీసానో అక్కడే ఉంచేసాను. నాతో పాటు సోఫాలో కూచున్న వ్యక్తికి కూడా లోపల్నించి పిలుపు రావడం నన్ను ఆశ్చర్యానికి గురిచేసింది. ఎవరతను? నా ప్రశ్నకు జవాబు దొరకడానికెంతో సేపు పట్టలేదు. మేము కూచోబోయే లోపే ప్రొ. సారాభాయి మమ్మల్ని ఒకరికొకర్ని పరిచయం చేసారు. ఆయన వైమానిక దళ స్థావరం నుంచి వచ్చిన గ్రూప్ కెప్టెన్ వి.ఎస్. నారాయణన్.

ప్రొ. సారాభాయి మా ఇద్దరికీ కాఫీ తెమ్మని చెప్పి మిలిటరీ విమానాల కోసం రాకెట్ ఆధారిత గమన వ్యవస్థని అభివృద్ధి చెయ్యడానికి తన ప్రణాళికని బయటకు తీసారు. ఇది మన యుద్ధ విమానాలకు హిమాలయాల్లోని చిన్న రన్ వేల నుండి కూడా ఎగరడానికి వీలు కల్పిస్తుంది. మేమింకా మాట్లాడుకుంటూండగానే పొగలు కక్కే కాఫీ వచ్చింది. సంభాషణ పొడిపొడిగా సాగుతోంది. అది సారాభాయి పద్ధతికి విరుద్ధం. మేం కాఫీ తాగగానే సారాభాయి

లేచి మమ్మల్ని ఢిల్లీ పొలిమేరల్లో ఉన్న తల్పత్ శ్రేణికి తనతో రమ్మన్నాడు. మేం లాబీ గుండా వెళ్తున్నప్పుడు ఆ పుస్తకాన్ని ఎక్కడ ఒదిలిపెట్టానో ఆ సోఫా కేసి చూసాను. అక్కడా పుస్తకం లేదు.

ఆ పర్వత శ్రేణికి గంటసేపు ప్రయాణం. ప్రొ. సారాభాయి మాకో రష్యన్ రాటోని చూపించాడు. ఇటువంటి మోటార్లు రష్యానుంచి తెప్పిస్తే మీరీ పని ఒక ఏడాదిన్నరలో పూర్తి చెయ్యగలరా అని అడిగాడు. 'తప్పక చెయ్యగలం' అన్నాం గ్రూప్ కెప్టెన్ నారాయణన్ నేనూ ఒక్కసారే. సారాభాయి వదనంపైన ఉత్తేజంతో కూడిన కాంతిరేఖ మెరిసింది. **'ఆయన నిన్ను కాంతి పథంలో నడిపించగల'**దని గుర్తు చేసుకున్నాను.

మమ్మల్ని అశోకా హోటల్లో విడిచిపెట్టి సారాభాయి ప్రధాన మంత్రి నివాసానికి అల్పాహార సమావేశానికి వెళ్ళిపోయారు. భారతదేశం మిలిటరీ విమానాల గమన వ్యవస్థని మెరుగుపరచే ఒక ప్రాజెక్టు పూర్తి దేశీ పరిజ్ఞానంతో చేపట్టబోతోందనీ దానికి నేను నాయకత్వం వహించబోతున్నాననీ ఆ సాయంకాలమే వార్తా ప్రకటన వెలువడింది. నాలో అనేక భావాలు పొంగిపొర్లాయి. వాటిలో సంతోషం ఉంది. కృతజ్ఞత ఉంది. ఒక సార్థక్య భావన ఉంది. ఒక పందొమ్మిదో శతాబ్ది కవి కావ్యం లోని ఈ ప్రసిద్ధ పంక్తులు నా మనసులో తళుక్కుమన్నాయి.

అన్ని రోజులకూ ఒక్కలానే సంసిద్ధుడివిగా ఉండు
నువ్వు దాగరవైనప్పుడు దెబ్బలకు ఓర్చుకో,
సమ్మెటవైనప్పుడు దెబ్బమీద దెబ్బ తియ్యి

రన్ వేలు బాంబుల దాడికి పాక్షికంగా దెబ్బతిన్నప్పుడో లేదా యుద్ధ క్షేత్రాలు సముద్రతలం కంటే బాగా ఎత్తున ఉన్నప్పుడో, లేదా వాతావరణ పరిస్థితులు మరీ చంచలంగా ఉన్నప్పుడో ప్రతికూల పరిస్థితుల్ని తట్టుకునే విధంగా వాటి గమన వ్యవస్థని నియంత్రించే వీలు రాటో మోటార్లవల్ల సాధ్యపడుతుంది. మన వైమానికి దళానికి తన ఎస్-22, హెచ్.ఎఫ్-24 విమానాలకు అటువంటి రాటో మోటార్లు అత్యధికంగా కావలసి ఉందప్పుడు.

మాకు తిల్పత్ శ్రేణిలో చూపించిన రాటో మోటారు సెకండుకి 24, 500 కేజీల స్ఫూర్తితో 3000 కేజీల తోపుడు శక్తిని ఇవ్వగలదు. అది ఉక్కుతో చుట్టిన డబుల్ బేస్ చోదకంతో 220 కేజీల బరువు తూగుతుంది. వాటిని డిఫెన్స్ రీసెర్చ్ ఎండ్ డెవెలప్ మెంట్ ఆర్గనైజేషన్, ఎచ్.ఏ.ఎల్, డి.టి.డి. అండ్ పి (ఎయిర్), వైమానిక దళ ప్రధాన కార్యాలయాల సహకారంతో స్పేస్ సైన్సు అండ్ టెక్నాలజీ కేంద్రంలో తయారు చెయ్యవలసి ఉంటుంది.

అందుబాటులో ఉన్న అన్ని ప్రత్యామ్నాయాల్నీ పరిశీలించాక ఆ మోటార్లకి ఫైబర్ గ్లాస్ చుట్టు తొడగాలనుకున్నాం. దాని సామర్థ్యాన్ని పూర్తిగా వినియోగించగల సంయుక్త

చోదకం కోసం ప్రయత్నించాలనుకున్నాం. ఆపరేటింగ్ పీడనం ఛాంబర్ పీడనం కన్నా ఎక్కువయ్యే పక్షంలో తీసుకోవాల్సిన రక్షణ కోసం ఒక డయాఫ్రంని కూడా దానికి చేర్చాం.

రాటో మీద పనిచేస్తున్నప్పుడు రెండు ముఖ్య పరిణామాలు సంభవించాయి. మొదటిది, సారాభాయి అంతరిక్ష పరిశోధన కోసం రూపొందించిన పది సంవత్సరాల ప్రణాళికను విడుదల చేసారు. అది తన టీం సభ్యుల కోసం ఆ కార్యక్రమ అధ్యక్షుడు విడుదల చేసిన కార్యక్రమ ప్రణాళిక మాత్రమే కాదు. అది రాను రాను బృహత్ కార్యక్రమంగా రూపుదిద్దుకోవడానికి విస్తృత చర్చకి ఉద్దేశించబడ్డ సాంకేతిక పత్రం కూడా. నిజానికది తన దేశంలో అంతరిక్ష పరిశోధనలో ప్రేమలో పడ్డ ఒక మానవుడి అనురాగ ప్రణాళిక అనిపించింది నాకు.

ఆ ప్రణాళిక లోని ముఖ్యాంశాలు అంతరిక్ష సంఘం తొలిరోజుల్లోని ఆలోచనలే. శాటిలైట్లను టెలివిజన్ కోసం, అభివృద్ధి విద్యా కార్యక్రమాలకూ ఉపయోగించుకోవడం, వాతావరణ పరిశోధనా, ప్రాకృతిక వనరుల సమర్థ నిర్వహణకు రిమోట్ సెన్సింగ్‌ని వాడుకోవడం కూడా అందులో భాగమే. వాటికి తోడు శాటిలైట్ లాంచ్ వెహికిల్స్ నిర్మాణమూ, వాటి ప్రయోగమూ కూడా అదనంగా చేరాయి.

తొలిదశలో ముమ్మరంగా అవసరమైన అంతర్జాతీయ సహకారం ఇందులో తగ్గించబడి దాని స్థానే దేశీయ సాంకేతిక నైపుణ్యానికీ, స్వయం నిర్భరతకీ పెద్ద పీట వెయ్యబడింది. తక్కువ భారపరిమితి గల శాటిలైట్లను భూకక్ష్యలోకి కొంత దూరం దాకా పంపగలిగే ఎస్.ఎల్.వి ల రూపకల్పన, భారతీయ శాటిలైట్లను లాబరేటరీ నమూనాల స్థాయి నుంచి అంతరిక్ష వాస్తవాలుగా మార్చగలగడం, విస్తృత అంతరిక్ష సాధన సామగ్రి అభివృద్ధి కూడా ఆ ప్రణాళిక వాగ్దానాల్లో ఉన్నాయి. మరిన్ని రకాల సాంకేతిక ఉపకరణాల అభివృద్ధి గురించి కూడా ఆ ప్రణాళిక మాట్లాడింది. అనిటి కన్నా ముఖ్యంగా వివిధ ఇంజనీరింగ్ శాస్త్రీయ విభాగాల్లో పరిశోధన కోసం అభివృద్ధి కోసం తగినన్ని మౌలిక సదుపాయాల కోసం కన్న ఒక కల ఉంది అందులో.

ఇక రెండవ పరిణామం రక్షణ మంత్రిత్వ శాఖలో ఒక మిస్సైల్ పానెల్ ఏర్పాటు కావడం. అందులో నారాయణన్ నేనూ కూడా సభ్యులుగా తీసుకోబడ్డాం. మన దేశంలోనే మిస్సైళ్లను తయారుచేస్తామన్న ఊహే ఎంతో ఉద్వేగపూరితంగా ఉండింది. వివిధ అభివృద్ధి చెందిన దేశాల మిస్సైళ్ళ గురించి గంటలకొద్దీ అధ్యయనం చెయ్యనారంభించాం.

యుక్తియుక్త మిస్సైల్‌కీ వ్యూహాత్మక మిస్సైల్‌కీ భేదం చాలా సున్నితం. సాధారణంగా వ్యూహాత్మకమనే మాటలో అది కొన్ని వేల కిలోమీటర్ల దూరం ప్రయాణించగలదని అర్థం

చేసుకుంటారు. కానీ యుద్ధ తంత్రంలో ఈ మాట ఆ మిస్సైల్ ప్రయాణించగల దూరం బట్టి కాక అది ఎంచుకునే లక్ష్యాన్ని బట్టి వాడబడుతుంది. శత్రువుకి గుండెకాయ లాంటి లక్ష్యాలమీద ప్రయోగించే మిస్సైళ్లను వ్యూహాత్మక మిస్సైళ్లంటారు. అవి శత్రువు తన వ్యూహ స్థానాల మీద చేస్తున్న దాడికి గానీ లేదా తన పౌర సమాజం మీద చేస్తున్న దాడికి గానీ ప్రతి దాడిగా ప్రయోగించబడతాయి. అంటే అవి వాస్తవానికి శత్రు నగరాల మీద ప్రయోగించబడేవనవచ్చు. యుక్తి యుక్త మిస్సైళ్ళు యుద్ధాన్ని ప్రభావితం చెయ్యడానికి వాడబడేవి. ఆ యుద్ధం నేల మీద కావచ్చు, నింగిలో కావచ్చు. సముద్రం మీద కావచ్చు. కానీ ఇప్పుడీ వర్గీకరణకి అర్థం లేదు. ఎందుకంటే అమెరికా వైమానిక దళానికి చెందిన భూవిదళిత తోమాహాక్ తన 3000 కిలోమీటర్ల సామర్థ్యంతో సంబంధం లేకుండా యుక్తియుక్త పద్ధతిలో ఉపయోగించ బడింది. కానీ ఆ రోజుల్లో వ్యూహాత్మక మిస్సైళ్ళంటే 1500 సముద్రపు మైళ్ల లేదా 2780 కిలోమీటర్ల శ్రేణిలో ప్రయోగించబడగల ఇంటర్మీడియట్ రేంజి బాలిస్టిక్ మిస్సైళ్ళకీ లేదా అంత కన్నా మరింత ముందుకి దూసుకుపోగల ఇంటర్ కాంటినెంటల్ బాలిస్టిక్ మిస్సైళ్ళకీ పర్యాయపదంగా గుర్తింపబడేవి.

స్వదేశీ నిర్మిత మిస్సైళ్ళ పట్ల గ్రూప్ కెప్టన్ నారాయణన్‌కి అనిర్వచనీయ వ్యామోహం ఉండేది. రష్యన్ మిస్సైల్ అభివృద్ధి కార్యక్రమ పంథాకి అతనొక వీరారాధకుడు. ఇదక్కడ సాధ్యమైనప్పుడు ఇక్కడెందుకు సాధ్యం కాదు? మిస్సైల్ పరిజ్ఞానమనే పంట పండటానికి అంతరిక్ష పరిశోధన ఈ నేలని చదును చేసి పెట్టింది కదా అని నన్ను రెచ్చగొడుతుండేవాడు.

1962లో 1965లో జరిగిన యుద్ధాల చేదు అనుభవం భారతీయ నాయకత్వానికి యుద్ధ సామగ్రి ఆయుధ సంపత్తి అంశాల్లో స్వయం సామర్థ్యాన్ని పెంపొందించుకోవడానికి స్వేచ్ఛ లేకుండా చేసింది. తమ వ్యూహాత్మక స్థావరాల్ని కాపాడుకోవడాని కి యు.ఎస్.ఎస్.ఆర్ నుంచి పెద్ద ఎత్తున నేల మీంచి నింగికెగరగల మిస్సైళ్ళను దిగుమతి చేసు కోవాల్సి వచ్చింది. ఆ సమయంలో గ్రూప్ కెప్టన్ నారాయణన్ మన దేశంలోనే మిస్సైళ్ళను తయారుచేసుకోవాల్సిన ఆవశ్యకత గురించి ఉద్విగ్న పూరితంగా వాదించేవాడు.

రాటో మోటార్ల మీదా, మిస్సైల్ పానెల్ మీదా పనిచేస్తున్నప్పుడు నేనూ నారాయణన్ వంతులవారీ గురుశిష్య పాత్రని పోషించేవారం. అతను రాకెట్ శాస్త్రం గురించి తెలుసుకోవా లనుకునేవాడు. నేను వాయవ్య ఆయుధ వ్యవస్థ గురించి తెలుసుకోవాలనుకునే వాణ్ణి. నారాయణన్‌కి పనిలో ఉన్న గాఢతగానీ, దాన్ని అనువర్తింపచెయ్యడంలో అతను చూపించే తెగువగానీ నాకు ఉత్తేజాన్నిస్తూ ఉండేవి. ప్రొ. సారాభాయి మమ్మల్ని తిల్పత్ శ్రేణికి తీసుకువెళ్లి చూపించినప్పటినుంచీ నారాయణన్ రాటో మోటార్ల పనిలో నిమగ్నుడయ్యేఉన్నాడు. కావలసిన ప్రతీదీ అతను అడక్కముందే సంసిద్ధపరిచి ఉండేవాడు. ఆకస్మిక వ్యయం నిమిత్తం 75 లక్షల

నిధిని సంపాదించాడు. 'నువ్విది కావాలని చెప్పు తీసుకొస్తాను. కానీ కాలాన్ని వెనక్కి తెమ్మని మాత్రం అడక్కు' అనేవాడు. ఒక్కొక్కప్పుడు నాకతని అసహనం నవ్వు తెప్పించేది. టి.ఎస్. ఇలియట్ 'బోలు మనుషులు' కవితలోని ఈ పంక్తుల్ని అతనికి వినిపించేవాణ్ణి.

ఆలోచనకీ ఆచరణకీ మధ్య
ఆవేశానికీ ప్రతిస్పందనకీ మధ్య
పడుతున్నది నీడ

రక్షణ శాఖలో పరిశోధనకోసం, అభివృద్ధి కోసం అవసరమైన వస్తు సామగ్రిని అప్పట్లో పెద్దఎత్తున దిగుమతిచేసుకోవాల్సి వచ్చేది. స్వదేశీ సామగ్రి ఎంతమాత్రం లభ్యం అయ్యేది కాదు. మేమిద్దరం కలిసి కొనుగోలు చెయ్యాల్సిన పరికరాల పెద్ద జాబితా తయారుచేసి దిగుమతి ప్రణాళికని కూడా తయారుచేసాం. కానీ ఒక వైపు బాధ పడుతూనే ఉన్నాం. ఇందుకేమీ ప్రత్యామ్నాయం గానీ పరిష్కారం గానీ లేదా? ఈ దేశం ఎప్పటికీ స్క్రూ డ్రైవర్ స్థాయి సాంకేతిక పరిజ్ఞానం దగ్గర ఆగి పోవాల్సిందేనా? భారతదేశం లాంటి బీదదేశం మేము కలగంటున్న అభివృద్ధికి నిజంగా నోచుకోగలదా?

మేము రాటో ప్రాజెక్టు మీద పనిచేస్తున్న రోజుల్లో ఒక రోజు ఆఫీసులో బాగా పొద్దుపోయినదాకా పని చేసుకుంటున్నాం. అప్పుడు మా సహోద్యోగి జయచంద్రబాబు ఇంటికివెళ్తున్నాడు. అతను అప్పటికి కొన్ని నెలల కిందటే పనిలో మాతో చేరాడు. అతని గురించి నాకు తెలిసిందల్లా మంచి భావాలు కల యువకుడూ, చక్కగా మాట్లాడగలడూ అనే. నేనతన్ని రమ్మని పిలిచి అతని ముందు నా ఆలోచనలు పెట్టాను. 'నువ్వేమన్నా సూచనలివ్వగలవా' అని అడిగాను. అతను కొంత సేపు ఆలోచించాడు. ఆ తరువాత తనకి కొంత సమయమిమ్మనీ, తను ఇంటికి పోయి ఆలోచించుకుని మర్నాటి సాయంకాలం నా ప్రశ్నకి జవాబు చెప్పగలననీ అన్నాడు.

ఆ మర్నాటి సాయంత్రం అనుకున్నదానికన్నా ముందే బాబు నా దగ్గరకు వచ్చాడు. అతని ముఖం ఒకవెలుగు వెలుగుతోంది.'రాటో వ్యవస్థకి దిగుమతులవసరం లేదు. మనమే చేసుకోగలం సార్ దీనికి మనకున్న ఏకైక ప్రతిబంధకమల్లా మన సంస్థాగత జడత్వమే. మనం వస్తువుల్ని కొనుగోలు చేసే పద్ధతినీ ఉప కాంట్రాక్టులిచ్చే పద్ధతినీ సంస్కరించగలిగితే దిగుమతి చేసుకోవాల్సిన పనే ఉండదు' అన్నాడు. అతను నాకు ఏడు సూత్రాలు చెప్పాడు. వాటిని సూత్రాలనడం కన్నా స్వాతంత్ర్యాలనడం సమంజసంగా ఉంటుంది. అవి: మొత్తం వ్యవస్థకి బదులు ఆర్థిక అనుమతి ఒక వ్యక్తి ఇస్తే సరిపోవడం, వాళ్ళ హోదాని బట్టి కాక పనిని బట్టి అందరికీ విమానప్రయాణానికి అవకాశం ఇవ్వడం, ఎవరో ఒక్క అధికారికే

జవాబుదారీగా ఉండటం, విమానాల ద్వారా సరకుల చేరివేత, ప్రైవేట్ సెక్టర్‌కు ఉపకాంట్రాక్టులు ఇవ్వడం, సాంకేతిక సామర్థ్యాన్ని పోల్చి చూసిన తరువాతనే వస్తు సరఫరాకు ఆదేశాలివ్వడం, లెక్కలు రాయడంలో లెక్కలు అప్పగించడంలో జాప్యం లేకపోవడం.

ఈ స్వాతంత్ర్యాలు సనాతన ప్రభుత్వ వ్యవస్థల్లో కనివిని ఎరగనివి. నేనతని ప్రతిపాదనలోని ఔచిత్యాన్ని అర్థం చేసుకున్నాను. రాటో ప్రాజెక్టు కొత్తగా మొదలుపెట్టిన క్రీడ అనుకుంటే దానికి కొత్త నిబంధనల్ని వర్తింపచెయ్యడంలో తప్పులేదనిపించింది. బాబు ఇచ్చిన సలహాల మంచిచెడులన్నిటినీ నేను రాత్రంతా సాకల్యంగా బేరీజు వేసుకున్నాక వాటిని ప్రొ. సారాభాయి ముందుంచాలని నిర్ణయించుకున్నాను. పాలనా సంబంధమైన సరళీకరణ గురించి నా వాదననంతా విని, దాని వెనుక ఉన్న ప్రయోజనాన్ని దృష్టిలో పెట్టుకుని ప్రొ. సారాభాయి నా ప్రతిపాదనలన్నిటినీ తక్షణమే అంగీకరించేసారు.

పెద్ద పెద్ద పణాలు ఒడ్డి చేపట్టే అభివృద్ధి కార్యక్రమాల్లో వ్యాపార కౌశల్యం ఎంత అవసరమో తన సలహాల ద్వారా బాబు ఎత్తిచూపాడు. ఉన్న నిర్దిష్ట పనిప్రమాణాల మేరకు నువ్వు పనిని వేగవంతం చెయ్యాలంటే మరింత మంది మనుషుల్నీ, మరింత సామగ్రినీ, మరింత డబ్బునీ ప్రవహింపచెయ్యాలి. నువ్వలా చెయ్యలేనప్పుడు పని ప్రమాణాల్నైనా మార్చెయ్యి! వ్యాపార సహజాతాలు బలంగా ఉన్నందునేమో బాబు ఆ తరువాత ఇస్రోలో ఎక్కువ రోజులుండలేదు. అనతికాలంలోనే నైజీరియా వెళ్ళిపోయాడు. కానీ ఆర్థిక వ్యవహారాల్లో అతను చూపించిన వ్యవహార దక్షతని మాత్రం నేనెన్నటికీ మరవలేను.

మేము రాటో మోటార్‌ని ఫిలమెంట్ ఫైబర్ గ్లాస్ లేదా తదితర సామగ్రి వాడి సంయుక్త నిర్మాణంగా తయారు చెయ్యాలనుకున్నాం. దాని చోదకాల్లో, ప్రారంభ పద్ధతుల్లో కూడా ఎన్నో ప్రయోగాలకు అవకాశమిచ్చాం. ప్రాజెక్టు మొదలుపెట్టిన పన్నెండో నెలలోనే రాటో మోటార్ స్థితిస్థాపక పరీక్ష నిర్వహించాం. ఆ తరువాత నాలుగు నెలలు తిరక్కుండా 64 స్థితిస్థాపక పరీక్షలు నిర్వహించాం. అప్పటికి ప్రాజెక్టు మీద పనిచేస్తున్నది 20 మంది ఇంజనీర్లం మాత్రమే.

6

ఆ సమయంలోనే భవిష్య ఎస్.ఎల్.వి ఎలా ఉండాలో కూడా ఊహించడం జరిగింది. అంతరిక్ష సాంకేతిక పరిజ్ఞానం యొక్క మహత్తర సాంఘికార్థిక ప్రయోజనాల్ని దృష్టిలోపెట్టుకుని మన శాటిలైట్లను మనమే ప్రయోగించుకోగల దేశీయ సామర్థ్యాన్ని నిర్మించడానికి ప్రొ. సారాభాయి1969 లోనే నిర్ణయం తీసుకున్నారు. శాటిలైట్ వెహికిళ్ళనీ, పెద్ద రాకెట్లనీ ప్రయోగించడానికి అనుకూలమైన స్థలం కోసం ఆయన తూర్పు తీరమంతటా అన్వేషించారు.

ప్రొ. సారాభాయి తూర్పు తీరం మీద దృష్టి సారించడంలో ఉద్దేశమేమంటే భూమి తూర్పు నుంచి పశ్చిమానికి చేసే భ్రమణాన్ని లాంచ్ వెహికిల్ పూర్తిగా వినియోగించు కోవాలనే. ఆయన చివరికి మద్రాస్ (ప్రస్తుతం చెన్నై)కి 100 కిలోమీటర్ల దూరంలో గల శ్రీహరికోట దీవిని ఎంచుకున్నారు. ఆ విధంగా షార్ రాకెట్ కేంద్రం జన్మించింది. ఆ అర్ధ చంద్రాకార ద్వీపం ఎనిమిది కిలోమీటర్ల వెడల్పుతో తీరం పొడుగునా పరుచుకుని ఉంది. ఆ ద్వీపం మద్రాస్ నగరమంత పెద్దది. దాని పశ్చిమ సరిహద్దులో బకింగ్‌హాం కాలువ, పులికాట్ సరస్సు ఉన్నాయి.

1967 లో మేము భారతీయ రాకెట్ సమాజాన్ని స్థాపించాము. అనతికాలంలోనే అంతరిక్ష సంఘం ఇండియన్ నేషనల్ సైన్సు అకాడెమీకి ఒక సలహా సంఘంగా పునర్వ్యవస్థితమైంది. దేశంలో అంతరిక్ష పరిశోధనకోసం అణుశక్తి మంత్రిత్వశాఖ ఆధ్వర్యంలో ఇండియన్ స్పేస్ రీసెర్చ్ ఆర్గనైజేషన్ (ISRO) ఏర్పాటైంది.

ఆ సరికే ప్రొ. సారాభాయి భారతీయ ఎస్.ఎల్.వి ని నిర్మించాలన్న తన కలకి సాకారం ఇవ్వడానికి తనెంచుకున్న కొందరు శాస్త్రవేత్తలతో ఒక టీం ని ఏర్పరచారు. ఆ ప్రాజెక్టుకి నాయకత్వం వహించే భాగ్యం లభించినందుకు నేనెంతో అదృష్టవంతుడినని భావిస్తాను. దీనికి తోడు ఎస్.ఎల్.వి నాలుగవ దశ రూపకల్పన చేసే అదనపు బాధ్యత కూడా సారాభాయి నాకప్పగించారు. డా. వి.ఆర్. గోవారీకర్, ఎం.ఆర్.కురుప్, ఏ.ఇ. ముతునాయగం మిగిలిన మూడు దశల్ని రూపకల్పన చేసే పని అందుకున్నారు.

ఈ గొప్ప కార్యభారానికి మా కొద్దిమందినే సారాభాయి ఎన్నుకోవడానికి కారణమేమయి ఉండవచ్చు? ఒక కారణం, బహుశా మా వృత్తి సంబంధమైన నేపథ్యం కావచ్చు. డా. గోవారీకర్ సంయుక్త చోదకాల్లో నిరుపమానమైన కృషి చేసారు. డా. కురుప్ చోదకాల చోదక నియమాల విస్ఫోటక సామగ్రికి సంబంధించిన అంశాల్లో పరిశోధనకు ఒక లాబరేటరీనే నెలకొల్పారు. ముతునాయగం అత్యధిక సామర్థ్యం కలిగిన చోదకాల రంగంలో ప్రావీణ్యం చూపించిన వ్యక్తి. నాలుగవ దశ వీటన్నిటి సమాహారంగా ఒక సంయుక్త నిర్మాణంగా రూపొందాలి. బహుశా అందుకే నన్నా దశ నిర్వహణకు ఎంపిక చేసి ఉండవచ్చు.

నాలుగవ దశను నేను రెండు ప్రాతిపదికలమీద రూపకల్పన చేశాను. నా బృందంలో ప్రగతి అనుక్షణం గుర్తించబడేది. అలాగే ప్రతిచిన్న అడుగులోను ప్రోత్సహించబడేది. నా సహోద్యోగులకు నాలుగో దశకు కావలసిన సమాచారాన్ని నేను పూర్తిగా అందుబాటులోకి తెస్తున్నప్పటికీ, నేను వారికి పూర్తిగా సహకరించలేకపోతున్నాననిపించింది. నేను నా కాలాన్ని నిర్వహించుకునే పద్ధతిలో ఏదన్నా లోపం ఉందేమోననిపించింది. ఆ పరిస్థితిలో ప్రొ. సారాభాయి మా కార్యక్షేత్రానికి ఫ్రాన్స్ నుంచి ఒక అతిథిని తీసుకు వచ్చారు. ఆయన ఫ్రాన్స్‌లోమా కేంద్రం వంటి కేంద్రానికి డైరెక్టర్‌గా ఉంటున్న ప్రొ. కురిన్. అప్పుడు వాళ్ళు డయామౌంట్ లాంచ్ వెహికల్స్ తయారుచేస్తున్నారు. ఆ ప్రొఫెసర్ గొప్ప నిపుణులు. ఆయన సారాభాయితో కలిసి లక్ష్యనిర్దేశంలో నాకెంతో సహకరించారు. నేను లక్ష్యాన్నందుకోవడానికి దారి చూపించారు. అందులో విఫలమయ్యే అవకాశాల్ని ముందే హెచ్చరించారు.

ప్రొ. కురిన్ వల్ల నేను నాలుగవ దశ రాకెట్ నిర్మాణాన్ని మరింత బాగా అర్థం చేసుకున్నాను. అలాగే ప్రొ. సారాభాయి సాహచర్యం వల్ల ప్రొ. కురిన్ తమ డయామౌంట్ కార్యక్రమాన్ని పునర్విమర్శించుకోగలిగాడు కూడా. ఆయన నన్ను చిన్ని చిన్ని పనుల నుంచి తప్పించి పెద్ద పనుల మీద దృష్టి పెట్టమన్నాడు. నా అనవసర బాధ్యతల నుంచి నన్ను తప్పించమని ప్రొ. సారాభాయికి విజ్ఞప్తి చేశాడు. మా ప్రణాళికాబద్ధ ప్రయత్నాలకు ముగ్ధుడైన ఆ ఫ్రెంచ్ నిపుణుడు తమ రాకెట్లకు కూడా నాలుగో దశ ఏర్పాట్లు మమ్మల్నే చేయమన్నాడు. ఆ అభ్యర్థన ప్రొ.సారాభాయి వదనంపైన ఒక సూక్ష్మ మందహాసాన్ని తెచ్చింది.

నిజానికి డయామౌంట్ ఎయిర్ ఫ్రేంలు ఎస్.ఎల్.వి. ఫ్రేములతో పొసగవు. వాటి వ్యాసాలు వేరు వేరు. వాటి మధ్య పరస్పరం మార్చుకునే ఏర్పాటు చేయాలంటే సమూలమైన మార్పులు అవసరం. వాటినెక్కడనుంచి మొదలుపెట్టాలా అని ఆలోచనలో పడ్డాను నేను. వాటికి పరిష్కారాలు నా సహచరుల్లోనే వెతుక్కోవాలనుకున్నాను.

నా సహచరుల దినచర్య వాళ్ల ప్రయోగశీలతను పట్టివ్వగలదేమోనని వెతుక్కునేవాడిని. ఏమాత్రం చిన్నపాటి ఆశ కనపడ్డా వాళ్ళని మరీ మరీ అడిగేవాడిని. నా స్నేహితులు కొందరు నాది మరీ చాదస్తమన్నారు. నేను నాకెప్పటికప్పుడు తట్టిన ఆలోచనలను కాగితాల మీద రాసి నా సహచరులకు అందజేసేవాడిని. వాటిని వాళ్ళు అమలు చేస్తున్నారో లేదో వెంటపడి చూసుకునేవాడిని.

ఈ పద్ధతి బాగా పనిచేసింది. మా పనిని సమీక్షిస్తూ ప్రొ. కురిన్ దీన్నే ధ్రువపరిచాడు. యూరోపులో మూడేళ్ళపాటు కష్టపడ్డా కూడా శాస్త్రవేత్తలు సాధించలేనిదానిని మేము ఏడాది కాలంలోనే సాధించగలిగామని అన్నాడు. మేము మా పైనున్న వాళ్ళతో, కిందనున్నవాళ్ళతో కూడా కలుపుగోలుతనంతో పనిచేయగలగడం మా అదనపు బలం అన్నాడు. నిజానికి వారానికొక్కసారైనా బృంద సభ్యులంతా కలిసి పనిని సమీక్షించుకోవాలని నేను పట్టుబట్టేవాడిని. దానికి కొంత కాలమూ, శక్తి ఖర్చవుతాయి. నిజమే కాని అది తప్పనిసరి అని అనుకున్నాను నేను.

ఒక నాయకుడు ఏ మేరకు సమర్థుడు? తన సహచరుల కన్నా, వాళ్ళ నిబద్ధత, భాగస్వామ్యాలకన్నా మించి మాత్రం కాదు. నిజానికి మా సహచరుల తాలూకు ఫలితాలు, అనుభవాలు, చిన్న చిన్న విజయాలు ప్రతి ఒక్కటి కలిసి పంచుకోడానికి వారిని నేను జమ చేయడానికి ఎంత శక్తి ఖర్చు చేసినా తక్కువే అనిపించేది. మామధ్య మేం సాధించిన బృంద భావాన్ని సూక్ష్మంగా చెప్పాలంటే పరస్పర విశ్వాసం అనాలి. నా చిన్ని బృందంలోనే నేను నాయకుల్ని కనుగొన్నాను. నిజానికి నాయకులు అన్ని స్థాయిల్లోను రూపొందుతారని తెలుసుకున్నాను. ఒక వ్యవస్థ నిర్వహణలో ఇది నాకొక కొత్త అనుభవం.

మేము ప్రస్తుతమున్న ఎస్.ఎల్.వి. నాలుగవదశ నమూనాని డయామౌంట్ ఎయిర్‌ఫ్రేమ్‌కి అనుగుణంగా మార్చాము. 250 కేజీల మరియు 400 మి.మీ. డయామీటర్ దశ నుంచి దాన్ని 600 కేజీల, 650 మి.మీ.ల డయామీటర్ దశకు పెంపుదల చేశాము. రెండేళ్ళ కృషి తరువాత దాన్ని ఫ్రాన్స్‌కి అప్పగించబోతుండగా వాళ్ళు ఆ కార్యక్రమాన్ని రద్దుచేసుకున్నారు. నాలుగవదశ రాకెట్టు వాళ్ళకింకెంతమాత్రం అవసరం లేదని తెలియజేశారు. అది నాకొక పెద్ద షాక్. నేను డెహ్రాడూన్‌లో ఉద్యోగానికి ఎంపిక కాలేకపోవడం, అలాగే బెంగుళూర్‌లో నంది ప్రాజెక్టు కూలపడ్డం నాకు గుర్తొచ్చాయి. ఈ మూడవ ఆశాభంగం కూడా నా మొదటి రెండు ఆశాభంగాల్లానే నన్ను నిస్సత్తువకు గురిచేసింది.

నాలుగవ దశ తయారీ పైన నేను ఎంతో ఆశలుపెట్టుకుని అందుకు తగ్గట్టుగా కష్టపడ్డాను. దాన్ని డయామోంట్ రాకెట్‌తో ప్రయోగించవచ్చునని ఆశపడ్డాను. ఎస్.ఎల్.వి లో తక్కిన మూడు దశల కార్యక్రమం రాకెట్ చోదన క్రియ తాలూకు పెద్ద పనుల్తో ఇంకా ఐదేళ్ల దూరంలో ఉంది. అయితే డయామోంట్ ఆశాభంగం నన్నెక్కువ కాలం బాధించలేదు. పైగా ఆ పనిచెయ్యడంలో నేనెంతోకొంత సంతోషాన్ని అనుభవించిన సంగతి కాదనలేనిది. కానీ డయామోంట్ వదిలిపెట్టిన ఖాళీని సకాలంలోనే రాటో పూరించింది.

రాటో ప్రాజెక్టు నిర్మాణ దశలో ఉండగానే ఎస్.ఎల్.వి ప్రాజెక్టు నెమ్మదిగా రూపుదిద్దుకోవడం ప్రారంభించింది. అన్ని రకాల లాంచ్ వెహికిళ్ళనూ ప్రయోగించగల సామర్థ్యం ఆ పాటికి తుంబాకి ఒనగూడింది. వాళ్ళ గణనీయమైన ప్రయత్నాలతో వసంత్ గోవారీకర్, ఎం. ఆర్. కురుప్, ముతునాయగం రాకెట్ ప్రయోగాల్ని పెద్ద అంగలేయించారు.

టీం నిర్వహణలో ప్రొ. సారాభాయి గొప్ప ఉదాహరణ. ఒక సందర్భంలో ఆయన ఎస్.ఎల్.వి.కి ఒక టెలికమాండ్ వ్యవస్థని నిర్మించే బాధ్యతని ఒకరికి అప్పగించవలసి వచ్చింది. ఆ పనిని నిర్వహించడానికి ఇద్దరు సమర్థులున్నారు. ఒకరు అనుభవశాలి సమయజ్ఞుడూ అయిన యు. ఆర్. రావు. మరొకరు అంతగా ఎవరికీ తెలియని ప్రయోగశీలి జి. మాధవన్ నాయరు. మాధవన్ నాయర్ సామర్థ్యం పట్లా, అంకితభావం పట్లా నాకెంతో నమ్మకం. కాని నేను ఆ బాధ్యత అతనికప్పగించబడుతుందనుకోలేదు. మాధవన్ నాయర్ తను అభివృద్ధి పరచిన టెలికమాండ్ వ్యవస్థని ప్రొ.సారాభాయి ముందు ఒకసారి ప్రదర్శించాడు. ఆ ప్రదర్శనకు ముగ్ధుడయిన ప్రొ.సారాభాయి ఆ యువప్రయోగశీలిని ఎంపిక చెయ్యడానికి ఏమీ వెనకాడలేదు. మాధవన్ నాయర్ కూడా ఆయన అంచనాలకు నిలబడటమే కాక ఆ పనిలో ముందుకు వెళ్ళగలిగాడు. తరువాత రోజుల్లో అతను పోలార్ శాటిలైట్ లాంచ్ వెహికిల్ (PSLV) ప్రాజెక్టు డైరక్టరయ్యాడు కూడా.

ఎస్.ఎల్.వి లు, మిస్సైళ్ళు వేలు విడిచిన బంధువులే. వాటి ఉద్దేశంలోనూ ప్రయోజనం లోనూ భేదం ఉన్నా అవి ఒక రాకెట్ కుటుంబం నుంచి వచ్చినవే. హైదరాబాద్ లోని డి.ఆర్.డి.ఓ లో మిస్సైల్ అభివృద్ధి కార్యక్రమం పెద్ద ఎత్తున చేపట్టబడింది. నేల నుంచి నింగికి ప్రయోగించే ఈ మిస్సైళ్ళ అభివృద్ధి ప్రాజెక్టు వేగం పుంజుకున్న కొద్దీ మిస్సైల్ పానెల్ సమావేశాలు కూడా అధికం కాసాగాయి. అలాగే గ్రూప్ కెప్టెన్ నారాయణన్‌తో నా సాంగత్యమూనా.

1968 లో ఒక సారి ప్రొ. సారాభాయి తుంబా వచ్చారు. అప్పుడాయనకు ఒక యాంత్రిక విన్యాసాన్ని ప్రదర్శించి చూపాము. ఎప్పట్లానే మేము మా ప్రయత్న ఫలితాన్ని ప్రొ. సారాభాయితో పంచుకోవాలని ఆత్రుతగా ఉన్నాం. మందుగుండు పేల్చి లాంఛనప్రాయంగా యంత్రాన్ని ప్రారంభించమని ప్రొ. సారాభాయిని అభ్యర్థించాం.

ప్రొ. సారాభాయి చిరునవ్వి టైమర్ బటన్ నొక్కారు. ఏమీ పేలలేదు. మా ముఖాలు వెలవెలబోయాయి. మాకు నోట మాట రాలేదు. ఆ టైమర్ సర్క్యూట్‌ని డిజైన్ చేసిన ప్రమోద్ కాలే కేసి చూసాన్నేను. మేమంతా ఆ వైఫల్యాన్ని ఒక్క క్షణంలో అర్థంచేసుకోబోయాం. ప్రొ. సారాభాయిని కొన్ని నిమిషాలు వేచిఉండవలసిందిగా కోరి మేము ఆ టైమర్‌ను వేరు చేసి మందుగుండు నేరుగా పేల్చే ఏర్పాటు చేసాం. ప్రొ. సారాభాయి మళ్ళీ బటన్ నొక్కారు. ఈ సారి మందుగుండు పేలి నోస్ కోన్ పైకెగిరింది. ప్రొ. సారాభాయి నన్నూ, కాలేనూ అభినందించారు కానీ ఆయన ఆలోచనలెక్కడో ఉన్నట్టుగా ఆయన ముఖకవళికలు చెప్పకనే చెప్పాయి. ఆయన మనసులో ఏముందో మేమూహించ లేకపోయాం. కానీ ఆ ఉత్కంఠ ఎక్కువ సేపు ఉండే అవకాశం లేకపోయింది. ఆయన కార్యదర్శి నన్ను ఒక ముఖ్య విషయంపై మాట్లాడటానికి భోజనం తరువాత ప్రొ. సారాభాయిని కలవవలసిందిగా కబురు చేసాడు.

ప్రొ. సారాభాయి కోవలన్ పేలస్ హోటల్లో బస చేసి ఉన్నారు. ఆయన త్రివేండ్రం వచ్చినప్పుడల్లా అక్కడే బస చేస్తారు. నేను ఆయన పిలుపుకి కంగారుపడ్డాను. ప్రొ. సారాభాయి నన్ను ఎప్పటిలానే సాదరంగా ఆహ్వానించారు. ఆయన నాతో రాకెట్ లాంచింగ్ స్టేషన్ గురించీ, లాంచ్ పాడ్‌లు, బ్లాక్ హౌజులూ, టెలిమెట్రీ లాంటి సదుపాయాలు గురించీ మాట్లాడారు. అప్పుడు చివరగా ఆరోజు పొద్దున్న జరిగిన సంగతిని ప్రస్తావించారు. ఇదే నేను అమితంగా భయపడ్డది. కానీ నా నాయకుడి నుంచి మందలింపు వస్తుందని నేను అనుకోవడం తప్పే. మందుగుండు పేలకపోవడానికి కారణం అతని సిబ్బందికి తెలివితేటలు తక్కువయ్యో లేదా నైపుణ్యం చాలకనో, లేదా ఆ దశలో అవగాహన చాలకపోవడం వల్లనో అని ఆయన భావించడం లేదు. మీదు మిక్కిలి ఆయన అడిగిందేమంటే మా పని మాకు తగినంత ఉత్సాహాన్నివ్వ లేకపోతోందా అని. అక్కడితో ఆగక, మేము ఇంతదాకా గుర్తించని సమస్య ఏదన్నా మాకు అడ్డుపడుతోందేమో చూడమని అన్నారు. చిట్టచివరికి ఆయన అసలు సంగతికి వచ్చారు. మా రాకెట్ దశలన్నిటినీ అనుసంధానించే ఒక సమగ్ర నియంత్రణ లోపించడం గురించి ఆయన ఆలోచించారు. ఎలెక్ట్రికల్, మెకానికల్ ఇంజనీరింగ్ పనులు వివిధ దశల్లో కొనసాగుతున్నాయి. కానీ వాటిని ఒక తాటిమీదకు తెచ్చే ప్రయత్నం మాత్రం స్వల్పంగానే ఉండింది. ఆ తరువాత ప్రొ. సారాభాయి మా బాధ్యతల్ని పునర్నిర్వచించారు. ఒక రాకెట్ ఇంజనీరింగ్ సెక్షన్‌ని నెలకొల్పే నిర్ణయం ఆ పొద్దుటి పూట ఆ కొద్ది క్షణాల్లోనే ఆయన మనసులో రూపుదిద్దుకుందన్న మాట.

వ్యక్తుల, సంస్థల విషయంలో పొరపాట్లు ఆశయ సాధనని ఆలస్యం చెయ్యవచ్చు లేదా ఆపవచ్చు. కానీ ప్రొ. సారాభాయి వంటి దార్శనికుడి విషయంలో పొరపాట్లు కూడా నూతన ఆవిష్కరణలకీ,నవీన భావాలకీ తెరతియ్యగలవు. ఆయన పట్టించుకున్నది టైమర్ సర్క్యూట్ లోని పొరపాటుని గానీ లేదా ఆ తప్పుకి ఎవరిని నిందించాలా అనీ కాదు. ఆయన

దృక్పథమేమంటే పొరపాట్లు అనివార్యాలే కానీ వాటిని సాధారణంగా నిభాయించ గలమనే. ఒక సంక్షోభాన్ని ఎదుర్కొనే క్రమంలోనే మన ప్రతిభ మనకు తెలిసేది. తరువాత తరువాత తెలుసుకున్నాన్నేను. సమస్యల్ని నివారించడానికి ఉత్తమ మార్గం అవి ఎదురవగలవని ఊహించడమేనని. ఈసారి ఒక టైమర్ సర్క్యూట్ వైఫల్యం ఒక రాకెట్ ఇంజనీరింగ్ లాబరేటరీ ఏర్పడటానికి దారితీసింది.

ప్రతి మిస్సైల్ పానెల్ సమావేశం తరువాతా ఆ సమావేశ విశేషాల్ని ప్రొ. సారాభాయికి వివరించడం నాకు అలవాటు. 1971 డిసెంబర్ 30 న అటువంటి ఒక సమావేశానికి హాజరైన నేను త్రివేండ్రానికి తిరిగివస్తున్నాను. ఆరోజే ప్రొ. సారాభాయి ఎస్.ఎల్.వి పని సమీక్షించడానికి తుంబా వస్తున్నారు. పానెల్ మీటింగ్‌లో చర్చించబడ్డ ముఖ్యాంశాల్ని నేను ఆయనకు బొంబాయి విమానాశ్రయం నుంచే ఫోన్ చేసి వివరించాను. ఆయన నన్ను తనొచ్చేదాకా త్రివేండ్రం విమానాశ్రయంలోనే వేచి ఉండమన్నారు. ఆ రాత్రే ఆయన బొంబాయికి తిరిగి వెళ్ళిపోవాల్సిఉంది.

నేను త్రివేండ్రం చేరేటప్పటికి గాల్లో విషాదం ఆవరించి ఉంది. విమానాశ్రయంలో పనిచేసే కుట్టి గద్గద స్వరంతో సారాభాయి ఇంక లేరని చెప్పాడు. ఆయన కొంతసేపటి కిందే గుండెపోటుతో మరణించారు. చాలా దారుణమైన విఘాతానికి గురయ్యాను నేను. మేం మాట్లాడుకున్న ఒక గంటలోపే ఇదంతా జరిగిపోయింది. అది భారతీయ విజ్ఞాన శాస్త్రానికీ, నాకూ కూడా ఒక శరాఘాతం. సారాభాయి శరీరాన్ని దహనసంస్కారాల కోసం అహ్మదాబాద్‌కి తరలించడంలో ఆ రాత్రంతా గడిచిపోయింది.

1966 నుంచి 71 దాకా దాదాపు 22 మంది శాస్త్రవేత్తలు ప్రొ. సారాభాయితో కలిసి పనిచేసారు. వాళ్ళంతా తరువాత రోజుల్లో వివిధ ప్రాజెక్టులకు నాయకత్వం వహించారు. ప్రొ. సారాభాయి గొప్ప శాస్త్రవేత్త మాత్రమే కాక గొప్ప నాయకుడు కూడా. ఎస్.ఎల్.వి 3 డిజైన్ ప్రగతిని ఆయన రెండునెలలకొకసారి చేపట్టే సమీక్షా సమావేశాల్లో 1970 జూన్ లో సమీక్షిస్తున్న దృశ్యమే నాకింకా గుర్తొస్తూ ఉంటుంది. ఆ ప్రాజెక్టు మొదటి మూడు దశల ప్రదర్శనా అయ్యింది. నాదే నాలుగవ ప్రదర్శన ఇవ్వవలసి ఉంది. ఆ డిజైన్ రూపకల్పనకి కృషి చేసిన నా జట్టు సభ్యులు అయిదుగురినీ పరిచయం చేసాను. వారిలో ప్రతిఒక్కరూ తనవంతు కృషిని సాధికారంగా వివరించడం ప్రతిఒక్కరినీ ఆశ్చర్యపరిచింది. ఆ అంశాల్ని చర్చించి అందరూ మా పని సంతృప్తికరంగా వచ్చిందన్నారు.

ఇంతలో ప్రొ. సారాభాయికి సన్నిహితంగా మెలిగిన ఒక సీనియర్ శాస్త్రవేత్త నా వైపు తిరిగి అన్నాడు కదా 'ఈ ప్రాజెక్టు లో నీ దళ సభ్యులు తాము చేసింది మాకు వివరించేరు. మరి నువ్వు చేసిన కృషి ఏమిటో కూడా వివరించరాదా' అని. ఆ మాటలకి ప్రొ. సారాభాయి ఆగ్రహం చెందాడు. ఆయన ఆగ్రహమెలాంటిదో ఆ రోజే చూసాన్నేను. 'నీకు ప్రాజెక్టు నిర్వహణ

అంటే ఏమిటో తెలిసినట్టులేదు. మనమిప్పుడే కదా ఒక చక్కని ప్రాజెక్టుని చూసాం. దాన్ని తన జట్టు అంతబాగా రూపొందించడానికి నాయకత్వం వహించడమే ఒక ప్రాజెక్టు నాయకుడినించి మనం కోరుకోవాల్సింది. కలాం సమర్థత ఉన్నదక్కడే' అన్నాడాయన తన సహచరుడితో. అందుకే ప్రొ. సారాభాయిని భారతీయ విజ్ఞాన శాస్త్రానికి ఒక మహాత్మాగాంధీ అని భావిస్తాన్నేను. తన ఆదర్శాలతో ఆచరణతో తన బృందంలో నాయకత్వ లక్షణాల్ని జాగృతం చేసాడాయన.

ప్రొ. ఎమ్.జి.కె. మీనన్ తాత్కాలిక నాయకత్వంలో ఇస్రోని నిర్వహించే బాధ్యత ప్రొ. సతీష్ ధావన్‌కి అప్పగించబడింది. తుంబాలోని అన్ని యూనిట్లూ ఒక సమగ్ర సంస్థగా సమీకరించబడి విక్రమ్ సారాభాయి స్పేస్ సెంటర్ వెలిసింది. తన అస్తిత్వానికి కారకుడైన మహనీయుడికి అంతరిక్ష పరిశోధన ఇచ్చిన నివాళి అది. ప్రఖ్యాత లోహ శాస్త్రవేత్త డా. బ్రహ్మప్రకాశ్ వి.ఎస్.ఎస్.సి మొదటి డైరక్టర్‌గా నియమితులయ్యారు.

1972 అక్టోబర్ 8 న రాటో వ్యవస్థ జయప్రదంగా పరీక్షించబడింది. ఉత్తరప్రదేశ్‌లోని బరేలీ వైమానిక దళ స్థావరం దగ్గర ఒక సుఖోయ్ –16 విమానం మీద దాన్ని ప్రయోగించారు. మేము పరీక్షకు పెట్టింది 66 వ మోటార్ని. అప్పుడు ప్రధాన మంత్రికి సాంకేతిక సలహాదారుగా ఉన్న డా. బి.డి.నాగ్ చౌదరీ, ఎయిర్ మార్షల్ శివ్‌దేవ్ సింఘ్‌లు ఆ ప్రయోగాన్ని పరిశీలించారు. ఆ ప్రయత్నం వల్ల దాదాపు నాలుగు కోట్ల రూపాయల విదేశీమారక ద్రవ్యం ఆదా అయిందనుకున్నారు. ఒక పారిశ్రామిక శాస్త్రవేత్త స్వప్నం ఎట్టకేలకు నిజమయ్యింది.

అంతరిక్ష సంఘానికి నాయకత్వం వహించేముందు, అంతరిక్ష పరిశోధన బాధ్యతలు చేపట్టడానికి ముందు ప్రొ. సారాభాయి ఎన్నో పరిశ్రమలు జయప్రదంగా నిర్వహించారు. పరిశ్రమలతో సంబంధం లేకుండా శాస్త్రీయ పరిశోధన నిలవలేదని ఆయనకు తెలుసు. సారాభాయి కెమికల్స్, సారాభాయి గ్లాస్, సారాభాయి మెర్క్ లిమిటెడ్, సారాభాయి ఇంజనీరింగ్ గ్రూప్ ఆయన స్థాపించినవాటిలో ఉన్నాయి. ఆయన స్థాపించిన స్వస్తిక్ ఆయిల్ మిల్స్ నూనె ఉత్పాదనలోనూ, సింతటిక్ డిటర్జంట్లు, సౌందర్య సాధనాల తయారీలోనూ ప్రసిద్ధి చెందింది. ఆకాశాన్నంటే ధర చెల్లించి ఆ రోజుల్లో పెన్సిలిన్ దిగుమతి చేసుకోబడేది. అందుకని దాన్ని దేశీయంగా ఉత్పత్తి చెయ్యడానికి ఆయన స్టాండర్డ్ ఫార్మాస్యూటికల్ లిమిటెడ్‌ని స్థాపించారు. ఇప్పుడు రాటో మోటార్ల దేశీకరణతో ఆయన కొత్త పుంత తొక్కినట్లైంది. మిలిటరీ హార్డ్ వేర్ ఉత్పత్తిలో స్వదేశీ సామర్థ్యాన్ని సాధించడం ఆ విధంగా కోట్లాది రూపాయల విదేశీ మారక ద్రవ్యాన్ని ఆదా చెయ్యడమనేవి దేశానికి నిజంగా స్వాతంత్ర్యాన్ని తీసుకొచ్చాయి.

రాటో విజయవంతంగా పరీక్షించబడ్డ ఆ రోజుని నేనిప్పటికీ గుర్తుకి తెచ్చుకోగలుగుతున్నాను. అన్ని ఖర్చులతో కలిపి మేము ఆ ప్రాజెక్టు మీద పెట్టిన వ్యయం 25 లక్షలకు

మించదు. భారతీయ రాటో ఒక దాని తయారీకి 17,000 రూపాయలు ఖర్చైతే దాన్ని దిగుమతి చేసుకోవడానికి 33,000 రూపాయలు ఖర్చయ్యేది.

విక్రం సారాభాయి అంతరిక్ష కేంద్రంలో ఎస్.ఎల్.వి పూర్తి స్థాయిలో తయారవుతోంది. అన్ని ఉపవ్యవస్థలకి డిజైన్‌లు తయారయ్యాయి. అవసరమైన సాంకేతిక పరిజ్ఞానాలు గుర్తించబడ్డాయి. వర్క్ సెంటర్లు నెలకొల్పబడ్డాయి. సిబ్బంది కేటాయింపులయ్యాయి. కార్యక్రమ ప్రణాళికలు తయారయ్యాయి. ఇక ఉన్న ఒకే ఒక్క కొరత ఏమంటే వివిధ స్థాయిల్లో వివిధ స్థలాల్లో ఎవరిదారిన వాళ్ళు పనిచేసుకుపోతుంటే వారందరి కృషినీ సమన్వయపరచే ఒక కేంద్రీకృత నిర్వహణ వ్యవస్థ లేకపోవడమే.

డా. బ్రహ్మ ప్రకాశ్ తో చర్చించి ప్రొ. ధావన్ నన్నీ పనికి ఎంపిక చేసారు. నేను ఎస్.ఎల్.వి-3 కి ప్రాజెక్టు మానేజర్‌గా నియమించబడ్డాను. నేను నేరుగా అంతరిక్ష కేంద్రం డైరక్టర్ కింద పనిచెయ్యవలసి ఉంటుంది. గోవారీకర్, కురుప్, ముతునాయగం వంటి హేమాహేమీలుండగా నన్నే ఆ పనికి ఎందుకు ఎంపిక చేసారో నాకు అర్థం కాలేదు. ఈశ్వరదాస్, అరవముదం, ఎస్.సి. గుప్తా వంటి నిర్వాహకులు అందుబాటులో ఉండగా వారికన్నా నేనే మాత్రం మిన్నగా పనిచెయ్యగలనని? డా. బ్రహ్మప్రకాశ్ ముందు నా మనసులో మాట బయటపెట్టాను. ఆయన నన్ను ఇతరులతో పోల్చుకుని చూసుకోవద్దని వాళ్ళని మించి పనిచెయ్యడానికి ప్రయత్నించమనీ అన్నాడు.

పనిలో సామర్థ్యాన్ని కిందకు గుంజే అంశాల పట్ల జాగ్రత్తగా ఉండమనీ, ఒక్కసారిగా అత్యధిక సామర్థ్యాన్ని పనిలో ఆశించవద్దనీ డా. బ్రహ్మప్రకాశ్ నాకు సూచించాడు. 'ఎస్.ఎల్.వి రూపకల్పనకి ఎవరేమి చెయ్యవలసిఉందో వారదంతా చేస్తారు. నీ పనేమిటంటే మొత్తం పనిని వారందరినుంచీ రాబట్టడమే. ఈ ధ్యేయంలో వేలాదిమంది పాల్గొంటున్నారు. కాబట్టి నువ్వు అపారమైన సహనంతో పనిచెయ్యాల్సిఉంటుంది' అన్నాడాయన.

ఆ మాటలు 'మంచి చెడ్డల్ని వేరుచేసే సామర్థ్యం గురించి' నా తండ్రి ఖురాన్ నుంచి వినిపించే వాక్యాల్ని గుర్తుకు తెచ్చాయి. **'మేము మీకోసం పంపిన దేవదూతలు ఆకలి వెయ్యని వాళ్ళూ, అంగడిలో నడవని వాళ్ళూ కాదు. మిమ్మల్ని మేము మీ మీ మనుషుల ద్వారానే పరీక్షిస్తాం. సహనం పట్టి ఉండలేరా?'**

అటువంటి సందర్భాల్లో పైకి తేలే వైరుధ్యాల గురించి నాకు ఎరుక ఉంది. బృంద నాయకత్వం వహించే వారిలో తరచు రెండు రకాల ధోరణులు కనవస్తాయి. కొందరికి పని ముఖ్యం. కొందరికి పనికన్నా తమ సహచరులు ముఖ్యం. చాలామంది ఈ రెండు దృక్పథాల మధ్యలో ఎక్కడో ఒకచోట ఉంటారు. ఇలా కేవలం పని మాత్రమే కానీ లేదా సహచరులు మాత్రమే కానీ ముఖ్యమనుకునే ఈ రెండు ధోరణుల్నీ సవరించడమే నా పని. మనుషులు

ఇలా రెండు తీవ్ర ధోరణుల వైపూ మొగ్గు చూపకుండా పనీ సహచరులూ రెండూ ముఖ్యమన్నట్లుగా పనిచేయించాలని నిశ్చయంచుకున్నాను. నా బృందంలో ప్రతి ఒక్కరూ తన సహచరుడి పనిని బలపర్చేటట్టు ఉండాలనీ అలాగే తన సహచరుల పని నుంచి ప్రతి ఒక్కరూ బలం పుంజుకోవాలనీ నేను కలగన్నాను.

ఎస్.ఎల్.వి ప్రాజెక్టు ప్రధాన ఆశయం భూ భ్రమణ కక్ష్యలో 400 కిలోమీటర్ల దూరంలోకి ఒక 40 కేజీల ఉపగ్రహాన్ని ప్రవేశపెట్టడం. అందుకు తగ్గట్టుగా ఒక ప్రామాణిక ఎస్.ఎల్.వి వ్యవస్థని రూపొందించడం.

అందుకు మొదటి అడుగ్గా నేను ఈ ప్రధాన ఆశయాన్ని కొన్ని ముఖ్య కార్యక్రమాలుగా విడగొట్టుకున్నాను. వెహికిల్ నాలుగు దశల కోసం ఒక రాకెట్ మోటార్ వ్యవస్థని అభివృద్ధి పర్చడం అందులో ఒకటి. అలాగే వెహికిల్ నియంత్రణా, మార్గదర్శకత్వమూ మరొకటి. ప్రయోగ సదుపాయాల సవిస్తరమైన ఏర్పాటు మరొకటి. 1973 మార్చి నాటికి అంటే మరొక 64 నెలల్లో మా నౌక పరీక్షకు పంపబడాలన్నది మా కిచ్చిన లక్ష్యం.

తీసుకున్న విధాన నిర్ణయాల్ని అనుసరించి, ప్రాజెక్టు నివేదిక ప్రకారం, ఆమోదిత నిర్వహణ ప్రణాళిక ప్రకారం నేను నా కార్యక్రమాన్ని అమలు చెయ్యడానికి పూనుకున్నాను. ఇందుకు అవసరమైన అధికారాల్ని డైరెక్టర్ నాకు బదలాయించారు. నాకు సూచనలు ఇవ్వడానికి డా. బ్రహ్మప్రకాశ్ నాలుగు సలహా సంఘాలు ఏర్పాటుచేసారు. అవి రాకెట్ మోటార్లూ తదితర వస్తు సామగ్రిపైన, నియంత్రణ, మార్గదర్శకత్వంపైన , ఎలెక్ట్రానిక్స్, అలాగే మిషన్ ప్రయోగం పైన సలహా ఇస్తాయి. హేమాహేమీలైన డి.ఎస్.రాణే, ముతునాయగం, టి.ఎస్.ప్రహ్లాద, ఏ.ఆర్ ఆచార్య, ఎస్.సి. గుప్తా, సి.ఎల్ అంబారావు వంటి వారి సహకారం నాకు సంసిద్ధంగా ఉండేది.

పవిత్ర ఖురాన్ ఘోషిస్తోంది. **'మీ పూర్వికుల్లో సత్పురుషుల్నినిందించిన వారికి ఎటువంటి గతి పడుతుందో మేము మీకు ఉదాహరణలతో రుజువు చేసాం'** అని. ఆ మహనీయ శాస్త్రవేత్తల సహకారాన్ని కోరుకుంటున్నప్పుడు ఈ వాక్యాలు నాకెప్పుడూ గుర్తుండేవి. **'ఆయన ఎవరిని ఎంచుకుంటాడో వారి మీద వెలుగు వెనుక వెలుగు ప్రసరిస్తాడు. ఆయన సర్వజ్ఞుడు.'** అన్న వాక్యం కూడా.

ప్రాజెక్టు కార్యక్రమాల నిర్వహణకు మేము మూడు బృందాలు ఏర్పరచాం. ఒకటి కార్యక్రమ నిర్వహణ బృందం, రెండవది ఉపవ్యవస్థల అభివృద్ధి బృందం, మూడవది సమీకరణ, ఉపగ్రహ పరీక్షా బృందం. కార్యక్రమ నిర్వహణ బృందం ఎస్.ఎల్.వి -3 యొక్క అన్ని కార్య నిర్వాహక అంశాల్నీ చూసుకునేది. ప్రాజెక్టు నిర్వహణ, పరిపాలన, ప్రణాళిక, మూల్యాంకన, ఉపవ్యవస్థల పని నిర్ధారణ, వస్తువులు, అమరిక, క్వాలిటీ నియంత్రణ వారి బాధ్యతలు. రెండో బృందం ఎస్.ఎల్.వి-3 ప్రయోగ పరీక్షలకు సంబంధించిన అన్ని అంశాల్నీ

చూసుకునేది. వెహికిల్ సామర్థ్య విశ్లేషణ, యాంత్రిక వాయుగతి సంబంధ సమస్యల నిర్వహణ ఉండేవందులో. ఉపవ్యవస్థల నిర్వహణ బృందం వివిధ ఉపవ్యవస్థల మధ్య తలెత్తే సమన్వయ సమస్యల్ని పరిష్కరించేది.

ఎస్.ఎల్.వి-3 కోసం నాకు 275 మంది ఇంజనీర్లు శాస్త్రవేత్తలు అవసరం కాగా 50 మంది మాత్రమే లభించారు. గొప్ప సమన్వయం వల్ల సాధ్యపడింది గానీ లేకపోతే ఆ ప్రాజెక్టు ఎప్పటికీ ప్రారంభ దశలోనే ఉండిపోయేది. కొందరు యువ ఇంజనీర్లు ఎం.ఎస్.ఆర్.దేవ్, జి. మాధవన్ నాయర్, ఎస్. శ్రీనివాసన్, యు. ఎస్. సింగ్, సుందర్ రాజన్, అబ్దుల్ మజీద్, వేద్ ప్రకాశ్ సండ్లాస్, నంబూదిరి, శశికుమార్, శివథాను పిళ్ళై వంటి వారు తమ పనికి సూత్రాలు తమే రూపొందించుకుని సమర్థంగా పని చేసారు. వారు అద్భుతమైన వ్యక్తిస్థాయి ఫలితాల్నీ బృందవిజయాల్నీ కూడా సాధించారు.

తాము ఏదన్నా సాధిస్తే ఆ సంతోషాన్ని అందరితో కలిసి పరస్పర ప్రశంసాత్మకంగా పంచుకునే అలవాటుండేది వాళ్ళకి. ఇది వాళ్ళ మనోధర్మాన్ని బలపర్చడమే కాక, ఆశాభంగాలెదురైనప్పుడు తట్టుకునే శక్తినీ, తీవ్రమైన పని ఒత్తిడి తరువాత తమని తిరిగి సమాయత్త పరుచుకోవడానికి బలాన్నీ ఇచ్చేది.

ఎస్.ఎల్.వి ప్రాజెక్టులోని ప్రతి వ్యక్తీ తన రంగంలో ఒక ప్రత్యేక నిపుణుడు. అందువల్ల ప్రతిఒక్కరూ తమ స్వాతంత్ర్యాన్ని విలువైందిగా భావించడం సహజం. అటువంటి నిపుణుల పనిని సమన్వయపరచడానికి ఆ బృంద నాయకుడు ఎంతో సమతూకం చూపించాలి. ఇది రెండు పద్ధతుల మధ్య సమతూకం. ఒక పద్ధతి ప్రకారం అతడు తన సహచరుల పనిలో ప్రతిరోజూ తను కూడా క్రియాశీలకంగా పాల్గొంటాడు. రెండోపద్ధతిలో అతడు తన బృంద సభ్యుల స్వేచ్ఛని మన్నిస్తూ వారి పనులు వారు ఏ అడ్డూ లేకుండా చేసుకునే వీలు కలిపిస్తాడు. అది కార్యకర్తల్లో స్వీయ ప్రోత్సాహాన్ని పెంచుతుంది. నాయకుడు మొదటి పద్ధతిని అతిగా పాటిస్తే అది తన సభ్యుల పనిలో మరీ అతిగా జోక్యం చేసుకున్నట్టవుతుంది. అలాగని రెండో పద్ధతిని మరీ పాటిస్తే అది తన కార్యకర్తల్ని పట్టించుకోకుండా ఉదాసీనత వహించడమవుతుంది.

అప్పటి ఎస్.ఎల్.వి ప్రాజెక్టు సభ్యులు నేడు దేశంలోని అత్యంత ప్రతిష్ఠాత్మక కార్యక్రమాలకు నాయకత్వం వహిస్తున్నారు. ఎం.ఎస్.ఆర్. దేవ్ ఎ.ఎస్.ఎల్.వి ప్రాజెక్టుకీ, మాధవన్ నాయర్ పి.ఎస్.ఎల్.వి ప్రాజెక్టుకీ నాయకత్వం వహిస్తూండగా సండ్లాస్, శివథాను పిళ్ళై డిఫెన్స్ ఆర్గనైజేషన్ కేంద్ర కార్యాలయంలో ముఖ్య నియంత్రణాధికారులుగా ఉన్నారు. వారిలో ప్రతిఒక్కరూ నిరంతర కఠోర శ్రమ వల్ల, అచంచలమైన సంకల్ప శక్తి వల్ల ప్రస్తుత ఉన్నత స్థానాలకు ఎదగగలిగారు. అది నిజంగా అత్యంత ప్రతిభావంతుల బృందమనడంలో సందేహం లేదు.

7

ఎస్.ఎల్.వి సారథ్యం తీసుకున్న తరువాత నా సమయాన్ని నిర్వహించుకోవడంలో నాకు చాలా ఇబ్బంది కలుగుతూండేది. ఒక వైపు కమిటీ బాధ్యతలు, మరొక వైపు వస్తుసామగ్రి సేకరణ, ఉత్తర ప్రత్యుత్తరాలు, సమీక్షలు, సమావేశాలు, వివిధ అంశాలపైన ఎప్పటికప్పుడు తెలుసుకోవాల్సిన అవసరాలు చుట్టుముట్టేవి

తెల్లవారు జామున నా బస చుట్టూ ఓ రెండు కిలోమీటర్లపాటు నడకతో నా రోజు మొదలయ్యేది. ఆ సమయంలోనే దినప్రణాళికని స్థూలంగా మనసులోనే రూపొందించు కునేవాణ్ణి. అందులో కనీసం రెండు ముఖ్యమైన అంశాలు, వాటిల్లో ఒకటి తప్పకుండా మా దీర్ఘ కాల ఆశయాలకు సంబంధించింది ఉండేలా చూసుకునేవాణ్ణి.

ఆఫీసుకి చేరగానే మొదట పది నిమిషాలు నా టేబిల్ శుభ్ర పరచుకునేవాణ్ణి. ఆ పని చేసాక నాకొచ్చిన కాగితాల్ని ముందు ఒక్క గుక్కలో తిరగేసేవాణ్ణి. ఆ తరువాత వాటిని వివిధ అంశాలుగా విడగొట్టుకునేవాణ్ణి. తక్షణమే చర్య తీసుకోవాల్సినవి, అంతగా ప్రాధాన్యం ఇవ్వనవసరం లేనివి, పెండింగ్‌లో ఉంచదగ్గవి, చదువుకోదగ్గ సమాచారమూ అని వాటిని విడదీసుకునే వాణ్ణి. ఇక అప్పుడు అత్యధిక ప్రాధాన్యం ఇవ్వవలసిన కాగితాలు ముందేసుకునే వాణ్ణి. ఇక తక్కినవేవీ నాకు అగుపించేవి కావు.

ఎస్.ఎల్.వి లో నిర్మాణంలో భాగంగా 250 ఉప నిర్మాణాలూ, 44 ప్రధాన ఉపవ్యవస్థలూ రూపుదాల్చాయి. పదిలక్షల రకాలకు పైగా వాటికి కావలసిన వస్తువుల జాబితా

తయారయ్యింది. ఏడేళ్ల నుంచి పదేళ్ళ కాలపరిమితితో ఒక ప్రాజెక్టు ఆచరణ సంఘం అవసరమయ్యింది. అవసరమైనమేరకు నిధులూ మానవవనరులూ అంతరిక్ష కేంద్రం నుంచీ షార్ కేంద్రం నుంచి మాకు మళ్ళించబడాలని ప్రొ. ధావన్ స్పష్టం చేసారు. మా వైపు నుంచి మేమొక నిర్వహణ వ్యూహాన్ని తయారుచేసాం. అందులో 300 పరిశ్రమలకు పైబడి మాతో సహకరించవలసి ఉంది. మా పరస్పర సహకారం వల్ల వాళ్ళ సాంకేతిక సాధికారత పెరగాలన్నది లక్ష్యం. నా సహచరులకు నేను మూడు విషయాలు స్పష్టం చేసాను. డిజైన్ సామర్థ్యం ప్రాముఖ్యం, లక్ష్యనిర్దేశమూ, సాధనా, ఎదురుదెబ్బల్ని తట్టుగోగలిగే శక్తీ. ఎస్.ఎల్.వి-3 ప్రాజెక్టుకి సంబంధించిన సూక్ష్మ అంశాల్ని వివరించబోయే ముందు ఆ ప్రాజెక్టు గురించి కొద్దిగా వివరించనివ్వండి.

ఒక లాంచ్ వెహికిల్‌ని మానవదేహంతో పోల్చి వివరించడం ఆసక్తికరం గా ఉంటుంది. దాని ప్రధాన యంత్రదేహాన్ని మానవ దేహంతోనూ, దాని నియంత్రణ, మార్గదర్శక వ్యవస్థలను మానవుడి మెదడుతోనూ పోల్చవచ్చు. ఇక కండరాల బలం దాని చోదకాలు.

అది ఏయే పదార్థాల్తో తయారవుతుంది? దాన్ని ఎలా తయారుచేస్తారు? ఏ పద్ధతుల్ని అనుసరిస్తారు? ఒక లాంచ్ వెహికిల్‌ని తయారుచెయ్యడానికి లోహాలూ అలోహాలూ కూడా పెద్ద ఎత్తున అవసరమవుతాయి. లోహాల్లో వివిధ రకాల ఉక్కు, అల్యూమినియం మెగ్నీషియం, టిటానియం, రాగి, బెరీలియం, తుత్తునాగం, మాలిబ్డినం వాడతారు. సంయుక్త పదార్థాలు సాధారణంగా ఒక దానిలో ఒకటి కరిగిపోని రెండు లేదా అంతకు మించిన పదార్థాల సమ్మిశ్రమాలు. ఆ విధంగా కలపబడేవి లోహాలు కావచ్చు, సేంద్రియ పదార్థాలు కావచ్చు, నిరింద్రియ పదార్థాలు కావచ్చు. ఎక్కువ వాడబడే సంయుక్త పదార్థాలు నిర్మాణ సంబంధమైనవే. మేము ఎక్కువగా గ్లాస్ ఫైబర్ రీఇన్ఫోర్స్డ్ ప్లాస్టిక్ సంయుక్త పదార్థాల్ని వాడేవాళ్లం. వాటితో పాటు కేవ్లార్, పోలీఅమైడ్స్, కర్బన-కర్బన సంయుక్త పదార్థాలకు కూడా తలుపులు తెరిచాం. అలోహాల్లో పింగాణి ముఖ్యమైంది. వాటిని మైక్రోవేవ్‌కి చుట్టే పారదర్శక తొడుగుల్లో వాడతారు. మేము ముందు పింగాణిని వాడదామనే అనుకున్నా, సాంకేతిక పరిమితులవల్ల తరువాత ఆ ఆలోచనని వదిలిపెట్టేసాం.

యాంత్రిక పద్ధతుల ద్వారా ఈ పదార్థాలు హార్డ్‌వేర్ గా మారుతాయి. రాకెట్ నిర్మాణంలో మెకానికల్ ఇంజనీరింగ్ పాత్ర చాలా విశిష్టమైంది. సున్నితమైన పరికరాల మొదలుకుని చరమ నిర్మాణం వరకూ ప్రతి ఒక్క పనీ మెకానికల్ ఇంజనీర్ లేకుండా సాగదు. కొన్ని ముఖ్యమైన సాంకేతిక పరిజ్ఞానాల్ని మాకై మేమే అభివృద్ధి పరచాలనుకున్నాం. కొన్ని ముఖ్యమైన యంత్రాల్ని మేమే తయారుచేసుకోవాలనుకున్నాం. మా ఉప వ్యవస్థలు కొన్ని ఎంత పెద్దవంటే వాటి ఆర్థిక అవసరాలు కూడా అంతే గణనీయంగా ఉండేవి. మేము నిస్సంకోచంగా ప్రైవేట్

సెక్టర్‌లోని పరిశ్రమలతో నిర్వహణ ప్రణాళికల్ని కాంట్రాక్ట్ కుదుర్చుకున్నాం. తరువాత రోజుల్లో ఎన్నో శాస్త్రీయ సాంకేతిక ఆధారిత ప్రభుత్వ వ్యాపార సంస్థలకు అవే నమూనాలయ్యాయి.

ఎస్.ఎల్.వి కి ప్రాణతుల్యమైన అంశాల విషయానికొస్తే దానికి చలనాన్నిచ్చేది ఒక సంక్లిష్ట విద్యుత్ ప్రసార సర్క్యూట్. ఈ సంక్లిష్ట వ్యవస్థని అంతరిక్ష పరిశోధనలో ఏవియోనిక్స్ అంటారు. అంతరిక్ష కేంద్రంలో డిజిటల్ ఎలెక్ట్రానిక్స్, మైక్రోవేవ్ రాడార్లు, జడ పదార్థాల వ్యవస్థల్లో అభివృద్ధి దిశగా ప్రయత్నాలు ఎప్పుడో మొదలయ్యాయి.

ఎస్.ఎల్. వి ఎగురుతున్నప్పుడు దాని స్థితి ఎలాఉంటుందో తెలుసుకోవడం కూడా అవసరం. భౌతిక శాస్త్ర అంశాలైన పీడనం, బలం, ప్రకంపనం, త్వరణం వంటి వాటిని లెక్కించడం మీద ఆధారపడే ట్రాన్స్‌డ్యూసర్ల అభివృద్ధికి ఎస్. ఎల్. వి వల్ల కొత్త కార్యక్రమాలకు అవకాశం కలిగింది. ఈ ట్రాన్స్‌డ్యూసర్లు భౌతిక ప్రమాణాల్ని విద్యుత్ సంకేతాలుగా మారుస్తాయి. నౌకలో ఉండే టెలీమెట్రీ వ్యవస్థ ఈ సంకేతాల్ని అర్థం చేసుకుని కింద స్థావర కేంద్రాలకు రేడియో సంకేతాలుగా మార్చి పంపిస్తుంది. అక్కడ వాటిని విశ్లేషించి తిరిగి ట్రాన్స్‌డ్యూసర్లకు పంపిస్తారు. వ్యవస్థలన్నీ అనుకున్నట్టు పనిచేస్తే ఏ సమస్యా లేదు. కానీ ఎక్కడన్నా ఏదన్నా చెడిపోతే ఆ వెహికిల్ పక్క దారులు పట్టకుండా దాన్ని ధ్వంసం చెయ్యవలసిఉంటుంది. ఇటువంటి రక్షణ చర్యగా రాకెట్ పనిచెయ్యని సందర్భాల్లో దాన్ని ధ్వంసం చెయ్యడానికి ఒక ప్రత్యేక టెలీకమాండ్ వ్యవస్థ ఏర్పాటై ఉంటుంది. ఎస్.ఎల్.వి ఎక్కడుందో తెలుసుకోవడానికి రాడార్ వ్యవస్థకి అనుసంధించి ఒక ఇంటర్ ఫెరోమీటర్ కూడా ఉంటుంది.

ఎస్.ఎల్.వి ప్రాజెక్టు వల్ల సీక్వెన్సర్ల ఉత్పత్తికూడా దేశంలో పెద్ద ఎత్తున చేపట్టవలసి వచ్చింది. ఈ సీక్వెన్సర్లు వివిధ ఘటనలు అంటే ప్రారంభం, వివిధ దశలుగా నౌక విడిపోవడం, సమాచార సేకరణకు వివిధ ఎత్తుల్లో నౌక ప్రయాణిస్తున్న విషయాన్ని తెలుసుకోవడం వంటి వివిధ దశల్ని తెలియచేస్తాయి. అలాగే రాకెట్ నిర్ణీత పంథాలో ముందుకు సాగేటట్లుగా తగిన నిర్ణయాలు తీసుకునేలా నౌకకు సహకరించే ఆటో పైలట్ ఎలెక్ట్రానిక్స్ అభివృద్ధి కూడా దేశీయంగా సాధ్యపడింది.

మొత్తం వ్యవస్థని ముందుకు తోయగల చోదకాలు లేకుండా ఏ లాంచ్ వెహికిలూ ముందుకు సాగలేదు. ఒక చోదకమంటే తను మండటం ద్వారా ఉష్ణాన్ని పుట్టించి రాకెట్ ఇంజన్ని ముందుకు తోయగల తోపుడు శక్తిని ఇవ్వగలిగే పదార్థం. అది స్వయంగా ఒక శక్తికారకం, అలాగే ఆ శక్తివిస్తరణకు అవసరమైన పదార్థం కూడా. ఈ భేదం ఇంత స్పష్టం కనుకనే రాకెట్లలో వాడే రసాయనాల్ని ఇంధనాలనకుండా చోదకాలంటారు.

చోదకాలు రెండురకాలని చెప్పడం ఆనవాయితీ. ఒకటి ఘన రూపం. రెండవది ద్రవ రూపకం. మేము ఘన చోదకాల మీద ఎక్కువ దృష్టిపెట్టాం. ఒక ఘన చోదకంలో మూడు అంశాలుంటాయి: ఆక్సిడైజర్, ఇంధనం, సంకలితాలూను. ఘన చోదకాల్ని మరొక రెండు రకాలుగా కూడా వర్గీకరించవచ్చు. సంయుక్తాలు, ద్విగుణాధారాలూ అని. మొదటిదానిలో ఒక ఆక్సిడైజర్ కానీ లేదా అమ్మోనియం పెర్‌క్లోరేట్ లాంటి నిరింద్రియ పదార్థం సింథటిక్ రబ్బర్ లాంటి సేంద్రియ ఇంధనకోశం లో నిక్షిప్తమయి ఉంటుంది. ఇక ద్విగుణాధార చోదకాలు ఆ రోజుల్లో సుదూర స్వప్నాలే అయినప్పటికీ వాటికోసం కలగనకుండా ఉండలేకపోయేవాళ్ళం.

ఈ స్వయం పోషకత్వం, దేశీయ సామర్థ్యం నిదానంగా ఒనగూడాయి కానీ కష్టపడకుండా మాత్రం కాదు. మా బృందం లోని ఇంజనీర్లమంతా దాదాపుగా మా స్వయం శక్తితో పైకి వచ్చినవారమే. ఇప్పుడు వెనక్కి తిరిగి చూస్తుంటే అనిపిస్తోంది మా అశిక్షిత ప్రతిభ, శీల సంపత్తి, అంకితభావం ఎస్.ఎల్.వి రూపకల్పనకు సరిపోయినవనే. సమస్యలు తరచు వెంటాడుతుండేవి. కానీ నా సహనం వల్ల నా బృంద సభ్యులెప్పుడూ విసిగిపోలేదు. ఒక అర్ధరాత్రి షిఫ్ట్ తరువాత ఇలా రాసుకున్న గుర్తు.

ఆదరంగా సాహసంగా సత్యంగా
క్షణ క్షణం సుదీర్ఘ దినాంత వేళ దాకా
పనిచేసే హస్తాలే సుందరాలు

మా పనికి సమాంతరంగా డిఫెన్స్ ఆర్గనైజేషన్ ఒక దేశీయ మిస్సైల్ ని తయారుచేస్తోంది. రాటో ప్రాజెక్టు ఏ విమానాల కోసం మొదలుపెట్టారో ఆ విమానాలు పాత తరానివి అయిపోయినందున ఆ ప్రాజెక్టు మూతపడింది. కొత్త యుద్ధ విమానాలకు రాటో అవసరం లేదు. ఆ ప్రాజెక్టు ఆగిపోవడంతో మిస్సైల్ రూపకల్పనకు డిఫెన్స్ ఆర్గనైజేషన్ సహజంగానే నారాయణన్‌ను ఎన్నుకుంది. ఇస్రోలో లా కాకుండా వారు సాంకేతిక అభివృద్ధి పనితీరు, మెరుగుదల వంటి వాటి మీద దృష్టిపెట్టకుండా ఒకదానికొకటి నకలును తయారుచేసుకునే పద్ధతిని అనుసరించారు. దానికి వారు ఎస్.ఎ.-2 రష్యన్ మిస్సైల్ ను నమూనాగా తీసుకుని దాన్ని క్షుణ్ణంగా అధ్యయనం చెయ్యడానికి పూనుకున్నారు. వారి ఆలోచనేమంటే ఒక నమూనాను బట్టి ఒకటి తయారుచెయ్యగలిగాక ఆ దారిలో కొత్త పుంతలు తొక్కడం సహజం గానే సాధ్యపడుతుందని. ఆ ప్రాజెక్టుకి 1972 లో అనుమతి లభించింది. దానికి డెవిల్ అనే సంకేత నామ మిచ్చారు. మొదటి మూడు సంవత్సరాలకు రు. 5 కోట్లు మంజూరు చేసారు కానీ అందులో సగానికి సగం విదేశీ సామగ్రి కొనుగోలుకే ఖర్చవుతుంది.

పదోన్నతి పైన నారాయణన్ డిఫెన్స్ లాబ్ డైరక్టర్‌గా నియమితుడయ్యాడు. హైదరాబాద్‌కి ఆగ్నేయ దిశలో ఉన్న తన నవీన ప్రయోగశాల భుజాన ఒక పెద్ద బాధ్యతని నారాయణన్ ఎత్తుకున్నాడు.

సమాధులతోనూ, పాత శిథిలాలతోనూ ఆవరించిఉన్న ఆ ప్రాంతమంతా ఇక కొత్త జీవితంతో సంచలిస్తోంది. నారాయణన్‌ది గొప్ప శక్తిమంతమైన వ్యక్తిత్వం. ఎప్పుడూ ముందుకు దూసుకుపొయ్యే ఉత్సాహంతోనే ఉంటాడాయన. తన ప్రయోగశాలకి పెద్ద ఎత్తున ఉత్సాహవంతులైన మనుషుల్ని సహాయంగా తీసుకున్నాడు. ఎస్.ఎల్.వి పనుల్లో పూర్తిగా మునిగి ఉన్నందున మిస్సైల్ పానెల్ సమావేశాల్లో నా ప్రాతినిధ్యం నెమ్మదిగా పలచబడి చివరికి ఆగిపోయింది. అయితే నారాయణన్ గురించీ అతని డెవిల్ గురించీ కథలు కథలుగా త్రివేంద్రం దాకా వినవస్తుండేవి. అనూహ్యమైన నూతన సంరంభం అక్కడ చెలరేగుతుండేది.

రాటో ప్రాజెక్టు రోజుల్లో నారాయణన్‌తో సాంగత్యంలో నేను గ్రహించినదేమంటే అతడు పని విషయంలో చాలా చాలా ఖచ్చితమైన మనిషి అని. తన పని మీద అదుపు కోసం, ప్రాబల్యం కోసం, ఆధిపత్యం కోసం తపిస్తాడని. అతనిలాగా ఏమైనా కానివ్వ ఫలితాల్ని రాబట్టి తీరతామని అనేవాళ్లు దీర్ఘకాలంలో ఒక నిశ్శబ్ద తిరుగుబాటునీ, సహాయ నిరాకరణాన్నీ ఎదుర్కోవలసి ఉంటుంది.

1975 కొత్త సంవత్సరం మొదలవుతూనే నాకు నారాయణన్ చేస్తున్న పనిని స్వయంగా అంచనా వెయ్యగల అవకాశాన్నిచ్చింది. అప్పుడు ఎమ్.జి.కె. మీనన్ డి.ఆర్.డి.ఓ కు అధ్యక్షులుగా గానూ, రక్షణమంత్రికి సాంకేతిక సలహాదారుగానూ ఉండేవారు. ఆయన డెవిల్ ప్రాజెక్టులో అంతదాకా జరిగిన కృషిని మూల్యాంకనం చెయ్యడానికి డా. బ్రహ్మప్రకాశ్ అధ్యక్షతన ఒక కమిటీని నియమించారు. అందులో నేను రాకెట్ నిపుణుడిగా ఎంచుకోబడ్డాను. మిస్సైల్ తాలుకు నిర్మాణం, చోదక వ్యవస్థ, ఏరోడైనమిక్స్ పరిశీలన నా అంశాలు. చోదక అంశాల్లో నాకు బి.ఆర్. సోమశేఖర్, వింగ్ కమాండర్ పి.కామరాజు సహకరించారు. ఎలెక్ట్రానిక్ అంశాల్ని పరిశీలించడానికి డా. ఆర్.పి. షెనాయ్, ప్రొ ఐ.జి. శర్మ కూడా ఆ కమిటీలో సభ్యులుగా ఉన్నారు.

మేము జనవరి 1 న 2 న డిఫెన్స్‌లాబ్‌లో సమావేశమయ్యాం. ఆ తరువాత ఆరు వారాలకు మరొకసారి సమావేశమయ్యాం. మేము వివిధ అభివృద్ధి కార్యక్రమ కేంద్రాల్ని సందర్శించి అక్కడ శాస్త్రజ్ఞులతో విస్తృతంగా చర్చించాము. వారిలో ఎందరో మహానుభావులు. ఏ.వి. రంగారావు గారిది గొప్ప దూరదృష్టి, వింగ్ కమాండర్ ఆర్. గోపాలస్వామిది గొప్ప కార్యశూరత్వం. డా. ఐ. అచ్యుతరావుది స్పష్టత. జి. గణేషన్‌ది కార్యపరత్వం. ఎస్. కృష్ణన్ భావాల్లో ఎంతో తేటదనం. పి. బాలకృష్ణన్‌ది నిశిత దృష్టి. విస్తారమైన వ్యగ్రతల్లో కూడా జె.సి. భట్టాచార్య, లెఫ్టినెంట్ కల్నల్ ఆర్. స్వామినాథన్‌ల శాంతం చెక్కు చెదరేది కాదు. లెఫ్టినెంట్ కల్నల్ వి.జె. సుందరం కార్యోత్సాహం మనని కట్టిపడేస్తుంది. ఒక భారతీయ

మిస్సైల్ ని తయారుచేసి పైకెగిరించాలన్న సంకల్పంతో ఒక్కటైన అధికారులు, పౌర శాస్త్రవేత్తల ఆ బృందంలో ప్రతి ఒక్కరూ ఒక విజ్ఞాన ఖని.

మార్చ్ చివరినాటికి మేం త్రివేంద్రంలో మా ముగింపు సమావేశాల్లో ఉన్నాం. ఆ ప్రాజెక్టు హార్డ్వేర్ అమరికలో సంతృప్తికరమైన ప్రగతిని సాధించిందనీ, రాకెట్ ద్రవాల విషయంలో మాత్రం ఇంకా కొంతకాలం పడుతుందనీ తీర్మానించేం. తమకివ్వబడిన రెండు లక్ష్యాలు-హార్డ్ వేర్ ఫేబ్రికేషన్‌లోనూ, గ్రౌండ్ ఎలెక్ట్రానిక్స్ సముదాయ వ్యవస్థని విశ్లేషించి డిజైన్ చెయ్యడం లోనూ డిఫెన్స్‌లాబ్ విజయం సాధించిందని కమిటీ ఏకాభిప్రాయాన్ని వ్యక్తం చేసింది.

అయితే డిజైన్ సమాచారాన్ని తయారుచెయ్యడం కన్నా ఒకదానికొకటి నకలు తయారు చెయ్యడమే ఎక్కువ శ్రద్ధకి నోచుకుందని మేము గుర్తించాము. అందువల్ల చాలా మంది ఇంజనీర్లు విశ్లేషణకు ఇవ్వవలసింత శ్రద్ధని ఇవ్వలేకపోయారని మేము భావించాము. విక్రమ్ సారాభాయి అంతరిక్ష కేంద్రం పరిస్థితి ఇందుకు భిన్నం. పైగా అంతవరకూ జరిగిన సిస్టమ్‌విశ్లేషణలు కూడా చాలా ప్రాథమిక స్థాయిలో ఉన్నాయి. మొత్తానికి ఫలితాలు విశిష్టంగానే ఉన్నా ప్రయాణించవలసిన దూరం కూడా తక్కువ కాదనిపించింది. నాకో కవిత గుర్తొచ్చింది.

దిగులుపడకు, చిర్రుబుర్రులాడకు, నిస్పృహ చెందకు
మన అవకాశాలిప్పుడే మొదలయ్యాయి.
గుర్తుంచుకో, గొప్ప పనులింకా మొదలవ లేదు
గొప్ప ఉద్యమం ఇంకా పూర్తవలేదు

డెవిల్ ప్రాజెక్టుని ఇంకా కొనసాగించవసిందిగా కమిటీ ప్రభుత్వానికి సిఫారసు చేసింది. మా సలహాని అంగీకరించి ఆ ప్రాజెక్టుని కొనసాగించారు.

అంతరిక్ష కేంద్రంలో ఎస్.ఎల్. వి రూపుదిద్దుకుంటోంది. ముందుకు గంతులేస్తున్న డిఫెన్స్‌లాబ్ లా కాక మేము నెమ్మదిగా నడుస్తున్నాం. నాయకుణ్ణి అతని దారిలో అనుసరించడానికి బదులు నా బృందం అనేక మార్గాల్లో విజయం వైపు సాగుతోంది. మా పని తీరులోని ముఖ్యాంశమేమిటంటే ఒకరితో ఒకరు తమ ఆలోచనల్ని, అనుభవాల్ని పంచుకోవడం. మా సమాచార ప్రసారం సమాంతరం. అది బృందంలోని సభ్యులకీ సభ్యులకీ మధ్య, బృందాలకీ బృందాలకీ మధ్య సాగుతుండేది. ఈ మహత్తరమైన ప్రాజెక్టు నెరవేరడానికి నాకున్న మంత్రం కమ్యూనికేషనే. నా సభ్యులనించి మంచిదంతా రాబట్టుకోడానికి నేను తరచు వాళ్లతో సంస్థ ఆశయాల గురించీ, లక్ష్యాల గురించీ, అందులో ప్రతి ఒక్కరూ ఇవ్వాల్సిననిర్దిష్ట కార్యదానం గురించీ, మాట్లాడుతూ ఉండేవాణ్ణి. అదే సమయంలో నా కింద పనిచేస్తున్న వారినుంచి ఏ చిన్న నిర్మాణాత్మక ఆలోచన వ్యక్తమైనా దాన్ని తక్కినవాళ్ళ పరిశీలనకీ ఆచరణకీ అందచేసేవాణ్ణి. అప్పట్లో నా డైరీలో ఒక చోట రాసుకున్నాను.

నువ్వు కాలం ఇసుకతిన్నెల మీద
నీ అడుగుజాడల్ని వదలతలుచుకున్నావా
అయితే కాళ్ళు భారంగా ఈడ్చుకు

చాలా సందర్భాల్లో కమ్యూనికేషన్‌ని మనం సంభాషణగా పొరబడుతుంటాం. నేను మొదటినుంచీ గొప్ప మాటకారినే అయినప్పటికీ మంచి కమ్యూనికేటర్‌ని అని కూడా అనుకుంటాను. కుశల ప్రశ్నలతో మాత్రమే నిండిఉండే సంభాషణల్లో ప్రయోజనవంతమైన సమాచారమేమీ ఉండదు. కాగా కమ్యూనికేషన్ అనేది సమాచార వినిమయం కోసమే చేసేది. కమ్యూనికేషన్ అనేది ఇద్దరి మధ్య ఒక నిర్దిష్ట సమాచారాన్ని ఇవ్వడానికో పుచ్చుకోవడానికో జరిగేది మాత్రమేనని గుర్తుంచుకోవాలి.

ఎస్.ఎల్.వి. మీద పనిచేస్తున్నప్పుడు నేను కమ్యూనికేషన్‌ని రెండు సందర్భాల్లో ఉపయోగించుకునేవాణ్ణి. ఒకటి, ఎదురవుతున్న సమస్యలని నా సహచరులతో కలిసి చర్చించి గుర్తించడానికీ, రెండవది, వాటిని పరిష్కరించడానికి తీసుకోవాల్సిన చర్యలను గుర్తించడానికీను. ప్రాజెక్టు నిర్వహణలో కమ్యూనికేషన్ని నైపుణ్యంతో ఉపయోగించాము. ఎలా చెయ్యగలిగాను అది? ఎలాగంటే నేను వాస్తవాల్ని ఉన్నవున్నట్టుగా చెప్పేవాణ్ణి తప్ప వాటికి పంచదార పూత పూయలేదు. ఒక సమీక్షా సమావేశంలో మా ఆర్థిక సలహాదారు రెడ్ టేప్ పద్ధతుల పైన నా అసంతృప్తిని ఎంత మొహమాటం లేకుండా ప్రకటించానంటే ఆ సమావేశానికి అధ్యక్షత వహిస్తున్న డా. బ్రహ్మప్రకాశ్ నా సూటిదనానికి ఆశ్చర్యపోయాడు. అక్కడితో ఆగక తను కాలుస్తూన్న సిగరెట్టుపీకను నలిపేసి సమావేశంలోంచి బయటకు వెళ్ళిపోయాడు.

డా. బ్రహ్మప్రకాశ్‌ని నా మాటలు బాధించినందుకు ఆ రాత్రంతా పశ్చాత్తాప పడుతూనే ఉన్నాను. కానీ వ్యవస్థలో ఆవరించిన జడత్వం నన్ను కూడా లొంగదీసుకోకుండా ఉండాలంటే నేను దానితో పోరాడక తప్పదుమరి. నేను సూటిగా ఒక్క ప్రశ్న వేసుకున్నాను. ఈ బుద్ధిహీన ఉద్యోగ స్వామ్యాన్నిట్లా భరించవలసిందేనా? జవాబు: సహించకూడదనే. అప్పుడు నా రెండో ప్రశ్న రహస్యంగా వేసుకున్నాను. డా. బ్రహ్మప్రకాశ్‌ని ఏది ఎక్కువ బాధిస్తుంది? నా పరుషమైన మాటలా? లేక ఎస్.ఎల్.వి-3 ను శాశ్వతంగా మూసెయ్యడమా? భగవంతుణ్ణి ప్రార్థించాను. నా అదృష్టవశాత్తూ డా. బ్రహ్మప్రకాశ్ ఆ మరునాటి ఉదయమే ప్రాజెక్టుకి ఆర్థికాధికారాల్ని బదలాయించేసారు.

ఏదైనా ప్రాజెక్టు బాధ్యతలు చేపట్టినవారు అనుకున్నది సాధించాలంటే స్వాతంత్ర్యం, తగినన్ని అధికారాలు, ప్రాబల్యం ఉండితీరాలి. ఇది వ్యక్తిగత ఆనందానికి కూడా వర్తిస్తుంది. ఒక మనిషి ఆనందం పొందాలంటే స్వేచ్ఛ బాధ్యతలే దానికి సక్రమమైన ప్రాతిపదికలవుతాయని

మనకు తెలిసిందే కదా. ఒక మనిషి తన వ్యక్తిగత స్వేచ్ఛని బలపర్చు కోవాలంటే ఏమి చెయ్యాలి? ఇందుకు నేను అనుసరించిన రెండు పద్ధతుల్ని వివరిస్తాను.

మొదటిది, నీ విద్యనీ, నైపుణ్యాన్ని పెంచుకోవడం ద్వారా. విజ్ఞానమనేది చాలా స్పష్టంగా కంటికి కనిపించే ఆస్తి. నీ పనిలో అవసరమైన అత్యంత ముఖ్యమైన ఉపకరణం. విజ్ఞానం విషయంలో నువ్వెంత అప్ డేటెడ్‌గా ఉంటావో నువ్వంత స్వతంత్రంగా ఉండగలుగుతావు. ఒక్క మరపు వల్ల తప్ప మరే విధంగానూ, ఒకరి నుంచి జ్ఞానాన్నెవ్వరూ కొల్లగొట్టలేరు. ఒక నాయకుడు తన చుట్టూ ఏమి జరుగుతోందో తెలుసుకోగలిగినప్పుడే తన బృందాన్ని స్వేచ్ఛగా నడిపించగలుగుతాడు. నాయకత్వమంటే నిరంతర అభ్యసనమే. చాలా దేశాల్లో వృత్తి నిపుణులకు ప్రతివారం కాలేజీల్లో రాత్రి పాఠశాలలకు వెళ్ళడం అలవాటే. నువ్వొక జయశీల నాయకుడివి కావాలంటే సంరంభంతో దినం గడిచిపోయాక మరుసటి రోజుని కొత్తగా ఎదుర్కోడానికి నిన్ను నువ్వు సన్నద్ధం చేసుకోగలిగినప్పుడేనని గుర్తించు.

రెండవ పద్ధతి ఏమిటంటే వ్యక్తిగత బాధ్యత పట్ల ఒక వ్యామోహాన్ని పెంచుకోవడం. వ్యక్తిగత సంతోషానికి రాచమార్గమేమిటంటే నిన్ను నిర్దేశిస్తున్న శక్తులకి నీ నిర్దేశాలతో సహకరించడమే. చురుగ్గా ఉండు. బాధ్యత తీసుకో. నువ్వు నమ్మిన వాటి కోసం కృషిచెయ్యి. అలా చెయ్యడం లేదంటే నీ విధిని ఎవరికో అప్పగిస్తున్నావన్న మాట. చరిత్రకారుడు ఎడిత్ హామిల్టన్ ప్రాచీన గ్రీసు గురించి రాస్తూ అన్నాడు 'ఎప్పుడైతే వాళ్ళు బాధ్యత నుంచి తప్పించుకునే స్వేచ్ఛని కోరుకున్నారో అప్పటితో ఏథెన్సు స్వాతంత్ర్యం అంతమయ్యింది. ఇక మళ్ళా చరిత్రలో అది స్వాతంత్ర్యాన్ని పొందలేకపోయింది' అని. మన స్వాతంత్ర్యాన్ని ఇతోధికం చేసుకోవడానికి మనం చెయ్యవలసినదెంతో ఉంది. మనని అణచడానికి చూస్తున్న ప్రతికూల శక్తుల్ని మనం ఎదిరించి నిలవగలం. మన వ్యక్తిగత స్వాతంత్ర్యాన్ని పెంపొందించే గుణాల్తో, పరిస్థితులతో మనం మనని బలోపేతుల్ని చేసుకోగలం. బలపర్చుకోవడం ద్వారా మనం అపూర్వమైన విజయాల్ని సాధించగల సంఘటిత వ్యవస్థగా రూపొందగలం.

ఎస్.ఎల్. వి పురోగతి చెందుతున్నకొద్దీ ప్రొ. ధావన్ మొత్తం బృంద సభ్యులందరితో కలిసి పని తీరుని సమీక్షించే పద్ధతి ప్రవేశపెట్టాడు. ప్రొ. ధావన్ ఆశయ శుద్ధి గల మనిషి. పని నిరాటంకంగా కొనసాగడానికి అడ్డువచ్చిన వాటిని ఆయన సునాయాసంగా ఏరివెయ్యగలడు. అంతరిక్ష కేంద్రంలో ప్రొ. ధావన్ సమీక్షలు చాలా ముఖ్య సంఘటనలుగా గుర్తుంచుకోబడేవి. ఇస్రో నౌకకి ఆయన నిజమైన కెప్టెన్. ఆయనలో కమాండర్, నావిగేటర్, గృహ సంరక్షకుడు అన్నీ కలగలిసిన వ్యక్తి ఉండేవాడు. అయినప్పటికీ అయన తనకు తెలియంది తనకు తెలిసినట్టు ప్రదర్శించే వాడు కాదు. మీదుమిక్కిలి తనకేదైనా అయిష్టంగా అనిపించినపుడు తన సందేహాల్ని నేరుగా అడిగి చర్చించేవాడు. నాయకత్వాన్ని నైతిక ధర్మం

కోసం అంగీకరించిన వ్యక్తిగా అతన్ని గుర్తుపెట్టుకుంటాను. ఏదైనా ఒక అంశం మీద నిర్ణయానికొచ్చాక ఆయన మనసు చాలా దృఢంగా ఉండేది. కానీ ఒక నిర్ణయానికి వచ్చే ముందు అదొక బంక మన్నులా పరిపూర్ణ ఆకృతి పొందే దాకా అన్ని ఆలోచనలకూ ఆకర్షితమయ్యేది. అప్పుడా నిర్ణయాల్ని కుమ్మరి ఆవంలో కాల్చడానికి పెట్టే పని ఉండేది. ఆ తరువాత అవి దృఢంగా బీటలు వారకుండా కలకాలం నిలిచి ఉండేవి.

ప్రొ. ధావన్‌తో సుదీర్ఘకాలం గడిపే అదృష్టానికి నోచుకున్నాన్నేను. ఏ విషయం మీదనైనా తన అసమాన విశ్లేషణా సామర్థ్యంతో, తార్కిక ప్రతిభతో, అతను శ్రోతని కట్టిపడేసేవాడు. అతని విద్యార్హతలు కూడా చిత్రమైన సమ్మేళనంగా ఉండేవి. ఆయన గణితంలోనూ ఫిజిక్సులోనూ బి.ఎస్‌సి. చేసాడు. ఇంగ్లీషు సాహిత్యంలో ఎం.ఏ చేసాడు. మెకానికల్ ఇంజనీరింగ్‌లో బి.ఇ. ఆ పైన ఏరోనాటికల్ ఇంజనీరింగ్‌లో ఎం.ఎస్ చేసి యు.ఎస్.ఏ లోని కాలిఫోర్నియా ఇన్‌స్టిట్యూట్ ఆఫ్ టెక్నాలజీ నుంచి ఏరోనాటిక్స్‌లోనూ గణితంలోనూ పిహెచ్.డి చేసాడు.

ఆయనతో జరిపిన ఆలోచనాత్మకమైన చర్చలు నా బృంద సభ్యుల్ని మానసికంగా ఎంతో ఉత్తేజపరిచేవి. ఆయన ఆశావాదీ, సుహృద్భావీ అయిన మానవుడు. ఆయన తననితాను అంచనా వేసుకోవాల్సి వచ్చినప్పుడు ఏ విధమైన మినహాయింపులకూ తావు లేకుండా కఠినంగా ఉండేవాడు, అదే ఇతరుల లోపాల విషయంలో ఎంతో ఉదారంగా ఉండేవాడు. ముందాయన, వాళ్ళ పట్ల తన తీర్పుని గంభీరంగా ప్రకటించేవాడు. అప్పుడు పశ్చాత్తప్తులైన వాళ్ల తప్పుల్ని సునాయాసంగా క్షమించేవాడు.

1975లో ఇస్రో ప్రభుత్వ సంస్థ అయ్యింది. అంతరిక్ష శాఖ (DOS) కు చెందిన ఉన్నతాధికారులతోనూ అంతరిక్ష కేంద్రానికి చెందిన వివిధ డైరక్టర్లతోనూ ఒక కౌన్సిల్ ఏర్పాటయ్యింది. అంతరిక్ష శాఖ దగ్గర ప్రభుత్వాధికారం ఉంది. అంతరిక్ష కేంద్రంలో శాస్త్ర కార్యక్రమం ఉంది. ఆ రెండింటినీ ఒక భాగస్వామ్య ప్రాతిపదిక మీద అనుసంధానించే బాధ్యత ఇస్రో కౌన్సిల్ తీసుకుంది. ప్రభుత్వ శాఖల్లో సాంప్రదాయికంగా వాడబడే పదజాలం ప్రకారం ఇస్రో కార్య కేంద్రాలు అంతరిక్ష శాఖకి అనుబంధ కార్యాలయాలని గానీ, సబ్ ఆర్డినేట్ కార్యాలయాలని గానీ అనాలి. కానీ ఇస్రోలో గానీ అంతరిక్ష శాఖలో గానీ అటువంటి మాటలెవ్వరూ మాట్లాడేవారుకారు. పాలక శక్తులకూ కార్య నిర్వాహక సంస్థలకూ మధ్య క్రియాశీల ఆదాన ప్రదానాల్ని ప్రోత్సహించే భాగస్వామ్య నిర్వహణ ఇస్రో నిర్వహణలో సరికొత్త అంశం. అది భారతీయ సాంకేతిక పరిశోధన అభివృద్ధి రంగానికి దీర్ఘ కాలం పాటు దారిచూపించగల అంశం.

ఈ కొత్త ఏర్పాటు నాకు అంతరిక్ష శాఖలో సంయుక్త కార్యదర్శిగా పనిచేస్తున్న టి.ఎన్. శేషన్ ని పరిచయం చేసింది. నాకు అంతదాకా బురోక్రాట్లంటే లోపల్లోపల ఉన్న ఏహ్యత వల్ల ఎస్.ఎల్.వి.–3 బోర్డు సమావేశంలో మొదటిసారి శేషన్‌ని చూసినప్పుడు అంత సామరస్యంగా అనిపించలేదు. కానీ తొందరలోనే నేను ఆయనకు ఆరాధకుడిగా మారిపోయాను. ఆయన అజెండాను అనుసరించే పద్ధతీ, సమావేశాలకు ముందుగానే తనని తాను సంసిద్ధ పరచుకుని రావడమూ నన్ను ఆకట్టుకున్నాయి. తన విశ్లేషణా సామర్థ్యంతో శాస్త్రవేత్తల మనసుల్ని ఆకట్టుకునేవాడు.

ఎస్.ఎల్.వి.–3 ప్రాజెక్టు మొదటి మూడు సంవత్సరాలూ మాకు విజ్ఞాన శాస్త్రంలోని ఎన్నో ఆశ్చర్యదాయకమైన రహస్యాల్ని ఆవిష్కరించాయి. మనుష్య సహజమైన అజ్ఞానానికి మేము మినహాయింపు కాదు. కానీ విజ్ఞాన శాస్త్ర స్వభావంలోని అగాధమైన లోతు మాకు కొత్తగా తెలిసొచ్చింది. 'సైన్సు ప్రతిఒక్కదాన్నీ వివరించగలదు. అనిర్వచనీయ అంశాల వ్యవహారం నా తండ్రికీ పక్షి లక్ష్మణ శాస్త్రి వంటివారికి సంబంధించింది' అని అంతదాకా నేననుకునేవాణ్ణి. అటువంటి అనిర్వచనీయ అంశాల్ని నేనెప్పుడూ నా సహ శాస్త్రవేత్తలతో చర్చలోకి రాకుండా చూసుకునేవాణ్ణి. అది వాళ్ళ నిశ్చితాభిప్రాయాల్ని భయపెడుతుందేమో అని జంకేవాణ్ణి.

కానీ క్రమంగా నేను సైన్సుకీ, టెక్నాలజీకి మధ్య గల భేదాన్ని గుర్తించగలగ సాగాను. పరిశోధనకీ, అభివృద్ధికీ మధ్య గల విభజనని అర్థం చేసుకోగలిగాను. సైన్సు స్వభావరీత్యా పరిశోధక శీలి. దాని తలుపులెప్పుడూ తెరిచే ఉంటాయి. సాంకేతికాభివృద్ధి అనేది ఒక మూసిన మడత. సాంకేతికాభివృద్ధిలో పొరపాట్లనేవి తప్పనిసరి. అవి రోజూ జరుగుతుంటాయి. నిజానికి ప్రతి పొరపాటూ ఒక కొత్త మార్పుకీ, పెరుగుదలకీ, మెరుగుదలకీ దారితీస్తుంది. బహుశా సైంటిస్టులతో మరింత పనిచేయించడానికే సృష్టికర్త ఇంజనీర్లను పుట్టించాడనుకుంటాను. సైంటిస్టు క్షుణ్ణంగా అవగాహన చేసుకుని కూలంకషంగా పరిశోధించి తీసుకువచ్చే ప్రతి పరిష్కారాన్నీ ఇంజనీరు మరొక సంభావ్యతగానే చూస్తాడు. అదే చివరి సమాధానమని అతడు నమ్మలేడు. నా బృంద సభ్యులు తాము శాస్త్రవేత్తల మవ్వాలని కోరుకున్నప్పుడల్లా నేను హెచ్చరించేవాణ్ణి. ఏమంటే సైన్సు ఒక తృష్ణ. అనంత సంభావ్యతల్లోకి ఎడతెగని ప్రయాణం. మనకున్న సమయం స్వల్పం. నిధులు పరిమితం. మన ఎస్.ఎల్.వి. తయారీ మన పరిమితుల గురించి మన అవగాహన మీద ఆధారపడిఉంది. అందుకని నేను అందుబాటులో ఉన్న పరిష్కారాలే ఉత్తమ పరిష్కారాలని భావించేను. తమ సమస్యలతో తాము సతమతమవుతూ కాలపరిమితికి లోబడి పనిచేసే ప్రాజెక్టుల్లో కొత్తదేమీ ప్రవేశించదు. నా ఉద్దేశంలో ప్రాజెక్టు నాయకుడెప్పుడూ తన వ్యవస్థల్లో అప్పటికే నిరూపితమైన పరిజ్ఞానంతోనే పనిచెయ్యాలి. బహుళ వనరులున్నప్పుడే ప్రయోగాలకి పూనుకోవాలి.

8

ఎస్. ఎల్.వి.-3 ప్రాజెక్టు రూపుదిద్దుకున్న తీరులోనే అంతరిక్ష కేంద్రంలో గానీ షార్ లో గానీ ముఖ్య సాంకేతిక కేంద్రాలన్నీ చోదకాల ఉత్పత్తినీ, రాకెట్ మోటార్ పరీక్షనీ, అలాగే విస్తృత వ్యాసం కలిగిన ఏ రాకెట్ నైనా ప్రయోగించగలిగే సామర్థ్యాన్ని కలిగి ఉండేలా ఏర్పాటయ్యాయి. ఎస్.ఎల్.వి-3 లో భాగస్వాములుగా మేము మూడు మైలు రాళ్ళు నిర్దేశించుకున్నాం. 1975 నాటికల్లా సౌండింగ్ రాకెట్ల ద్వారా అన్ని ఉప వ్యవస్థల అభివృద్ధి, 1976 కల్లా ఉపకక్ష్య ప్రయోగాలు, 1978 కల్లా భూకక్ష్యలోకి ప్రధాన ప్రయోగం. పనిలో ఉత్సాహం పెరిగి వాతావరణమంతా ఉద్వేగభరితమయ్యింది. నేనెక్కడికి వెళ్ళినా మా బృందాలు నాకేదో కొత్తది చూపించడానికి ఉత్సాహపడేవారు. చాలా విషయాలు దేశంలోనే మొదటిసారిగా చేపట్టబడుతున్నాయి. ఈ రంగంలోకి దూకిన మా సాంకేతిక శాస్త్రజ్ఞులకి ఈ అంశాల్లో పూర్వపు అనుభవమేమీ లేదు. నా బృందంలోని సభ్యుల పరిజ్ఞానంలో పని సామర్థ్యం కొత్త కొలతల మేరకు పురోగమించడం చూసాను.

సృజనని నిర్దేశించే అంశాలు పనితీరు కొలతలే. అవి ఒక వ్యక్తి పరిజ్ఞానాన్నీ నైపుణ్యాన్నీ కూడా దాటిపోతాయి. ఒక వ్యక్తి తన పనిని సక్రమంగా చెయ్యడానికి ఏమి తెలుసుకుని ఉండాలో ఏ సామర్థ్యాన్ని కలిగి ఉండాలో వాటి కన్నా పనితీరు కొలతలు లోతైనవీ విశాలమైనవీను. వాటిల్లో ఇష్టాలుంటాయి, విలువలుంటాయి, శీలధర్మాలుంటాయి. అవి మానవ వ్యక్తిత్వంలో వివిధ స్థాయిల్లో ఉంటాయి. వాటన్నిటిలోనూ వృక్షాగ్రం మానవ ప్రవర్తన.

ప్రవర్తనాపరంగా అవి నైపుణ్యాల పరిజ్ఞానాల రూపంలో వ్యక్తమవుతాయి. వాటిని మనం కొలవగలం. మధ్య స్థాయిలో సాంఘిక పాత్ర నిర్వహణలోనూ, స్వీయ ముఖచిత్రణగానూ కనిపిస్తాయి. అంతర్గత లేదా అంతఃగర్భ స్థాయిలో, ప్రేరణల సహజాతాల రూపంలో అవి నిబిడమయి ఉంటాయి. మనం వాటిని గుర్తించి వాటిని గనక ఉద్యోగ విజయావకాశాలతో సమన్వయపరచగలిగితే ఆలోచననీ, కార్యశీలతనీ సక్రమంగా అనుసంధించగలిగే విశిష్ట నమూనా అవుతుంది.

ఎస్.ఎల్.వి.-3 ఇంకా పూర్తిగా రూపొందవలసే ఉంది. ఈ లోగా దాని ఉపవ్యవస్థలు పూర్తవు తున్నాయి. 1974 జూన్‌లో మేము మా కొన్ని కీలక వ్యవస్థల్ని పరీక్షించడానికి సెంటార్ సౌండింగ్ రాకెట్ లాంచ్‌ని ఉపయోగించాం. ఆ పరీక్ష పూర్తిగా జయప్రదమైంది. అంతవరకు భారతీయ అంతరిక్ష కార్యక్రమం సౌండింగ్ రాకెట్ల స్థాయిని దాటిపోలేదు. అంతరిక్ష పరిశోధన అంటే బాగా తెలిసినవాళ్ళకి కూడా వాతావరణ పరిశోధన అనే అభిప్రాయం పోలేదు.

మొట్టమొదటి సారిగా జాతి విశ్వాసాన్ని మేము ఉత్తేజపరిచాం. 1974 జూలై 24 న ప్రధానమంత్రి ఇందిరాగాంధి పార్లమెంట్‌లో ప్రకటించారు. 'భారతదేశపు మొదటి శాటిలైట్ లాంచ్ వెహికిల్‌ని తయారుచేయడానికి అవసరమైన ఉపవ్యవస్థలు సిద్ధమవుతున్నాయనీ ప్రాజెక్టు పని సంతృప్తికరంగా సాగుతోందనీ, దానికి కావలసిన వస్తువుల్ని సమకూర్చడంలో ఎన్నో పరిశ్రమలు కూడా పాలుపంచుకుంటున్నాయనీ' ఆమె అన్నారు. అంతేకాక '1978 కల్లా భూకక్ష్యలోకి మొదటి నౌక ప్రయాణించడానికి లక్ష్యాన్ని నిర్దేశించుకున్నట్టు' కూడా ఆమె చెప్పారు.

ప్రతి సృష్టిలోనూ ఉన్నట్టే ఎస్.ఎల్.వి-3 సృష్టిలోకూడా వేదనాభరిత క్షణాలు ఉన్నాయి. మొదటి దశ మోటారు స్థితిస్థాపక పరీక్షలో నేనూ నా బృంద సభ్యులూ నిమగ్నులమై ఉండగా నా కుటుంబంలో ఒకరి మృతి సంభవించిందన్న దుర్వార్త చేరవచ్చింది. నా బావమరిదీ, నా గురువూ అయిన జనాబ్ అహ్మద్ జలాలుద్దీన్ ఇకలేడు. ఒకటిరెండు క్షణాలపాటు నేను నిశ్చేష్టుడనయ్యాను. ఏమీ ఆలోచించలేకపోయాను. ఏమీ సంభావించలేకపోయాను. నెమ్మదిగా నా పరిసరాలు జ్ఞప్తికి వచ్చి నా పనిలో మళ్లీ నిమగ్నుణ్ణి కాబోతే నేనేమి మాట్లాడుతున్నానో నాకే తెలియడం లేదు. అప్పుడు గ్రహించాన్నేను. జలాలుద్దీన్ మృతితో నాలో కూడా ఒక భాగం శాశ్వతంగా దూరమయ్యిందని. నా బాల్యం మరొక్కసారి నా కన్నులకు కట్టింది. రామేశ్వరం దేవాలయం చుట్టూ మా సాయంకాలం నడకలు, పున్నమి రాత్రి మెరిసే ఇసుక తిన్నెలూ, ఎగిసిపడే సాగర తరంగాలూ, దూరంగా సముద్రంలోకి కుంకుతున్న దిగంతాన్ని జలాలుద్దీన్ చూపించడం, నా పుస్తకాలకి డబ్బు సహాయం చెయ్యడం, నాకు శాంతాక్రజ్

విమానాశ్రయంలో వీడ్కోలు చెప్పడానికి రావడం అన్నీ గుర్తొచ్చాయి. నేనొక స్థలకాలాల సుడిగుండంలోకి విసిరివెయ్యబడ్డట్టుగా భావించాను. శతాధిక వృద్ధుడైన నా తండ్రి తన వయస్సులో సగం కూడా లేని అల్లుని పాడె మొయ్యవలసి రావడం, తన నాలుగేళ్ల కొడుకుని పోగొట్టుకున్న గాయాలింకా మానకముందే నా సోదరి జొహరా మళ్లీ ఈ అశనిపాతంతో కుప్పకూలిపోవడం నా కళ్లముందు ఆవిష్కృతమై నా కళ్ళు మసకలు కమ్మాయి. అది నేను అరాయించుకోవడానికి చాతకాని దారుణం. నేను అట్లానే ఆ పరికరాల మీదకు వాలిపోయి, నేను లేనప్పుడు నెరవేర్చవలసిన పనుల గురించి మా ప్రాజెక్టు డిప్యూటీ డా. డి. శ్రీనివాసన్‌కి ఎలాగో ఆదేశాలిచ్చాను.

ఆ రాత్రంతా బస్సు వెనుక బస్సు పట్టుకుని మర్నాటికి గానీ రామేశ్వరం చేరలేకపోయాను. జలాలుద్దీన్ మృతితో అంతమైందనిపించిన నా గతం నుంచి బయటపడటానికి ఈ లోగా వీలయిందంతా చేసాను. కానీ నేను నా ఇంట్లో అడుగుపెట్టిన తక్షణమే విషాదం నన్ను మళ్ళీ ముంచెత్తింది. నా సోదరి జొహరాని గానీ నా మేనకోడలు మెహబూబ్‌ని గానీ పలకరించి ఓదార్చడానికి నా దగ్గర మాటల్లేవు. వాళ్ళు పట్టనలవి కానంతగా విలపిస్తున్నారు. నా దగ్గర కన్నీళ్ళు లేవు. దుఃఖ భారంతో మేము జలాలుద్దీన్‌కి అంత్యక్రియలు నిర్వహించాం.

నా తండ్రి నా చేతులలా చాలా సేపు పట్టుకునే ఉన్నాడు. ఆయన కళ్లల్లో కూడా కన్నీళ్లు లేవు. 'అబుల్ నువ్వు చూడటం లేదా' ఆయన అన్నాడు 'ప్రభువు మన నీడల్నెట్లా సాగదీస్తున్నాడో. ఆయన తలుచుకుంటే వాటినట్లా స్థిరంగా ఉంచగలడు. ఆయన వాటికి సూర్యుణ్ణి గుర్తుగా పెట్టాడు. నెమ్మది నెమ్మదిగా వాటిని కురచ చేస్తున్నాడు. నీ విశ్రాంతి కోసం రాత్రిని ఒక దుప్పటిగా మార్చాడు. జలాలుద్దీన్ ఒక దీర్ఘ నిద్రలోకి వెళ్లిపోయాడు. ఏ విధమైన కలల్లేని నిద్ర. అవ్యక్తమనఃస్థితిలో తన అస్తిత్వాన్నంతటినీ గడిపే నిద్ర. అల్లా రాసిపెట్టింది తప్ప మరేమీ జరగదు. ఆయనే మనకు సంరక్షకుడు. ఆయన్నే నమ్మిఉండు' అంటూండగానే కనురెప్పలు నెమ్మదిగా మూతపడి ఆయన ఒక సుప్త స్థితిలోకి జారిపోయాడు.

మృత్యువు నన్నెప్పుడూ భయపెట్టలేదు. ఎవరైనా ఒకనాటికి మరణించవలసిందే కదా. బహుశా జలాలుద్దీన్ కొంత ముందుగా కొంత తొందరగా వెళ్ళిపోయాడంతే. నన్ను నేను చాలాసేపటికి గానీ కూడదీసుకోలేకపోయాను. నా లోపలి అస్తిత్వమేదో ఒక అలజడిలో ఆత్రుతలో కూరుకు పోతున్నట్టుగా అనిపించింది. నా వ్యక్తిగత, వృత్తి జీవితాల మధ్య సంఘర్షణ చెలరేగింది. తుంబా తిరిగివచ్చిన చాలా రోజులదాకా కూడా నేనేం చేస్తున్నా అదంతా వ్యర్థమనే ఒక భావన, అంతదాకా నేను ఎరిగిఉండనిది, నన్ను వెన్నాడుతూనే ఉండేది.

నేను ప్రొ. ధావన్‌తో సుదీర్ఘ చర్చలు చేసేవాణ్ణి. ఎస్.ఎల్.వి. ప్రాజెక్టు పనుల్లో పురోగతి నాకు మనశ్శాంతినిస్తుందనేవాడు ఆయన. ఆ సంక్షోభం ముందు నెమ్మదిగా పలచబడి

ఆ తరువాత నెమ్మదిగా అదృశ్యమయ్యింది. నా దృష్టిని సాంకేతిక శాస్త్రాలు సాధించిన అద్భుతాల మీదకి మళ్లించాడు ఆయన.

హార్డ్ వేర్ రూపకల్పన డ్రాయింగ్ బోర్డ్ దశని దాటింది. వస్తువుల తయారీ కోసం శశికుమార్ చక్కని కేంద్రాలేర్పర్చాడు. ఒక చక్కని నమూనా గియ్యగానే ఏది లభ్యమైతే దానితో ఆ నమూనా ప్రకారం వస్తువుల తయారీకి పూనుకునే వాడు. రాకెట్ మోటార్ల చోదకాల కోసం నంబూదిరి పిళ్ళై అహర్నిశలూ ప్రయోగశాలలోనే గడిపేవాడు. వెహికిల్ యాంత్రికీకరణ, విద్యుదీకరణ అవసరాల్ని సక్రమంగా సమీకరించడానికి దేవ్ సండ్లాస్ నిర్దుష్టమైన ప్రణాళికలు తయారుచేసేవాడు. ఎలెక్ట్రానిక్ లాబరేటరీల్లోంచి వచ్చిన వ్యవస్థల్ని నౌకావ్యవస్థల్లో అవసరమైనచోట అనుసంధానం చెయ్యడానికి మాధవన్ నాయర్, మూర్తి వాటిని పరీక్షించేవాడు. టెలిమెట్రీ, టెలికమాండ్, రాడార్‌లతో కూడిన స్థావర నియంత్రణ వ్యవస్థని యు.ఎస్.సింగ్ రూపొందించాడు. ప్రయోగ పరీక్షలకోసం సవివరంగా ఒక కార్యక్రమ ప్రణాళికను కూడా రూపొందించాడు. డా.సుందర్ రాజన్ మా ధ్యేయాలకనుగుణంగా మా వ్యవస్థల్ని ఎప్పటికప్పుడు తగినవిధంగా సవరిస్తూ మాకు దారిచూపుతూ ఉండేవాడు. డెప్యూటీ ప్రాజెక్టు డైరక్టర్‌గా డా.శ్రీనివాసన్ నాకు చేదోడు వాదోడు గా ఉండేవాడు. నేనేది చూడకుండా దాటిపోయానో దాన్ని చూసుకునేవాడు. నేనేది వినకుండా తప్పిపోయానో దాన్ని పట్టించుకునేవాడు. నేను గుర్తించలేకపోయిన సంభావ్యతల్ని తను గుర్తించి సూచించేవాడు.

ప్రాజెక్టు నిర్వహణలోని అతి పెద్ద సమస్య ఏమిటోమాకు అర్థమైంది. అది వివిధ వ్యక్తుల మధ్య, పనికేంద్రాల మధ్య సక్రమంగానూ, సమర్థంగానూ సమన్వయాన్ని సాధించడమేనని. సరైన సమన్వయం లేకుండా పడ్డ కష్టానికి ఫలితం లేదని తెలుసుకున్నాం.

ఇస్రో కేంద్ర కార్యాలయానికి చెందిన వై.ఎస్ రాజన్ ఆ కాలంలో నాకు మంచి మిత్రుడు. రాజన్ ఎల్లరికీ మిత్రుడే అనవచ్చు. అతని స్నేహం టర్నర్లని, ఫిట్టర్లని, ఎలెక్ట్రిషియన్‌లని ఎంత వెచ్చగా కావలించుకునేదో అంత వెచ్చగానూ సైంటిస్టుల్ని, ఇంజనీర్లని, కాంట్రాక్టర్లని, ప్రభుత్వాధికార్నీ కూడా దగ్గరకు తీసుకునేది. పత్రికలు నన్నీ రోజు 'ప్రజల్ని దగ్గరగా అనుబంధించేవాడు' అని అంటోందంటే నేను ఆ కీర్తి రాజన్‌ది అంటాను. వివిధ పనికేంద్రాల మధ్య అతని సన్నిహిత సాహచర్యం ఎటువంటి ఐకమత్యాన్ని సాధించిందంటే ఆ సన్నని సామీప్యతా తంత్రుల మీంచే నౌకా నిర్మాణపు దృఢమైన పోతపొయ్యబడింది.

1976 లో నా తండ్రి పరమపదించాడు. వయోభారం వల్ల అప్పటికి కొన్నాళ్ళుగా ఆయన అస్వస్థులుగా ఉన్నారు. ఆయన ఆరోగ్యం మీదా, ఉత్సాహం మీదా జలాలుద్దీన్ మృతి కూడా పెద్ద బరువేవేసింది. ఆయన బతకాలన్న ఇచ్ఛను కోల్పోయారు. జలాలుద్దీన్ ఏ దైవ సన్నిధికి చేరుకున్నాడో తాను కూడా ఆ సన్నిధికే చేరుకోవాలని ఆయన తొందరపడ్డారు.

నా తండ్రి ఆరోగ్యం సన్నగిల్లుతోందన్న వార్త విన్నప్పుడల్లా నేను పట్టణం నుంచి ఎవరో ఒక వైద్యుడిని తీసుకుని రామేశ్వరం వెళ్ళేవాణ్ణి. నేనెప్పుడలా చేసినా డాక్టర్ మీద అనవసరంగా ఖర్చు చేస్తున్నానని విసుక్కుని నన్ను మందలించేవారు. 'నేను కోలుకోవడానికి నువ్వొస్తేనే ఎంతో బలం. ఇంకా డాక్టర్ ని తీసుకురావడమెందుకు? ఆయనకి ఫీజు కట్టడమెందుకు?' అనేవారు. ఈ సారి మాత్రం ఆయన డాక్టర్లకూ, ఫీజులకూ సంరక్షణకూ అందనంత దూరానికి వెళ్లిపోయారు. 102 ఏళ్ళ సుదీర్ఘ జీవితం జీవించిన తరువాత నా తండ్రి జైనులాబ్దీన్ పదిహేను మంది మనమల్నీ, ఒక మునిమనుమడినీ రామేశ్వరం దీవిలో వదిలిపెట్టి వెళ్ళిపోయారు. ఆయన ఆదర్శప్రాయమైన జీవితం జీవించారు. ఆ దేహాన్ని ఖననం చేసిన రాత్రి ఒంటరిగా కూచున్నప్పుడు నాకు ఆడెన్ అనే కవి తన మిత్రుడూ మరొక కవీ అయన ఏట్సు మృతి చెందినప్పుడు రాసిన కవిత గుర్తొచ్చింది. ఆ కవిత నా తండ్రి కోసమే రాసినట్టనిపించింది.

ఓ పృథ్వీ, స్వాగతించు ఈ విశిష్ట అతిథిని
విలియం యేట్సుని, ఇక్కడ విశ్రాంతికి.
బంధనాల్లో గతించి పోయినవి ఆయన దినాలు,
రేపన్నా అందించండి స్వేచ్ఛాపరుల నీరాజనాలు

మామూలు ప్రాపంచిక పదజాలం ప్రకారం చెప్పాలంటే అది మరొక వృద్ధ మానవుడి మరణమే. ఏ బహిరంగ సంతాపమూ లేని మరణమే. ఏ పతాకాలూ అవనతం చెయ్యబడలేదు. ఏ వార్తాపత్రికా అతని సంస్మరణ వార్తలు రాయలేదు. ఆయనొక రాజకీయ వేత్తగానీ, పండితుడు కానీ, వ్యాపారవేత్త గానీ కాదు. అతను చాలా సాదా సీదా మనిషి. పూర్తి పారదర్శకమైన జీవితం ఆయనది. జీవితమంతా భగవంతుడనబడే అత్యంత మహనీయమైన విలువనే నా తండ్రి అన్వేషించారు. అతని జీవితం తనచుట్టూ ఉన్న ఉదాత్తమైనదాన్ని, దివ్యమైనదాన్ని, వివేకవంతమైన, ఉదారమైన ప్రతి దాన్నీ ఉత్తేజపరుస్తూ గడిచింది.

నా తండ్రి నాకెప్పుడూ అబూ బెన్ ఆడమ్‌కథ గుర్తు చేస్తూండేవారు. అబూ బెన్ ఆడమ్ ఒక రాత్రి ఒక ప్రశాంత స్వప్నం నుంచి మేల్కొన్నప్పుడు ఒక దేవదూత బంగారుపుస్తకంలో భగవత్ప్రేమికుల పేర్లు రాస్తూ కనబడిందట. అబూ ఆ దేవదూతని అందులో తన పేరు కూడా ఉందా అని అడిగాడట. దానికి లేదని జవాబిచ్చింది ఆ దేవదూత. నిరాశ చెందిన అబూ ఆమెతో అన్నాడట 'నా పేరు కూడా రాయి అందులో, అయితే నా తోటి మనుషుల్ని ప్రేమించినవాడిగా మాత్రమే' అని. ఆ దేవదూత అట్లానే రాసి అదృశ్యమైంది. ఆ మర్నాడు రాత్రి ఆ దేవదూత అతనికి భగవదనుగ్రహానికి పాత్రులైన వారి పేర్ల జాబితా చూపించిందట. అందులో మొదటి పేరు అబూ బెన్ ఆడమ్‌దే!

నేను మా అమ్మ దగ్గర చాలా సేపు కూచున్నాను. కానీ ఏమీ మాట్లాడ లేకపోయాను. తిరిగి తుంబా ప్రయాణమవుతున్నప్పుడు ఆమె దగ్గుత్తికతో ఆశీర్వదించింది. ఆమె భర్త ఇంటిని తను వదిలిపోలేనని ఆమెకు తెలుసు. అలాగే నాకు కూడా అక్కడ ఉండిపోవడమూ సాధ్యం కాదు. మేమిద్దరం మా మా జీవిత పథాల వెంబడి సాగిపోవలసిన వాళ్ళమే. నేను మరీ మొండిగా ఉన్నానా లేక ఎస్.ఎల్.వి. నన్నంతగా ఆక్రమించిందా? ఆమె కోసం నేను నా వ్యవహారాల్ని కనీసం కొంతకాలం పాటు వదులుకుని ఉండవలసింది కాదా? ఆ తరువాత కొన్నాళ్ళకే ఆమె కూడా ఈ లోకాన్ని విడిచి వెళ్ళినప్పుడు కానీ, నేనీ విషయం గ్రహించలేకపోయాను.

ఎస్.ఎల్.వి-3అపోగీ రాకెట్ డయమోంట్‌తో పాటు ఫ్రాన్స్ నుంచి ప్రయోగించ బడవలసిఉంది కానీ ఏవో సమస్యల రొంపిలో కూరుకుపోయింది. నేను వాటిని సరిదిద్దడానికి ఫ్రాన్స్ పరుగెత్తవలసి వచ్చింది. నేను బయలుదేరబోయే ముందు, మా అమ్మ మరణించిందన్న వార్త ఒక అపరాహ్ణం చేరవచ్చింది. తక్షణం దొరికిన బస్సెక్కి నాగర్ కోయిల్ వెళ్ళాను. అక్కడినుంచి రాత్రంతా రైలు ప్రయాణం చేసి రామేశ్వరం వెళ్ళాను. ఆ మర్నాటి ఉదయం అంత్యక్రియలు నిర్వహించాను. నాకీ జీవితాన్నిచ్చిన వాళ్ళిద్దరూ వాళ్ళ స్వర్గలోళికానికి వెళ్ళిపోయారు. వాళ్ళ యాత్ర ముగిసిపోయింది. దుమ్మురేగుతున్న దారిన ఇక మా జీవితాన్ని మేము కొనసాగించాల్సిఉంది. ఒకప్పుడు ప్రతి సాయంకాలం నన్ను మా తండ్రి తోడ్కొనిపోతుండే ఆ మసీదులోనే నేను ప్రార్థనలు చేసాను. ఆయన ప్రేమా, అనురాగమూ లేని ప్రపంచంలో మా అమ్మ ఎక్కువ రోజులు జీవించలేక ఆయన్ని చేరుకోవడానికే ఆరాటపడిందని చెప్పుకున్నానాయనకు. నన్ను క్షమించమని కోరాను.

'నేను వాళ్ళకు నిర్దేశించిన పనిని వాళ్లు శ్రద్ధగా, నిజాయితీగా, అంకితభావంతో నెరవేర్చి తిరిగి నన్ను చేరవచ్చారు. పూర్ణ సాఫల్యం పొందిన ఈ రోజుని నువ్వెందుకు నీ శోకంతో నింపుతున్నావు? నీ ముందుంచబడిన కర్తవ్యం మీద దృష్టి పెట్టు. నీ పనుల ద్వారా నా వైభవాన్ని ఘోషించు'. ఈ మాటలు ఎవరూ అన్నవి కావు. కానీ అవి బిగ్గరగా స్పష్టంగా వినబడటం నేను విన్నాను. ఆత్మలు పరమపదానికి తరలిపోతున్నప్పుడు ఖురాన్ పలికే ఒక ఉత్తేజపూరితమైన సూత్రం నా మనసంతా నిండిపోయింది. **'నీ సంపదలూ పుత్రులూ ఒక వ్యామోహం మాత్రమే. నిజమైన పెన్నిధి నిక్షిప్తమై ఉంది అల్లాతోనే'** నేను మసీదు నుంచి బయటకు వచ్చి శాంతి ఆవరించిన మనసుతో రైల్వే స్టేషన్ వైపు సాగాను. నమాజ్ కోసం పిలుపు మోగినప్పుడు మా ఇల్లు ఒక చిన్న మసీదుగా మారిపోవడం నాకెప్పుడూ గుర్తొస్తూంటుంది. మా నాన్న మా అమ్మ దారితీస్తుండగా వాళ్ల పిల్లలూ, మనమలూ వారిని అనుసరిస్తుండే ఆ దృశ్యం.

మర్నాటి ఉదయానికల్లా నేను తుంబాలో ఉన్నాను. శారీరికంగా అలసిపోయి ఉన్నాను. మానసికంగా చెదిరిపోయి ఉన్నాను. కానీ ఒక విదేశీ భూమి మీద ఒక భారతీయ రాకెట్ ఎగరాలన్న ఆశయాన్ని నెరవేర్చుకునే సంకల్పంతో నిలబడ్డాను.

ఎస్.ఎల్.వి.-3అపోగీ రాకెట్‌ని జయప్రదంగా పరీక్షించి ఫ్రాన్సు నించి తిరిగివచ్చేటప్పటికి డా. బ్రహ్మప్రకాశ్ నాతో వెర్నెర్ వాన్ బ్రౌన్ వస్తున్నాడని చెప్పాడు. రాకెట్లతో పనిచేసే ప్రతిఒక్కరికీ వాన్ బ్రౌన్ అంటే ఎవరో తెలుసు. రెండవ ప్రపంచ యుద్ధంలో లండన్‌ని దునుమాడిన లెథల్ వి-2 మిస్సైళ్ల రూపకర్త అతడు. రెండవ ప్రపంచ యుద్ధపు చివరి దినాల్లో ఆయన మిత్రపక్షాల చేతికి చిక్కాడు. అతని ప్రతిభ పట్ల గౌరవంతో నాసాలో ఆయనకు ఉన్నత స్థానమిచ్చారు. యు.ఎస్. సైన్యం కోసం పనిచేస్తూ అతను జూపిటర్ మిస్సైల్‌ని రూపొందించాడు. అది 3000 కిలోమీటర్ల శ్రేణిలో పనిచెయ్యగల మొదటి మధ్యస్థాయి బాలిస్టిక్ మిస్సైల్. మిస్సైళ్ళ తయారీలో ఒక మైలురాయి. అతన్ని మద్రాస్ విమానాశ్రయంలో స్వాగతించి తుంబా దాకా తీసుకురమ్మని డా. బ్రహ్మప్రకాశ్ నాకు పురమాయించినప్పుడు సహజంగానే నేను తబ్బిబ్బయ్యాను.

వి-2 మిస్సైల్ ప్రపంచ రాకెట్ మిస్సైల్ తయారీ చరిత్రలోనే అత్యంత విశిష్ట సంఘటన. అది వాన్ బ్రౌన్ అతని సహచరులు 1920 లో చేపట్టిన ప్రయత్నాల పతాక విజయం. ఒక పౌర ప్రయత్నం ఒక సైనిక విజయం కావడంతో కుమ్మెర్స్ డార్ఫ్ లోని జర్మన్ మిస్సైల్ లాబరటరీకి వాన్ బ్రౌన్ సాంకేతిక సంచాలకుడయ్యాడు. 1942 లో మొదటిసారిగా వి-2 మిస్సైల్ పరీక్షించబడింది గానీ ఆ పరీక్ష జయప్రదం కాలేదు. అప్పుడది పక్కకి ఒరిగి పేలిపోయింది. కానీ మళ్ళా 1942 ఆగస్ట్ 16 న అది శబ్దవేగాన్ని మించి ప్రయాణించగల మొదటి మిస్సైల్ అయ్యింది. జర్మనీ లోని నార్డ్ హాసెన్ లో ఒక పెద్ద భూగృహంలో 1944 ఏప్రిల్ నుంచి అక్టోబర్ మధ్య కాలంలో 10,000 కు పైగా వి-2 మిస్సైళ్ళు పెద్ద ఎత్తున తయారయ్యాయి. సైంటిస్ట్, డిజైనర్, ఉత్పత్తి ఇంజనీరు, పాలనాదక్షుడు, సాంకేతిక నిర్వాహకుడూ అన్నీ ఒకరుగా రూపెత్తిన అటువంటి మనిషితో కలిసి ప్రయాణించబోవడం కన్నా మించి నేనేమి కోరుకోగలను?

మద్రాస్ నుంచి త్రివేండ్రం దాకా మేము ఏవ్రో విమానంలో ప్రయాణించాం. అది తొంభయి నిముషాల ప్రయాణం. వాన్ బ్రౌన్ మా పని గురించి అడిగి నేను చెప్పినదంతా ఒక విద్యార్థి మల్లే విన్నాడు. ఆధునిక రాకెట్ శాస్త్ర పితామహుడి నుంచి ఆ వినయం, ఆ ప్రోత్సాహం, ఆ ఉత్సుకత నేనూహించనివి. ఆ ప్రయాణం పొడుగునా నేను ఇబ్బంది పడకుండా చూసాడాయన. తనేమీ విశిష్ట వ్యక్తి కాదన్నట్టున్నట్టుండే ఆ ఆయుధ సృష్టికర్త తో నేను మాట్లాడుతున్నానన్న ఊహే ఎంతో నమ్మశక్యంకాదన్నట్టుగా ఉండింది.

ఆయన ఎస్.ఎల్.వి ని పరీక్షించి దాని పొడుగుకీ వ్యాసానికీ మధ్య నిష్పత్తిపైన సందేహాలు వెలిబుచ్చాడు. ఆ నిష్పత్తి 22 గా ఉండేలా మేము దాన్ని రూపొందించాం. కానీ అది ఉండవలసిన నిష్పత్తికన్నా ఎక్కువగా ఉందని అందువల్ల దానికి ఎగిరే దశలో వాయుస్థాపక సమస్యలు ఉత్పన్నం కాగలవని ఆయన హెచ్చరించాడు.

తన క్రియాశీలక జీవితంలో అధిక భాగం జర్మనీలో గడిపి ఇప్పుడు అమెరికాలో ఉండటాన్ని ఆయన ఎలా భావిస్తున్నాడు? ఆ ప్రశ్నే అడిగాను. మనిషిని చంద్రలోకానికి పంపగలిగిన రాకెట్‌ని తయారుచెయ్యడం ద్వారా మాంత్రికుడిగా యు.ఎస్.లో కీర్తించబడుతున్న ఆ మనిషి నా ప్రశ్నకిలా అన్నాడు. 'అమెరికా గొప్ప అవకాశాల్నివ్వగల దేశం. కానీ అమెరికేతరమైన ప్రతిదాన్నీ వాళ్ళు అనుమానంతో అసహ్యభావంతో చూస్తారు. అవి తమదగ్గర కనిపెట్టబడినవి కావన్న ఒక తిరస్కారభావం, విదేశీ పరిజ్ఞానాల పట్ల వాళ్ళ నరనరానా జీర్ణించుకు పోయింది. నువ్వు రాకెట్ల గురించి ఏమన్నా చెయ్యదలుచు కున్నావా నీ అంతట నువ్వే చేసుకో'.ఆయన ఇంకా అన్నాడు. 'ఎస్.ఎల్.వి.-3 నిఖార్సైన భారతీయ రాకెట్. మీకు మీ ఇబ్బందులుండవచ్చు కాక. కానీ ఒకటి గుర్తు పెట్టుకో. మనం కేవలం విజయాల మీంచే పైకి రాలేము. అపజయాల మీంచి కూడ ఎదగడం నేర్చుకోవాలి.'

రాకెట్ల తయారీలో తప్పనిసరైన కఠిన శ్రమ గురించీ, అంకితభావం గురించీ కూడా ప్రస్తావనచెయ్యకుండా ఉండలేకపోయాను. ఆయన కళ్ళల్లో చిలిపితనం తళుక్కుమంది. అన్నాడు కదా 'రాకెట్ల తయారీకి కఠిన పరిశ్రమ ఒక్కటే చాలదు. అది కష్టపడిపనిచేసే వాళ్లు కీర్తి తెచ్చుకునే క్రీడ కాదు. ఇక్కడ నీకో లక్ష్యముండటమే కాదు దాన్ని ఎంత త్వరగా వీలైతే అంత త్వరగా సాధించుకునే వ్యూహ నైపుణ్యం కూడా ఉండాలి.

'పూర్తి అంకిత భావమంటే పూర్తిగా కష్టపడటం కాదు. అది పూర్తిగా నిమగ్నమవడం. ఒక రాతిగోడని కట్టడం నడుము విరిగే పని. కొందరు తమ జీవిత కాలమంతా రాతిగోడలు కడుతూనే ఉంటారు. వాళ్ళు మరణించినప్పుడు మిగిలేవి మైళ్ళ కొద్దీ రాతిగోడలే. వాళ్లెంత కష్టపడ్డారో చూడండి అన్నట్టవి మౌనంగా సాక్ష్యమిస్తుంటాయి.'

'కానీ మరికొందరుంటారు. వాళ్ళు రాయి మీద రాయి పరచుతున్నప్పుడు మనసులో భవిష్య దృష్టి ఉండనే ఉంటుంది. లక్ష్యముంటుంది. అది వేసవి సెలవుల విశ్రాంతికి గులాబీలు పాకించిన డాబాని కట్టడం కావచ్చు. లేదా ఆ రాతిగోడ ఏపిల్ తోటకి కంచె కావచ్చు లేదా పొరుగింటి సరిహద్దు కావచ్చు. కానీ వాళ్ళా పని పూర్తిచేసినప్పుడు అక్కడ ఒక గోడని మించిందేదో ఆవిష్కృతమవుతుంది. ఆ లక్ష్య దృష్టే దానికా తేడానిస్తుంది. రాకెట్లు తయారుచెయ్యడం నీ వృత్తి చేసుకోకు, నీ జీవనాధారంగా చేసుకోకు. అది నీకొక

ఆరాధనగానూ, జీవిత ధ్యేయంగానూ కానివ్వ' ఈ వాన్ బ్రౌన్ లో ప్రొ. విక్రమ్ సారాభాయి లక్షణమేదో నేను చూడటం లేదూ? ఆ ఆలోచన నన్ను ఆనంద పరవశుణ్ణి చేసింది.

నా కుటుంబంలో సంభవించిన మూడు మరణాలు నేను తిరిగి పనికి అంకితం కావడానికి ఎన్నో ఏళ్ళ కాలం పట్టేలా చేసాయి. నేను నా అస్తిత్వాన్నంతటినీ ఎస్.ఎల్.వి. నిర్మాణానికి అప్పగించేసుకుందామనుకున్నాను. నా జీవిత మార్గమేదో నేను కనుగొన్నాననిపించింది. భగవంతుడు తన నేలమీద నాకు నెరవేర్చడానికి ఒక ధ్యేయాన్నీ, ప్రయోజనాన్నీ చూపించాడనిపించింది. ఆ కాలమంతా నేను ఒక నిలుపుదల మీటని నొక్కిపట్టి వుంచినట్టే గడిచింది. సాయంకాలాలు బాడ్మింటన్ లేదు. వారాంత సెలవులు గానీ, పండగలు కానీ లేవు. కుటుంబంలేదు. బంధువులు లేరు. ఎస్.ఎల్.వి.ని దాటి అవతల స్నేహితులు కూడా లేరు.

నీ ధ్యేయంలో నువ్వు నెగ్గాలంటే నీకు ఏకాగ్రచిత్తంతో కూడిన అంకితభావం ఉండాలి. నాలాంటి వ్యక్తుల్ని సాధారణంగా వర్కోహాలిక్స్ అంటారు. కానీ నేనీ పదాన్ని తిరస్కరిస్తుంటాను. ఎందుకంటే ఆ పదం ఒక అనారోగ్యం లాంటిదాన్ని దేన్నో లేదా ఒక అస్వస్థ మానసిక స్థితిని దేన్నో సూచిస్తుంది. ఏ పని చేస్తే నాకు ప్రపంచంలో మరేమీ కోరుకోవలసినదుండదో, ఏది నన్ను ఆనందభరితుణ్ణి చేస్తుందో అటువంటిది భ్రష్టత్వమెంత మాత్రమూ కాదు. నేను పనిచేస్తూన్నప్పుడల్లా పాతనిబంధనలోని ఇరవయి ఆరవ సామ కీర్తన నా మదికొస్తూంటుంది.

'పరీక్షించు ప్రభూ, పరీక్షించి నన్ను నిరూపించు'

వృత్తిలో అత్యున్నత స్థానానికి చేరాలనుకునేవారికి పూర్తి అంకితభావం కీలక అర్హత. తన యావచ్ఛక్తినీ వినియోగించి పనిచేయాలనుకునే వాళ్ల జీవితంలో ఇంక దేనికీ చోటుండదు. జీతం తీసుకుంటూ కూడా వారానికి నలభై గంటల కనీస పనిని ఎగతాళి చేసేవారు కూడా ఉన్నారు. అలాగే తమ పని కలిగించే ఉద్రేకం వల్ల వారానికి అరవై, ఎనభై, చివరికి వంద గంటలు పనిచేసేవారిని కూడా నేనెరుగుదును. విజయవంతులైన స్త్రీ పురుషులందరికీ పూర్తి అంకితభావమనేది ఉమ్మడి ధర్మం. నీ జీవితంలో నువ్వెదుర్కుంటున్న ఒత్తిడిని నిభాయించుకోగలిగావా? శక్తివంతుడైన మనిషికీ, తత్తరపాటు మనిషికీ తేడా వాళ్ళు వాళ్ల అనుభవాల్ని అందుకునే తీరులో ఉంది. మనిషికి కష్టాలెందుకు కావాలంటే అవే అతనికి విజయాన్ని ఆనందించే మనస్థితినిస్తాయి. మనమందరమూ మనలో ఒక పరమజ్ఞానాన్ని మోసుకు తిరుగుతున్నాం. మన గహనాతి గహనమైన ఆలోచనల్నీ, ఆకాంక్షల్నీ, నమ్మకాల్నిపరీక్షించుకోవడానికి దాన్ని ఉత్తేజిత పరుద్దాం.

నువ్విట్లా లక్ష్యానికి అంకితమయి నిన్ను నువ్వు నిర్దేశించు కున్నాక దానికి మంచి ఆరోగ్యం కూడా జతకావాలి. అది ఎవరెస్ట్ పర్వతం కానివ్వు లేదా నీ వృత్తి శిఖరం కానివ్వు,

దాన్ని అధిరోహించడానికి బలం కావాలి. మనుషులు రకరకాల శక్తి సదుపాయాలతో జన్మిస్తారు. తొందరగా శక్తిని ఖర్చుచేసుకుని అలసిపోయినవాడికే అందరికన్నా ముందుగా బలాన్ని పుంజుకునే అవకాశం చిక్కుతుంది.

1979 లో ఆరుగురు సభ్యుల ఒక బృందం ఒక సంక్లిష్టమైన రెండవ దశ నియంత్రణ వ్యవస్థ స్థితిస్థాపక పరీక్షచేస్తున్నారు. ఆ బృందం టి-15 కౌంట్ డౌన్ స్థాయిలో ఉంది. అంటే పరీక్షకు పదిహేను నిముషాల ముందున్నదన్నమాట. దాన్ని వదిలిపెట్టడానికి ముందు దాని వాల్వుల్లో ఒకటి పనిచెయ్యడం లేదు. ఆందోళనతో బృంద సభ్యులు పరీక్షా స్థలానికి పరుగు పెట్టారు. అంతలో ఆక్సిడైజర్ టాంక్ పేలిపోయి ఎర్రగా పొగలు కక్కుతున్న నైట్రిక్ ఆమ్లం చిమ్మి బృంద సభ్యులకు గాయాలయ్యాయి. ఆ గాయపడ్డవారి పరిస్థితిని చూడటం ఒక హృదయవిదారక అనుభవం. నేనూ, కురుప్ త్రివేంద్రం హాస్పటల్‌కి పరుగెత్తాం. అక్కడ ఆరు బెడ్లు ఖాళీ లేకపోతే ఆ మెడికల్ కాలేజి సిబ్బందిని అడుక్కున్నాం.

ఆ గాయపడ్డవారిలో శివరామకృష్ణ నాయర్ ఒకరు. యాసిడ్ అతని దేహాన్ని చాలా చోట్ల గాయపరిచింది. మేము హాస్పటల్లో బెడ్ సంపాదించే సమయానికి అతను భరించలేని బాధతో మెలికలు తిరుగుతున్నాడు. నేనతని బెడ్ పక్కనే కనిపెట్టుకుని ఉన్నాను. తెల్లవారు జామున 3 గంటలకు శివరామకృష్ణ స్పృహలోకి వచ్చాడు. అప్పుడతని మొదటి మాటలేమిటంటే ప్రమాదం వల్ల దెబ్బతిన్న పని షెడ్యూలుని తను తొందరలోనే పూర్తిచేసేస్తానని నాకిస్తున్న హామీ! అంత తీవ్ర బాధ మధ్యలో కూడా అతని నిజాయితీ, ఆశాభావం నన్ను సమూలంగా కదిల్చాయి.

శివరామకృష్ణ లాంటి వ్యక్తులు ప్రత్యేకమైన జాతి. తాము చివరిసారి అందుకున్న దానికన్నా మరింత ఎత్తుకి పోవాలని ప్రయత్నించే తరహా వాళ్ళది. వాళ్ళ సాంఘిక కుటుంబిక జీవితం ఆ స్వప్నం చుట్టూ అల్లుకుపోయి వాళ్ళ కృషి తెచ్చే విజయాల పంట వాళ్ళని ఆనందంతో ముంచెత్తుతుంది. అది ఒక అస్తిత్వ ప్రసారపు సంతోషం అనాలి.

ఆ సంఘటన నా బృందం పట్ల నా నమ్మకాన్ని తీవ్రంగా ఇనుమడింపచేసింది. జయాపజయాల నడుమ నా బృందం ఒక అచంచల శిలగా నిలవగలదనిపించింది.

నేను ప్రసారమనే పదాన్ని ఏమంత వివరించకుండానే చాలా చోట్ల వాడాను కదా. ఆ ప్రసారమనే మాటకి అర్థమేమిటి? అదిచ్చే సంతోషాలు? నేను వాటిని మాంత్రిక స్ఫురణలుగా భావిస్తాను. ఆ స్ఫురణలకీ, నువ్వు బాడ్ మింటన్ ఆడుతున్నప్పుడో జాగింగ్ చేస్తున్నప్పుడో కలిగే సంవేదనకీ పోలిక తేవచ్చు. మనం ఏదన్నా పనిని పూర్తిగా నిమగ్నమై చేస్తున్నప్పుడు కలిగే సంవేదననే నేను ఆ ప్రసారమంటున్నాను. ఆ ప్రసార సమయంలో ఆ పనిచేస్తున్న

వాడు ఏ విధమైన ప్రయత్నం చెయ్యనవసరం లేకుండానే అంతర్గత తర్కాన్ని అనుసరించి పని ముందుకు సాగుతుంది. తొందరేమీ ఉండదు. అతని ఏకాగ్రతను భంగం చేసే ఏ పక్కదోవలూ ఉండవు. గతమూ, భవిష్యత్తూ అన్నవి అదృశ్యమైపోతాయి. అలాగే తనకీ, పనికీ మధ్య ఉన్న విభజన రేఖ కూడా. మేమంతా ఎస్.ఎల్.వి ప్రవాహపు ప్రసారంలోకి చేరుకున్నాం. మేము కష్టపడి పని చేస్తున్నా అలసిపోకుండా తాజాగా ఉత్సాహంగా ఉండేవాళ్లం. అదెట్లా సాధ్యపడింది? ఆ ప్రసారాన్నెవరు సృష్టించారు?

బహుశా అది మనం సాధించాలనుకునే ప్రయోజనాల అర్థవంతమైన సమ్మేళనం అనుకుంటాను. మనం ముందొక విశాల సాధ్య ప్రయోజనాన్ని గుర్తిస్తాం. అప్పుడు మనముందుండే వివిధ ప్రత్యమ్నాయాలనుండి ఒక సాధ్య పరిష్కారాన్ని ఎంచుకుని ఆ దిశగా ప్రయాణిస్తాం. సమస్య పరిష్కారానికి మనం వెనకనుంచీ అల్లుకుంటూ వచ్చే సృజనాత్మక పరివర్తనే మనని ఆ ప్రసారంలో ప్రవేశపెడుతుందనుకుంటాను.

ఎస్.ఎల్.వి-3 హార్డ్ వేర్ రూపొందుతున్నకొద్దీ మా శ్రద్ధ కూడా అధికం కాజొచ్చింది. ఆత్మ విశ్వాసం ఉప్పొంగింది. నాపట్లా ప్రాజెక్టుపట్లా ధైర్యం కలిగింది. మన సంయమనాత్మక సృజనాత్మకత లోంచే ఆ ప్రసారం కూడా అదనపు విలువగా ఉత్పత్తి అవుతుంది. నీకు సవాలుగా అనిపించిందీ, నీ హృదయం అంగీకరించిందీ అయిన ఏదో ఒక దాని పట్ల నువ్వు కష్టపడి పనిచెయ్యాలి. అది నిన్ను ముంచెత్తేటంత సవాలు కానక్కరలేదు. అది నిన్నేదో మేరకు కుదుపగలిగితే చాలు. నిన్న చేసిన దానికన్నా లేదా చివరి సారి చెయ్యడానికి ప్రయత్నించినదానికన్నా మెరుగైన పనేదో నువ్వు ఈ రోజు చెయ్యగలుగుతున్నావని నమ్మగలిగితే చాలు.

నిర్దిష్ట కాల వ్యవధి అందుబాటులో ఉండటం అటువంటి ప్రసారానికి మరొక ఆవశ్యకత. నా అనుభవం ప్రకారం అరగంట కూడా గడవకముందే నువ్వా ప్రసారాన్ని అనుభవించాలనుకోవడం దుస్సాధ్యం. పదే పదే అడ్డుతగిలే వ్యాపకాలుంటే ఆ ప్రసారం నీకు లభించడం అసాధ్యం.

నేను ఈ ప్రసారస్థితిని చాలా సార్లు అనుభవించాను. ఎస్.ఎల్.వి. ధ్యేయంగా ఉన్న రోజుల్లో ప్రతి రోజూ అనుభవించాను. పని మధ్యలో తలెత్తి చూసినప్పుడు లాబరేటరీ మొత్తం ఖాళీగా ఉండి, నేను పని ముగించి ఇంటికి పోవాల్సిన సమయం దాటిపోయినట్టుగా ఎన్నో సార్లు అనుభవమయ్యేది. మరికొన్ని రోజుల్లో నేనూ నా బృంద సభ్యులూ పనిలో పడి మా మధ్యాహ్నభోజన సమయమయ్యిందని కూడా గుర్తించేవాళ్ళం కాదు. అసలప్పుడు మాకు ఆకలయ్యేదే కాదు.

అటువంటి సన్నివేశాల్ని పునఃపర్యావలోకించుకున్నప్పుడు అటువంటి ప్రసారం పొందిన క్షణాల్లో సారూప్యతేదో ఉందన్నట్టుగా అనిపిస్తోంది. అది ప్రాజెక్టు సమాప్తమవుతున్న క్షణాలు కావచ్చు. లేదా సమాచారమంతా సేకరించుకుని సమస్యని పరిష్కరించుకోవడానికి సమాయత్తమవుతున్న క్షణాలు కావచ్చు. లేదా విరుద్ధ అంశాలు మా ముందు పరిచిన విరుద్ధ ప్రయోజనాల ప్రత్యామ్నాయాల్ని పరిశీలించి కార్యోన్ముఖు లమవుతుండే క్షణాలు కావచ్చు.

మరొకటి కూడా పరిశీలించాను. మామూలుగా నా కార్యాలయంలో ఏ సమావేశాలూ సంక్షోభాలూ లేకుండా కొంత ప్రశాంతంగా ఉండే రోజుల్లోనే ఈ ప్రసారం సంభవించే క్షణాలు ఎక్కువగా సాధ్యపడేవి. అటువంటి క్షణాల తరచుదనం స్థిరంగా పెరుగు తుండేది.

1979 మధ్యకాలానికి ఎస్.ఎల్.వి 3 స్వప్నం పూర్తిగా సాకారమయ్యి మొదటి ప్రయోగాత్మక పరీక్ష 1979 ఆగస్ట్ 10 న నిర్ణయించుకున్నాం. మా ధ్యేయంలో ఉన్న లక్ష్యాలేమిటంటే ఒక పూర్తి స్థాయి ప్రయోగ నౌకని ప్రయోగించడం, వివిధ దశల మోటార్లు, నియంత్రణ మార్గదర్శక వ్యవస్థలు,ఎలెక్ట్రానిక్ ఉపవ్యవస్థలు మొదలైన వాటిని మదింపు వేసుకోవడం, అలాగే స్థావర వ్యవస్థల్ని కూడా బేరీజు వేసుకోవడం ఉన్నాయి. స్థావర వ్యవస్థల్లో శ్రీహరికోట ప్రయోగ కేంద్ర సముదాయంలో నిర్మించిన వివిధ సదుపాయాలున్నాయి.

ప్రయోగవేళ 7 గంటల 58 నిమిషాల ముహూర్తానికి 23 మీటర్ల పొడుగు, 17 టన్నుల బరువు కలిగిన నాలుగు దశల ఎస్.ఎల్.వి రాకెట్ రాజసముట్టిపడుతూ ఆకాశంలోకి దూసుకుపోయింది. దాని మొదటి దశ పరిపూర్ణంగా పనిచేసింది. అక్కణ్ణుంచి రెండవ దశకు అందుకుంది. మా ఆశలు ఎస్ ఎల్ వి రూపంలో నింగినంటుకోవడం చూస్తూ మేము సమ్మోహితులమై ఉన్నాం. ఇంతలో ఆ ఆనందం భగ్నమయ్యింది. రెండవ దశ అదుపు తప్పింది. 317 సెకండ్ల తరువాత నౌక కూలిపోయింది. ఆ అవశేషాలు నాలుగవ దశ పేలోడ్లతో సహా శ్రీహరికోటకి 500 కిలోమీటర్ల దూరంలో సముద్రం మీద చెదిరిపడ్డాయి.

ఈ సంఘటన మమ్మల్ని తీవ్ర ఆశాభంగానికి గురిచేసింది. నాలో ఆగ్రహం, నిష్ఫలత్వం కలగలసిన విచిత్రమైన భావన కదలాడింది. హఠాత్తుగా నా కాళ్ళు దిగ లాగడం మొదలుపెట్టాయి. సమస్య నా శరీరంతో కాదు. నా మనసులోనే ఏదో సంభవిస్తోందని కనుగొన్నాన్నేను.

నేను రూపొందించిన హోవర్ క్రాఫ్ట్ నంది అకాల మరణం చెందడం, రాటో ప్రాజెక్టు అటకెక్కడం, ఎస్.ఎల్.వి. డయామోంట్ నాలుగవ దశ అర్థాంతరంగా నిలిచిపోవడం ఇవన్నీ త్రుటిలో మెరుపులాగా నాలో పునర్జీవించాయి. దీర్ఘ కాలంగా పాతిపెట్టబడ్డ ఫోనిక్స్ పక్షి తన భస్మ రాశుల్లోంచి పైకెగిరినట్టుగా. ఏళ్ళ మీదట నేను ఈ భగ్న ప్రయత్నాల్ని ఏదో మేరకు

నాలో అణచుకుని నా కొత్త స్వప్నాల వెంబడి ప్రయాణిస్తో వచ్చాను. కానీ ఆ రోజు ఆ పురాతన ఆశాభంగాలు నన్ను మళ్ళీ క్రూరంగా అణచివేసాయి.

అక్కడ ఎవరో అడిగారు 'అలా జరగడానికి కారణమేమయి ఉంటుందంటావు?' నేను జవాబు చెప్పడానికి ప్రయత్నించాను. కానీ నేనెంతగా అలసిపోయానంటే జవాబు కోసం ఆలోచించలేక ఆ ప్రయత్నమే వ్యర్థమని వదిలిపెట్టేసాను. ఆ ముందు రోజు రాత్రంతా కౌంట్ డౌన్ . ప్రయోగం జరిగింది ఉదయపు వేళల్లో. పైగా ఆ గత వారమంతా నేను నిద్రకి దూరంగానే గడిపాను. శారీరికంగా మానసికంగా ఉన్న శక్తి అంతా ఊడ్చుకుపోయి నేను తిన్నగా నా రూము లోకి పోయి పరుపుమీద కూలబడ్డాను.

నా భుజం మీద ఒక ఆత్మీయ స్పర్శ నాకు మెలకువ తెప్పించేటప్పటికి మధ్యాహ్నపు పొద్దు వాలి సాయంకాలమవుతోంది. నా మంచం పక్కన కూచుని డా. బ్రహ్మప్రకాశ్! 'మధ్యాహ్నం భోజనం చెయ్యలేదా' అని అడిగాడాయన. ఆయన అభిమానమూ, నా గురించిన ఆయన వ్యాకులతా నన్ను కదిలించాయి. ఆ తరువాత చెప్పాడాయన ఆ రోజు అంతకు ముందు రెండు సార్లు నా గదికి వచ్చి నేను నిద్రపోవడం చూసి వెనుదిరిగి పోయాడని, నా అంతట నేను లేచినప్పుడు నాతో కలిసి భోజనం చెయ్యడానికి ఆయన అట్లా వేచిఉన్నాడని. డా. బ్రహ్మప్రకాశ్ సాహచర్యం నాకు కొత్త ధైర్యాన్నిచ్చింది. నేను దుఃఖగ్రస్తుణ్ణయి ఉండవచ్చు గానీ ఒంటరిని కానని తెలిసింది. భోజన సమయంలో అతనేదో పిచ్చాపాటీ మాట్లాడుతూ గడిపాడు. ఎస్.ఎల్.వి-3 గురించిన ప్రస్తావన మా మాటల్లో రాకుండా చూస్తూ ఆ పిచ్చాపాటీ మాటల్తోనే నాకేదో ఓదార్చునిస్తో ఉన్నాడు.

9

ఆ కష్టకాలాన్ని తరించడంలో డా.బ్రహ్మ ప్రకాశ్ నాకు తోడుగా ఉన్నాడు. ఆచరణలో డా.బ్రహ్మప్రకాశ్ అనుసరించే పద్ధతేమంటే 'వాణ్ణిట్లానో ఒకలా సజీవంగా ఇంటికి తీసు కొచ్చెయ్యండి. వాడు నెమ్మదిగా కోలుకుంటాడు' అనేది. ఆయన మొత్తం ఎస్.ఎల్.వి సభ్యులనందరినీ చేరదీసుకున్నాడు. ఎస్.ఎల్.వి-3 వైఫల్యం వల్ల బాధకలిగింది నాకొక్కడికే కాదని చూపించాడు. నీ సహచరులందరూ నీతోనే నిలిచిఉన్నారు అని వెన్నుతట్టాడు. అది నాకు మానసిక ధైర్యాన్నిచ్చింది. ప్రోత్సాహాన్నిచ్చింది.మార్గం చూపించింది.

1979 ఆగస్టు 11 న ప్రయోగానంతర సమీక్షా సమావేశం జరిగింది.దానికి దాదాపు డెబ్బయి మందికి పైగా శాస్త్రవేత్తలు హాజరయ్యారు. వైఫల్యం యొక్క సవివరమైన సాంకేతిక మదింపు పూర్తయ్యింది. తరువాత ఎస్.కె. అథిథన్ అధ్యక్షతన నౌక పనిచెయ్యకపోవడానికి కల కారణాలను ప్రయోగానంతర విశ్లేషణ సంఘం గుర్తించింది. రెండవ దశ నియంత్రణ వ్యవస్థ సరిగా పనిచెయ్యనందునే నౌక కూలిపోయిందని నిర్ధారించారు. రెండవ దశ ప్రయాణంలో అదిఅదుపు తప్పిందని, అందువల్ల తన వాయుగతిలో అస్థిరతకు లోనయ్యిందని, వేగాన్ని కోల్పోయిందని, తన ఎగరవలసిన ఎత్తుని కూడా నష్టపోయిందని తేల్చారు. అందువల్ల తక్కిన దశలు మండక ముందే నౌక సముద్రంలో కూలిపోయిందని కూడా కనుగొన్నారు.

రెండవ దశ వైఫల్యం గురించిన మరింత లోతైన విశ్లేషణ వల్ల, ఆ దశలో ఇంధనానికి అవసరమైన నైట్రిక్ యాసిడ్ కారిపోవడం ముఖ్య కారణమని గుర్తించారు. అందువల్ల ఇంధనం

మాత్రమే అంది బలం దానికి లభించలేదు. టి-8 నిమిషాలప్పుడు ఎక్కడోఏదో రాచుకోవడం వల్ల ఆక్సిడైజర్ టాంక్ లోని ఒక వాల్వు ఊడిపోయి నైట్రిక్ యాసిడ్ ఒలికిపోయిందని గుర్తించారు.

అంశాలు ఇస్రోలోని అత్యున్నత శాస్త్రవేత్తల సమావేశంలో ప్రొ. ధావన్‌కి నివేదించబడ్డాయి. ఆ కారణాలు అంగీకరించబడ్డాయి. సాంకేతికంగా వివరించబడ్డ ఆ కార్య కారణ సంబంధం ప్రతి ఒక్కర్నీ సంతృప్తి పరిచింది. వైఫల్య నిర్వహణ చర్యలు సక్రమంగా తీసుకోబడ్డాయని ప్రతి ఒక్కరూ భావించారు. కానీ నేను మాత్రం నన్ను నేను ఒప్పించుకోలేకపోయాను. అసహనంతో ఉడికిపోయాను.

ఉండబట్టలేక లేచి నిలబడి ప్రొ. ధావన్‌తో అన్నాను. 'సార్, నా మిత్రులు వైఫల్యాన్ని సాంకేతికంగా సమర్థించినా నేను మాత్రం నా బాధ్యతని అంగీకరిస్తున్నాను. కౌంట్ డౌన్ అవుతున్న చివరి సమయంలో నైట్రిక్ యాసిడ్ ఒలికి పోవడాన్ని తక్కువగా అంచనా వేసిన నిర్ణయానికి నాదే బాధ్యత. ఒక మిషన్ డైరక్టర్ గా నేను ఆ నౌకని ఆపేసి కనీసం దాన్ని రక్షించుకుని ఉండాల్సింది. ఇదే విదేశాల్లో జరిగితే ఆ మిషన్ డైరక్టర్ ఉద్యోగం పోగొట్టుకుని ఉంటాడు. కాబట్టి ఎస్.ఎల్.వి.3 వైఫల్యానికి నాదే బాధ్యత' అన్నాను. కొన్ని క్షణాలు ఆ సమావేశ మందిరంలో సూది పడ్డా వినిపించే నిశ్శబ్దం ఏర్పడ్డది. అప్పుడు ప్రొ. ధావన్ లేచి 'ఇంక నేను కలామ్‌నే భూకక్ష్యలోకి పంపిద్దామనుకుంటున్నాను' అని అక్కణ్ణించి వెళ్ళిపోయాడు.

శాస్త్రీయ పరిశోధన గొప్ప ఉత్సాహ నిరుత్సాహాల సంగమం. నా మనసులో అటువంటి సంఘటనలెన్నో కదిలాయి. జొహన్నెస్ కెప్లెర్ ఉదాహరణ చూద్దాం. ఆయన అంతరిక్ష పరిశోధనలో మూడు సూత్రాలు రూపొందించాడు. అందులో మొదటి రెండు సూత్రాలు రూపొందించబడ్డ పదిహేడు సంవత్సరాల తరువాత గానీ మూడవ సూత్రం ఆవిష్కరించబడలేదు. ఒక గ్రహం యొక్క అండాకార కక్ష్య కొలతకీ, అది సూర్యుడి చుట్టూ పరిభ్రమించే సమయానికీ మధ్య గల సంబంధం గురించిన సూత్రమది. ఆ సూత్రం చివరిసారిగా ప్రతిపాదింపబడేలోగా ఎన్ని వైఫల్యాలు, ఆశాభంగాలు అతను ఎదుర్కొని ఉండి ఉండాలి? మానవుడు చంద్రుడి పైన అడుగుపెట్టగలడని రష్యన్ గణిత శాస్త్రజ్ఞుడు కాన్‌స్టాంటిన్ షిలోవిస్కీ ప్రతిపాదించిన నాలుగు దశాబ్దాలకు గానీ ఆ కల నిజం కాలేదు. అదీ యు.ఎస్.ఏ. ద్వారా నిజమయ్యింది. ప్రొ.చంద్రశేఖర్ 1930 లలో కేంబ్రిడ్జిలో గ్రాడ్యుయేట్ విద్యార్థిగా ఉన్నప్పుడే కనుగొన్న 'చంద్రశేఖర్ పరిమితి సూత్రానికి' నోబెల్ బహుమతి అందడానికి మరొక యాభయ్యేళ్ళు వేచిఉండవలసి వచ్చింది. ఆ బహుమతి ఆయనకు అప్పుడే

లభించి ఉంటే బ్లాక్ హోల్స్ గురించి మనకు దశాబ్దాల కిందటే తెలిసిఉండేది. తన శాటరన్ రాకెట్ మనిషిని చంద్రుడి మీద దింపడానికి ముందు వాన్ బ్రౌన్ ఎన్ని వైఫల్యాల్ని చవిచూసి ఉండాలి? వెనక్కితీసుకోలేని ఎదురుదెబ్బలు తగిలినప్పుడల్లా ఈ ఆలోచనలే నాకు బలాన్నిచ్చేవి.

1979 నవంబర్ మొదట్లో డా. బ్రహ్మప్రకాశ్ పదవీ విరమణ చేసాడు. అంతరిక్ష కేంద్రం కల్లోల సమయాల్లో ఆయనే నా పెద్దలంగరుగా ఉండేవాడు. బృందస్ఫూర్తిలో ఆయన విశ్వాసమే ఎస్.ఎల్.వి ప్రాజెక్టు నిర్వహణకు మార్గం చూపించింది. తరువాత కాలంలో దేశంలో శాస్త్రీయ ప్రణాళికలకు ఒరవడి అయ్యింది. నేను నా ధ్యేయం నుంచి పక్కకు జరుగుతున్నా ననుకున్నప్పుడల్లా ఆయన సూచనలు నాకు అమూల్యమైన వెలుగుని ప్రసరింపచేసేవి.

నేను ప్రొ. సారాభాయి నుంచి పుణికి పుచ్చుకున్న గుణాల్ని డా. బ్రహ్మప్రకాశ్ పునరుద్దీపింప చెయ్యడమే కాకుండా వాటికి కొత్త కోణాల్ని ఆవిష్కరించాడు. నన్నెప్పుడూ తొందరపడవద్దని హెచ్చరించేవాడు.'పెద్ద పెద్ద శాస్త్రీయ ప్రణాళికలు మహా పర్వతాల్లాంటివి. వాటిని తొందరపడకుండా, మనని అలసట పెట్టుకోకుండా, నిదానంగా అధిరోహించాలి. నీ వేగం నీ స్వధర్మానికి అనుగుణంగా ఉండాలి. నువ్వుండబట్టలేకపోతే వేగం పెంచు. ఒత్తిడి మొదలయ్యిందా వేగం తగ్గించు. నువ్వొక సమతూక మనఃస్థితిలోనే పర్వతారోహణ సాగించాలి. నీ ప్రాజెక్టు లోని ప్రతి ఒక్క అంశాన్నీ దానికదే ఒక అద్వితీయ సంఘటన అని నువ్వు భావించుకోగలిగినపుడే పనిలో సక్రమంగా ముందుకు పోతున్నట్టు' అని చెప్పాడాయన నాకు. డా. బ్రహ్మప్రకాశ్ సలహా ప్రతిధ్వని ఎమర్సన్ ఎప్పుడోరాసిన బ్రహ్మ కవితలో వినవస్తుంది.

వధిస్తున్నవాడు తాను వధిస్తున్నాడనుకున్నా
వధించబడుతున్న వాడు తాను వధించబడుతున్నాననుకున్నా
సూక్ష్మ అంశాల ఎరుక కలగలేదనాలి వారికి
నేను ఎన్నటికీ నిలిచేఉంటాను, కొనసాగుతుంటాను, పునరాగమిస్తాను.

అజ్ఞాత భవిష్యత్ కోసం జీవించడంలో అర్థం లేదు. అది పర్వత సానువుల సౌందర్యాన్నిఆనందించకుండా నేరుగా శిఖరారోహణ చెయ్యడం లాంటిది. జీవితాన్ని అవధరించేది పర్వత భుజాలే, శిఖరం కాదు. ఈ సానువుల్లోనే జీవజాలం వృద్ధి చెందేది,అనుభవం సాధ్యపడేది, సాంకేతిక పరిజ్ఞానాలు చేతికి చిక్కేది. కాబట్టి నేను శిఖరం వైపే సాగినా ఆ వాలుల్లోని అందాల్ని కూడా అనుభవం లోకి తెచ్చుకుంటూ వచ్చాను. నేను ప్రయాణించవలసింది సుదీర్ఘ ప్రయాణమేగానీ నాకు తొందర లేదు. చిన్న చిన్న అడుగులు ఒక దాని వెనక ఒకటి చొప్పున వేసుకుంటూ శిఖరం దిశగా నడక సాగించాను.

తన ప్రతి దశలోనూ కూడా ఎస్ ఎల్ వి ప్రాజెక్టుకి అసాధారణ సాహసికులైన వ్యక్తులు లభిస్తూ వచ్చారు. వారిలో సుధాకర్, శివరామకృష్ణన్‌లతో పాటు శివకామినాథన్ కూడా ఉన్నాడు. ఎస్.ఎల్.వి-3 తో అనుసంధించడానికి సి-బాండ్ ట్రాన్స్‌పాండర్‌ని త్రివేంద్రం నుండి షార్ ప్రాజెక్టుకి తెమ్మని అతనికి పురమాయించారు. రాకెట్ భూమిని వదిలి పెట్టాక ఆ నౌక సంకేతాలివ్వడానికి ఆ ట్రాన్స్‌పాండర్‌ని అమరుస్తారు. ఆ సామగ్రి రాక మీదనే ఎస్.ఎల్.వి-3 ప్రయోగ కార్యక్రమం ఆధారపడిఉంది. శివకామి ప్రయాణిస్తున్న విమానం మద్రాస్ విమానాశ్రయంలో ఆగినప్పుడు రన్‌వే మీద నుంచి జారి ముందుకు పోయింది. విమానం మొత్తాన్ని పొగ దట్టంగా అలముకుంది. ప్రతిఒక్కరూ అత్యవసర ద్వారాలగుండా విమానం నుంచి బయటకు దూకేసి ఏదో ఒక విధంగా తమను తాము రక్షించుకునే ప్రయత్నంలో ఉన్నారు. దాన్ని తీసుకు వస్తున్న శివకామి ఒక్కడే తన లగేజి నుంచి ట్రాన్స్‌పాండర్ బయటకు తీసి ఆ పరికరాన్ని గుండెలకు హత్తుకుని ఉండిపోయాడు. చివరగా మిగిలిపోయిన వాళ్ళల్లో అతనొకడు. ఆ మిగిలిన వాళ్ళు కూడా ఎక్కువమంది విమాన సిబ్బంది. ఆ పొగనుంచి అతను అందరికన్న ఆఖరున బైటపడ్డాడు.

నేను బాగా గుర్తు పెట్టుకున్న మరొక సంఘటన ఎస్.ఎల్.వి-3 పోతపోస్తున్న చోటకి ప్రొ.ధావన్ రాకకి సంబంధించింది. అప్పుడు నేనూ, ప్రొ.ధావన్, మాధవన్ నాయర్ ఎస్.ఎల్.వి-3 సమీకరణ గురించిన కొన్ని సూక్ష్మ అంశాల్ని చర్చిస్తున్నాం. ఆ నౌక లాంచర్ పైన భూమికి సమాంతరంగా పడుకోబెట్టిఉంది. మేం దాని చుట్టూ తిరుగుతూ అక్కడ అప్పటికే సంసిద్ధంగా ఉన్న హార్డ్‌వేర్‌ని పరీక్షిస్తూ ఉన్నాం. అక్కడ ఏదన్నా అగ్నిప్రమాదం సంభవించే పక్షంలో నిప్పుని ఆర్పడానికని సిద్ధంగా ఉంచిన పెద్ద పెద్ద నీటి పైపుల పైన నా దృష్టిపడింది. ఆ నీటి పైపులు ఎస్.ఎల్.వి-3 కి ఎదురుగా కనిపించిన ఆ దృశ్యం నన్నెందుకో పీడించింది. ఆ పైపుల్ని అక్కడ నుంచి పక్కకు జరుపుదామని నేను మాధవన్ నాయర్‌కి సూచించాను. ఇందువల్ల ఎప్పుడైనా నీళ్ళు చింది రాకెట్ పాడయ్యే ప్రమాదం తప్పుతుందని నా ఊహ. ఆశ్చర్యం. మేము ఆ నీళ్ళ పైపుల్ని జరిపామో లేదో ఒక్క ఉదుటున అందులోంచి నీళ్లు ధారాపాతంగా చిమ్మడం మొదలయింది. వెహికిల్ రక్షణాధికారి రాకెట్‌కి ఎటువంటి ప్రమాదం రాగలదో ఊహించ కుండానే దాని రక్షణ ఏర్పాట్లు చేసాడు. దూరదృష్టి విషయమై ఇదొక గుణపాఠం మాకు. లేదా మాకు ఏదైనా ఒక దైవ రక్షణ ఉండి ఉంటుందా?

1980 జూలై 17 న రెండవ ఎస్ ఎల్ వి 3 ప్రయోగానికి 30 గంటల ముందు వార్తా పత్రికలు రకరకాల ఊహాగానాలతో నిండిపోయాయి. 'ప్రాజెక్టు డైరెక్టర్ తప్పిపోయాడు, సమాచారానికి అందుబాటులో లేడని' ఒక పత్రిక రాసింది. చాలా వార్తా నివేదికలు పాత అనుభవాన్ని తిరగతోడాయి. ఎస్ ఎల్ వి 3 ప్రయోగించినప్పుడు మూడవ దశ రాకెట్

ఇంధనం అందక ఏ విధంగా సముద్రంలోకి పిల్లిమొగ్గలేసిందో ఆ చరిత్రనంతా మళ్ళా చెప్పుకొచ్చాయి. కొన్ని ఎస్ ఎల్ వి-3 యొక్క సైనిక పర్యవసానాలగురించీ అవి మధ్యస్థాయి బాలిస్టిక్ మిస్సైళ్ళను నిర్మించగల సామర్థ్యాన్ని సాధించడంలో ఏ విధంగా ఉపయోగపడగలదో కూడా రాసాయి. కొందరు భారతదేశాన్ని పట్టి పీడిస్తున్న రుగ్మతల గురించి రాస్తూ అవి ఎస్ఎల్వి-3 కి కూడా తప్పట్లేదని రాసారు. ఆ మరుసటి రోజు ప్రయోగం మీదనే భారతీయ అంతరిక్ష కార్యక్రమం భవిష్యత్తు ఆధారపడి ఉందని నాకు తెలుసు. క్లుప్తంగా చెప్పాలంటే మొత్తం జాతి దృష్టి అంతా మా మీదే కేంద్రీకరించి ఉందనాలి.

1980 జూలై 18 న ఉదయం 8 గంటల 3 నిమిషాలకు భారతదేశపు మొదటి శాటిలైట్ లాంచ్ వెహికిల్ ఎస్ ఎల్ వి 3 షార్ నుండి ప్రయోగించబడింది. టేక్ఆఫ్‌కి 600 సెకండ్ల ముందు ఆ సమాచారాన్ని ప్రదర్శిస్తున్న కంప్యూటర్‌లో చూసాన్నేను నాలుగవ దశ తను మోసుకువెళ్తున్న రోహిణీ శాటిలైట్ ని భూ కక్ష్యలోకి పంపగల వేగాన్నందు కుందని. మరుసటి రెండు నిమిషాల్లో రోహిణి భూకక్ష్య అథోతలంలోకి ప్రవేశించింది. కీచుమంటున్న శబ్ద తరంగాల రొదలో నేను నా జీవితంలో కెల్లా అత్యంత ప్రముఖమైన ప్రకటన చేశాను. 'అన్ని కేంద్రాలకూ మిషన్ డైరక్టర్ ప్రకటన. అన్ని దశలూ కూడా మిషన్ ఆశించిన లక్ష్యాల్ని నెరవేర్చాయి. నాలుగవ దశ అపొగీ మోటార్ రోహిణి శాటిలైట్ ని భూకక్ష్యలోకి ప్రవేశపెట్టగల వేగాన్నందించగలిగింది' అన్న నా ప్రకటన పూర్తయిందో లేదో ప్రతిచోటా ఆనందపు కేరింతలు. సంతోషంతో తబ్బిబ్బవుతున్న నా సహచరులు నేను బ్లాక్ ఇహౌజు నుంచి బయటకు రాగానే నన్ను తమ భుజాలకెత్తుకుని ఊరేగింపు తీసారు.

మొత్తం జాతి అంతా ఉద్రేకభరితమయ్యింది. శాటిలైట్ సామర్థ్యాన్ని అందుకున్న అతి కొద్ది దేశాల్లో భారతదేశం కూడా చేరింది. వార్తా పత్రికలు ఆ వార్తను పతాక శీర్షికలుగా ప్రచురించాయి. ఆకాశవాణి, దూరదర్శన్‌లు ప్రత్యేక కార్యక్రమాలు ప్రసారం చేసాయి. పార్లమెంట్ సభ్యులు బల్లలు చరిచి మరీ ఆ విజయానికి అభినందనలు అందించారు. అది జాతి స్వప్నం సాకారమైన వేళ మాత్రమే కాదు, జాతి చరిత్రలో మహత్తరమైన దశా ప్రారంభం కూడా. ఇస్రో అధ్యక్షుడు ప్రొ.సతీష్ ధావన్ అంతరిక్షాన్ని పరిశోధించే దశకు మనమింకా చేరుకోలేదని జాగ్రత్త సంకేతాలు అందించాడు. ప్రధానమంత్రి ఇందిరాగాంధి తమ అభినందనల తంతి పంపించారు. కానీ అన్నిటికన్నా ముఖ్యమైన ప్రతిస్పందన భారతీయ శాస్త్రవేత్తల సమాజం నుంచి వచ్చింది. వారిలో ప్రతిఒక్కరు నూటికి నూరు పాళ్ళూ దేశీయంగా సాధించిన విజయమని దాన్ని కొనియాడారు.

నా అనుభూతి మిశ్రితంగా ఉండింది. అప్పటికి రెండు దశాబ్దాలుగా నా చేతుల్లోంచి జారిపోతున్న విజయం అప్పటికి నా చేత చిక్కినందుకు సంతోషం. కానీ నన్ను ప్రభావితం

చేసిన వాళ్ళు- నా తండ్రి, నా బావమరిది జలాలుద్దీన్, ప్రొ. విక్రం సారాభాయి నా ఆనందాన్ని పంచుకునేటందుకు జీవించి లేరన్న విషాదం.

ఎస్.ఎల్.వి-3 నౌకా ప్రయోగం కీర్తి భారతీయ అంతరిక్ష కార్యక్రమ కురువృద్ధులందరికీ చెందుతుంది. దీన్ని ముందుగానే కలగన్న ప్రొ. విక్రంసారాభాయికి, ఆ తరువాత అంతరిక్ష పరిశోధనా కేంద్రానికి చెందిన వందలాది మంది సిబ్బందికీ ఆ గౌరవం. మన దేశ ప్రజల సత్తా ఎటువంటిదో వారు నిరూపించారు. అలాగే ప్రాజెక్టు నిర్వాహకులైన ప్రొ. సతీష్ ధావన్, డా. బ్రహ్మ ప్రకాశ్ లకి కూడా ఆ విజయం ఘనత దక్కుతుంది.

ఆ రాత్రి మేము భోజనం చేసేటప్పటికి బాగా పొద్దుపోయింది. విజయసంరంభం తాలూకు ఉత్సాహధ్వని నెమ్మదిగా సన్నబడింది. ఇక శక్తి ఏమీ మిగలక నేను అలసి నా పరుపు మీద మేను వాల్చాను. తెరచిఉన్న కిటికీ లోంచి మేఘాల్లో చంద్రుడు కనిపిస్తున్నాడు. శీహరికోట సంతోషాన్ని తాను కూడా ప్రతిబింబిస్తున్నట్టుగా సముద్రపు గాలి వీస్తోంది.

ఎస్.ఎల్.వి జయప్రదంగా ప్రయోగించబడ్డ ఒక నెలలోపే నేనొక రోజు బొంబాయి నెహ్రూ సైన్సు మ్యూజియంకి వెళ్ళాను. వారు ఎస్.ఎల్.వి-3 పైన నా అనుభవాల్ని పంచుకోవాల్సిందిగా కోరారు. అక్కడ నాకు ఢిల్లీ నుంచి ప్రొ. ధావన్ టెలిఫోన్ కాల్ వచ్చింది. ఆయన్నిఆ మరునాటి ఉదయం ఢిల్లీలో కలుసుకోవాల్సిందిగా పిలుపు. మేము అక్కడ ప్రధానమంత్రి శ్రీమతి ఇందిరాగాంధిని కలుసుకోవాల్సి ఉంది. నన్ను బొంబాయి పిలిచిన వారు ఢిల్లీకి టిక్కెట్టు ఏర్పాటు చేసారు. కానీ నాకు నా దుస్తులతో సమస్య వచ్చిపడింది. నేను నాకలవాటైన పద్ధతిలో మామూలు దుస్తుల్లో కాళ్లకి సాదా చెప్పుల్తో ఉన్నాను. ఏవిధంగా చూసినా అది ప్రధాన మంత్రిని కలవడంలో చూపించవలసిన మర్యాదకి గుర్తు కాదు. నేను ప్రొ. ధావన్ తో ఈ సంగతి చెప్తే దుస్తుల గురించి పట్టించుకోకన్నాడు. పైగా 'నీ విజయమే నీ సౌందర్యం' అన్నాడు.

ప్రొ. ధావన్ నేనూ పార్లమెంటు సమావేశమందిరానికి ఆ మరునాటి ఉదయం చేరుకున్నాం. అక్కడ ప్రధానమంత్రి అధ్యక్షతన సైన్స్ అండ్ టెక్నాలజీ మీద పార్లమెంటరీ పానెల్ సమావేశం మరికొద్దిసేపటిలో జరుగనున్నది. ఆ సమావేశ మందిరంలో దాదాపు 30మంది దాకా లోక్‌సభ, రాజ్యసభ సభ్యులున్నారు. పైన షాండ్లియర్ రాజసముట్టిపడుతూ వెలుగుతుంది. ప్రొ. ఎం.జి.కె. మీనన్, డా. నాగ్ చౌదరి కూడా అక్కడ ఉన్నారు. ఆ సమావేశంలో శ్రీమతి గాంధీ ఎస్.ఎల్.వి.-3 విజయాన్ని ప్రస్తావించి మా కృషిని ప్రశంసించారు. అప్పుడు ఇస్రో శాస్త్రవేత్తల తరపున, ఇంజనీర్ల తరపున ప్రొ. ధావన్ పార్లమెంటరీ సంఘానికి ధన్యవాదాలు అర్పించారు. అంతలో హఠాత్తుగా శ్రీమతి గాంధీ నావైపు తిరిగి

చిరునవ్వుతో 'కలాం, నువ్వుకూడా మాట్లాడితే వినాలనుకుంటున్నాం' అన్నారు. అప్పటికే ధావన్ ధన్యవాదాలు చెప్పేయడంతో ఆమె కోరిక నన్నాశ్చర్యపరిచింది.

సందేహిస్తూనే లేచి నుంచుని ప్రతిస్పందించాను. 'జాతినిర్మాతలైన మీవంటి వారి సమక్షంలో నేనిక్కడుండటమే అపూర్వ సత్కారం. నాకు తెలిసిందల్లా గంటకు 25,000 కిలోమీటర్ల వేగంతో ఒక శాటిలైట్‌ను ఆకాశంలోకి ప్రవేశపెట్టగల రాకెట్ వ్యవస్థని మనదేశంలో తయారుచేయడమే' అన్నాను. సమావేశ మందిరం కరతాళ ధ్వనులతో మారుమ్రోగింది. ఎస్.ఎల్.వి-3 వంటి ప్రాజెక్టుపైన పనిచేసే అవకాశమిచ్చినందుకూ, దేశ వైజ్ఞానిక సత్తాను రుజువు చేసుకోగలిగే అవకాశమిచ్చినందుకూ ప్రభుత్వానికి ధన్యవాదాలు చెప్పాను. ఆ మందిరమంతా సంతోషంతో వెలిగిపోయింది.

ఇక ఎస్.ఎల్.వి.-3 ప్రయోగం జయప్రదంగా పూర్తయింది కనుక అంతరిక్ష కేంద్రం తన వనరుల్ని పునర్వ్యవస్థీకరించుకుని తన లక్ష్యాల్ని పునర్నిర్వచించుకోవలసివచ్చింది. నేను ప్రాజెక్టు కార్యక్రమాలనుంచి పక్కకు తప్పుకున్నాను. నా బృందంలో సభ్యుడుగా ఉండే వేద్ ప్రకాష్ సండ్లాస్ ఎస్.ఎల్.వి-3 కొనసాగింపు కార్యక్రమానికి ప్రాజెక్టు డైరక్టరుగా నియమితుడయ్యాడు. మరిన్ని శాటిలైట్ లాంచ్ వెహికిళ్లను తయారు చేయడం దాని ఉద్దేశం. ఎస్.ఎల్.వి.3 ను సాంకేతికంగా మరింత అభివృద్ధి పరచి ఆగ్మంటెడ్ శాటిలైట్ వెహికిళ్ళను తయారు చేసే ఒక ఆలోచన కొన్నాళ్ళు ఉండింది. నా బృందంలో మరో సభ్యుడైన ఎమ్.ఎస్.ఆర్.దేవ్ దానికి ప్రాజెక్టు డైరక్టరుగా బాధ్యత తీసుకున్నాడు. అలాగే జియో శాటిలైట్ లాంచ్ వెహికిల్ తయారీ, పోలార్ శాటిలైట్ లాంచ్ వెహికిల్ తయారీ కూడా ఆలోచనలో ఉండేవి. నేను ఏరోస్పేస్ డైనమిక్స్, డిజైన్ గ్రూప్ డైరెక్టరుగా బాధ్యత తీసుకున్నాను. రాబోయే లాంచ్ వెహికిళ్ల నమూనాలకు రూపకల్పన చేసే బాధ్యత అది.

అంతరిక్షకేంద్రంలో అప్పటికి అందుబాటులో నున్న మౌలిక సదుపాయాలు మా భవిష్య ప్రణాళికలను అమలుచేయడానికి సరిపోవు. అందుకుగాను ప్రత్యేకమైన సదుపాయాలు అవసరమౌతాయి. వాటికోసం 'వట్టియూరుకావు' లోను 'వలియమల' లోను కొత్త స్థలాలను సేకరించాం. ఆ స్థలాల్లో మౌలిక సదుపాయాల కల్పన కోసం డా. శ్రీనివాసన్ సవివరమైన ప్రణాళికలను తయారుచేశాడు.

ఈలోగా నేను ఎస్.ఎల్.వి.-3ను ప్రపంచంలోని ఇతర లాంచ్ వెహికిళ్ళతో పోలుస్తూ మిస్సైళ్ల నిర్మాణానికి చేపట్టవలసిన సూచనలతో విశ్లేషణ చేశాను. మేము గ్రహించిందేమంటే సమీప, మధ్యస్థ శ్రేణుల్లో పేలోడ్లు విసరడానికి ఎస్.ఎల్.వి-3 ఘనచోదక రాకెట్ వ్యవస్థలు సరిపోతాయని. వాటికి 1.8 మీటర్ల డయామీటర్‌తో ఒక అదనపు బూస్టర్‌ని అమర్చి 36

టన్నుల చోదకాలని కాని వాడితే అవి 5,000 కిలోమీటర్లలోపు 1000 కేజీల వరకు పేలోడ్లను విసరగలవని ప్రతిపాదించాము. కానీ ఆ ప్రతిపాదన ఎప్పటికీ పరిగణనలోకి రాలేదు. కానీ రీఎంట్రీ ఎక్స్‌పరిమెంట్ దానినుంచే రూపుదిద్దుకుంది. తదుపరి రోజుల్లో అదే 'అగ్ని' క్షిపణిగా రూపాంతరం చెందింది.

ఎస్.ఎల్.వి.-3 తరువాత 1981 మే 31న ఎస్.ఎల్.వి-3 - డి1 నౌక ప్రయోగించబడింది. ఆ ప్రయోగాన్ని నేను సందర్శకుల గాలరీ నుంచి చూడ్డం తటస్థించింది. మొట్టమొదటిసారిగా నేను కంట్రోల్‌రూం బయటనుంచి నౌకా ప్రయోగాన్ని చూడవలసి వచ్చింది. ప్రసార సాధనాల్లో నాకు లభించిన ఘనత నా సీనియర్ సహచరుల్ని అసూయకు గురిచేయడం నేను జీర్ణించుకోలేకపోయాను. నిజానికి ఎస్.ఎల్.వి.-3 విజయంలో అందరికీ భాగస్వామ్యం ఉంది. కాని నేను చేయగలిగినదేముంది? ఈ కరడు కట్టిన కొత్త వాతావరణం నన్ను బాధ పెట్టిందా? బహుశా అవుననాలి. నేను ఆ వాతావరణాన్ని మార్చలేకపోయానని అంగీకరించాలి.

నేను మరొకరి శ్రమ ఫలితం మీద బతకాలనుకోలేదు. నా జీవితం విజయం వెంట వెర్రిగా పరుగు తీసేది మాత్రమే కాదు. ఎస్.ఎల్.వి-3 బలప్రయోగంతోనో, అడ్డదారినో సాధ్యమయింది కాదు. దాని వెనుక నిర్విరామ సమష్టి కృషి ఉంది. మరెందుకీ ఈర్ష్యాసూయలు? ఇది అంతరిక్షకేంద్రంలోని ఉన్నతోద్యోగులకే పరిమితమా? లేక ప్రపంచమంతా ఇటువంటి పరిస్థితి ఉందా? సైంటిస్టుగా నేను వాస్తవమేమిటో తెలుసుకోవాలనుకున్నాను. ఉన్నదేదో, సైన్సు ప్రకారం, అదే వాస్తవం. ఈ ఈర్ష్యాసూయలు ఉన్నవే కనుకే వాటిని వాస్తవమే అనాలి. కాని ఇటువంటి విషయాలను హేతువాదం మీంచి నిగ్గుతేల్చగలమా?

ఎస్.ఎల్.వి-3 అనంతర అనుభవాలు నన్ను విషమ పరిస్థితిలోకి నెడుతున్నాయా? అవును . కాదు. 'అవునె'ందుకంటే ఎస్.ఎల్.వి-3 కీర్తి ఎవరికి అందాలో వారందరికీ అందలేదు. కానీ ఆ విషయంలో చెయ్యగలిగిందేమీ లేదు. 'కాదు'- ఎందుకంటే తన ఆంతరంగిక ఆవశ్యకతని గుర్తించలేని పరిస్థితి ఉత్పన్నమైనప్పుడే మనిషి విషమ స్థితిలోకి వెళ్ళాడంటాం. ఇక్కడలాంటి పరిస్థితి లేనే లేదు. అసలు జగడాలు పుట్టేది అటువంటి పరిస్థితిలోంచే. నన్ను నేను తెలుసుకోవడానికీ నా శక్తుల్ని కూడదీసుకోవడానికీ ఒక అవసరమేర్పడిందనిపించింది.

1981 జనవరిలో డెహ్రాడూన్ లోని హై ఆల్టిట్యూడ్ లాబరేటరీ (ఇప్పుడు డిఫెన్సు ఎలెక్ట్రానిక్స్ అప్లికేషన్సు లాబరేటరీ) నుంచి డా. భగీరథరావు ఎస్.ఎల్.వి-3 మీద

ప్రసంగించవలసిందిగా నన్ను ఆహ్వానించారు. అప్పుడు రక్షణ మంత్రికి సాంకేతిక సలహాదారుగా ఉన్న ప్రఖ్యాత న్యూక్లియర్ శాస్త్రవేత్త ప్రొ. రాజా రామన్న ఆ సమావేశానికి అధ్యక్షత వహించారు. ఆయనంటే నాకెంతో ఆరాధన. భారతదేశం అణుశక్తి ఉత్పాదన దిశగా చేస్తున్న ప్రయత్నాలనీ శాంతియుత ప్రయోజనాల కోసం మొదటి అణు పరీక్ష జరపడం గురించీ ఆయన ప్రసంగించారు. ఎస్.ఎల్.వి-3 కి నేను దగ్గరగా ఉన్నాను కాబట్టి నా ఉపన్యాసం వెల్లువలా ఉరకలెత్తింది. తరువాత ప్రొ. రాజా రామన్న నన్ను తేనీటి విందుకి ఆహ్వానించారు.

ప్రొ. రామన్నని కలిసినప్పుడు నన్ను కలుసుకోవడంలో ఆయన చూపించిన ఆనందం ఆకర్షించింది. ఆయన మాటల్లో ఒక ఆత్రుత ఉంది. ఆప్తహృద్భావం, దయాన్వితమైన హావభావాల్తో నన్ను చేరదీసుకుంది. ప్రొ. సారాభాయిని మొదటిసారి కలుసుకున్న జ్ఞాపకాల్ని అవి నిన్నటివే అన్నట్టుగా ఆ సాయంకాలం మళ్ళా తీసుకొచ్చింది. ప్రొ. సారాభాయి ప్రపంచం అంతరంగంలో సరళం, బయట సులభం. ఆయనతో పనిచేస్తున్నప్పుడు మాలో ప్రతిఒక్కరం ఏదో ఒకటి సృష్టించడం పట్ల ఏకాగ్ర చిత్తంతో తపించేవాళ్లం. ఆ తపనకు కావలసినదేదో తక్షణమే లభ్యమయ్యే పరిస్థితులు కూడా అప్పుడు నెలకొనివుండేవి. ప్రొ. సారాభాయి ప్రపంచం మా స్వప్నాలకోసం అమర్చినట్టు ఉండేది. అందులో ఏదీ అవసరానికి మించి ఉండేది కాదు. ఏ ఒక్కరి అవసరాలకూ కొరత పడేదీ కాదు. మా అవసరాల్ని భాగిస్తే శేషం ఉండేది కాదు.

నా ప్రపంచంలో ఇప్పుడే నిరాడంబరతా లేదు. ఇప్పుడది అంతరంగంలో సంక్లిష్టంగానూ, బయట అతి కష్టంగాను తయారయ్యింది. రాకెట్లు తయారీ లక్ష్యాన్ని సాధించడంలో నా ప్రయత్నాలు బయటి ఆటంకాలతో నిలిచిపోతుంటే లోపలి చంచలత వల్ల చిక్కుముళ్లు పడుతున్నాయి. నా మార్గాన్ని నిలబెట్టుకోవాలంటే నా సంకల్ప శక్తికి ప్రత్యేకమైన బలం కావాలి. నా గతంతో నా వర్తమానానికి గల సంబంధం ఎప్పుడో తెగిపోయింది. నేను ప్రొ. రామన్న ఇచ్చిన తేనీటి విందుకి వెళ్లినప్పుడు నా వర్తమానానికి భవిష్యత్తులో సాధించవలసిన సమన్వయమొక్కటే నా మనసులో ప్రముఖంగా ఉంది.

ఆయన అసలు విషయానికి తొందరగానే వచ్చాడు. నారాయణన్ అతని బృందం డిఫెన్స్‌లాబ్‌లో ఎంతో కృషి చేసినప్పటికీ డెవిల్ ప్రాజెక్టు అటకెక్కింది. మిలిటరీ రాకెట్ల తయారీ కార్యక్రమమంతా ఉదాసీనతకి లోనయ్యింది. తమ మిస్సైల్ కార్యక్రమాన్ని డ్రాయింగ్ బోర్డు దశనుంచీ స్థితిస్థాపక పరీక్షల స్థాయి నుంచీ ముందుకు తీసుకుపోవడానికి డిఫెన్స్ ఆర్గనైజేషన్‌కి ఒక సమర్థుడి అవసరం ఉంది. నేను డిఫెన్స్‌లాబ్‌లో చేరి వాళ్ళ గైడెడ్ మిస్సైల్ డెవలప్మెంట్ ప్రోగ్రాం (ఏఃఉ) ని చేపట్టగలనా అని ప్రొ. రామన్న అడిగారు. ఆయన ప్రతిపాదన

నాలో అనేక ఉద్వేగాల్ని మేల్కొల్పింది. రాకెట్ల పైన మా పరిజ్ఞానమంతటినీ కూడగట్టుకుని రూపొందించగల ఆ అవకాశం మాకు మళ్ళా ఎన్నడు రాగలదు?

ప్రొ. రామన్న నాకిచ్చిన గౌరవానికి నేను సత్కరించబడినట్టుగా భావించాను. పోఖ్రాన్ అణు పరీక్షకి దిశానిర్దేశం చేసిన స్ఫూర్తి ఆయనదే. భారతదేశపు సాంకేతిక సామర్థ్య ప్రతిష్ఠని బయటి ప్రపంచంలో ఇనుమడింపచేసిన ఆయన్ను చూసి ముగ్ధుణ్ణయ్యాను. ఆయన్ని తిరస్కరించగలిగే శక్తి లేదని నాకు తెలుసు. ఈ విషయమై ప్రొ. ధావన్ తో మాట్లాడవలసిందిగా ప్రొ. రామన్న నాకు సూచించారు. అప్పుడు నన్ను ఇస్రో నుంచి డిఫెన్స్‌లాబ్‌కి బదిలీ చెయ్యడానికి ఏర్పాట్లు చేస్తానన్నారాయన.

నేను ప్రొ. ధావన్ ని 1981 జనవరి 14 న కలిసాను. నేను చెప్పిందంతా ఆయన శ్రద్ధగా విన్నాడు. ఏ ఒక్క విషయమూ తప్పిపోకూడదన్నట్టుగా ప్రతిఒక్కదాన్నీ ఆచితూచి వినే తన సహజ స్వభావంతోనే అదంతా విన్నాడు. ఆయన వదనంలో స్పష్టమైన ఉల్లాస రేఖ కనబడింది. 'నా మనిషికి వాళ్లిచ్చిన ప్రశంసకు నేను సంతోషిస్తున్నాను' అన్నాడాయన. అప్పుడు చిరునవ్వునవ్వాడు. అంత ప్రశాంతంగా చిరునవ్వు నవ్వగలిగే వాళ్ళనెవ్వరినీ నేను ఇప్పటిదాకా చూడలేదు. ఆ చిరునవ్వు ఒక దూదిపింజ లాంటి మేఘమల్లే ఉంటుంది. లేదా దాన్ని నీకు నచ్చిన ఏ రూపంతోనైనా పోల్చుకోవచ్చు.

ఆపైన ఎలా కొనసాగించాలో నాకు అర్థం కాలేదు. 'నేను ముందు లాంఛన ప్రాయంగా దరఖాస్తు చేసుకోనా? దాన్ని బట్టి వాళ్ళు నాకు నియామకపు ఉత్తర్వులు పంపగలుగుతారేమో' అన్నాను. 'వద్దు. వాళ్లని ఒత్తిడి చెయ్యద్దు. నేను మళ్ళీసారి ఢిల్లీ వెళ్ళినప్పుడు వాళ్ళ ఉన్నతాధికారులతో మాట్లాడతాను' అన్నారు ప్రొ. ధావన్. 'నాకు తెలుసు నువ్వెప్పుడూ ఒక అడుగు రక్షణ పరిశోధనలో వేసే ఉంచావని. ఇప్పుడు మొత్తం నీ గరిమనాభి అంతా అటువైపే మొగ్గినట్టుందే' అని కూడా అన్నారు. బహుశా ప్రొ. ధావన్ చెప్తున్న దాంట్లో సత్యం లేకపోలేదు. కానీ నా హృదయమెప్పుడూ ఇస్రో తోనే కదా ఉంది. ఆ విషయం ఆయనకి మాత్రం తెలీదా ఏమిటి?

1981 రిపబ్లిక్ దినోత్సవం అనుకోని ఆనందాన్నిచ్చింది. జనవరి 25 సాయంకాలం ప్రొ యు.ఆర్. రావు కార్యదర్శి మహదేవన్ ఢిల్లీ నుంచి ఫోన్ చేసి హోం మంత్రిత్వ శాఖ నాకు పద్మభూషణ్ అవార్డు ఇవ్వాలని నిర్ణయించినట్టు తెలియచేసారు. ఆ తరువాత వచ్చిన ముఖ్యమైన టెలిఫోన్ కాల్ ప్రొ. ధావన్ నుంచి. నా గురువు నుంచి అందిన అభినందన నన్ను దివ్యానందానికి గురిచేసింది. ప్రొ. ధావన్‌కు పద్మవిభూషణ్ అందుతున్నదని తెలిసి

ఆయన్ను హృదయపూర్వకంగా అభినందించాను. అప్పుడు డా. బ్రహ్మప్రకాశ్‌కి ఫోన్ చేసి కృతజ్ఞతలు చెప్పాను. నా మర్యాదలకు ఆయన నన్ను మందలించాడు. 'నీకు తెలుసా ఈ అవార్డు నా కుమారుడికే వస్తున్నదనుకుంటున్నాన్నేను' అన్నాడు. నేనాయన అనురాగానికి ఎంతగా చలించి పోయానంటే నా ఉద్రేకాన్ని అణచుకోలేక పోయాను.

నా రూమ్‌నంతటినీ బిస్మిల్లా ఖాన్ షెహనాయి స్వరాలతో నింపేసాను. ఆ సంగీతం నన్ను మరొక కాలానికి మరొక దేశానికి తీసుకుపోయింది. నేను వూహల్లో తేలిపోయాను. నేను రామేశ్వరం వెళ్లి మా అమ్మను కావిలించుకున్నాను. మా నాన్న అనురాగంతో నా జుట్టులో తన వేళ్లు పోనిచ్చారు. మసీదు వీథిలో జమకూడిన గుంపుకి నా గురువు జలాలుద్దీన్ ఈ వార్త ప్రకటించాడు. నా సోదరి జొహరా నా కోసం ప్రత్యేకంగా పిండివంటలు చేసింది. పక్షి లక్ష్మణ శాస్త్రి నా నుదుటన తిలకం దిద్దారు. ఫాదర్ సొలోమోన్ పవిత్ర శిలువతో నన్నాశీర్వదించారు. విజయసూచకమైన చిరునవ్వుతో ప్రొ. సారాభాయి కనిపించారు. తను ఇరవయ్యేళ్ల కింద అంటుకట్టిన మొక్క ఈనాడు వృక్షమైందనీ దాని ఫలాల్ని యావద్భారతదేశమూ నేడు ప్రశంసిస్తున్నందనీ ఆయనకా సంతోషం.

నా పద్మభూషణ్ అంతరిక్ష పరిశోధనా కేంద్రంలో మిశ్రమ ప్రతిస్పందనని రేకెత్తించింది. కొందరు నా ఆనందాన్ని పంచుకోగా మరికొందరు నా ఒక్కడికే గుర్తింపు లభించడం అన్యాయమని భావించారు. నా దగ్గరి సహచరులు కొందరు అసూయకు లోనయ్యారు. కొందరు తమ వంకర ఆలోచనల వల్ల జీవితపు ఉన్నత మూల్యాల్నెందుకు చూడలేరు? జీవితంలో సరైన వాటిని ఎంచుకోవడం వల్ల, గెలిచే వాటిని ఎంచుకోవడం వల్ల సంతోషం, సంతృప్తి, విజయం సాధ్యపడతాయి. జీవితంలో నీకు అనుకూలంగానూ ప్రతికూలంగానూ కూడా పనిచేసే శక్తులున్నాయి. తనకి మేలు చేకూర్చే శక్తులకీ, కీడుచేకూర్చే శక్తులకీ మధ్య తేడా గుర్తించి వాటిల్లో సరైన వాటిని ఎంచుకోగలగడంలోనే ఉందంతా.

ఎన్నాళ్లగానో నిరీక్షిస్తున్న సమయం ఆసన్నమైందని నా అంతర్వాణి చెప్పింది. ఇంతదాకా నేను దాన్ని గుర్తించలేదు. ఇప్పుడైనా దాన్ని చేజిక్కించుకోవాలి. నా పలకని శుభ్రం చేసుకుని కొత్త లెక్కలు మొదలు పెట్టాలి. పాత లెక్కలు తప్పుల్లేకుండా చేసినట్టేనా?జీవితంలో ఎవరి ప్రగతిని వారు సమీక్షించుకోవడం సాధ్యం కాదు. ఇక్కడ ప్రతి విద్యార్థీ తన ప్రశ్న పత్రం తనే నిర్ణయించుకోవాలి. తన సమాధానాలు తనే వెతుక్కోవాలి. తన సంతృప్తి మేరకు తన పత్రాన్ని తనే దిద్దుకోవాలి. తప్పొప్పుల తీర్పులలా ఉంచి పద్దెనిమిదేళ్ళు గడిపిన తరువాత ఇస్రోని వదిలివెళ్ళడమంటే బాధారహితం కాదు. నా వల్ల బాధకి గురైన నా మిత్రులకు లూయిస్ కెరోల్ కవిత లోని పంక్తులు చక్కగా సరిపోతాయనిపించింది

నేనొక హత్య చేసానని మీరు అభియోగం మోపవచ్చు,
లేదా మతి భ్రమించిందనో
(మనమందరమూ బలహీనులమే అప్పుడప్పుడు)
కానీ దాంబికాన్ని చూసీచూడనట్టు పోవడం
మాత్రం లేదు నా నేరాల చిట్టాలో.

III

ఆవాహన

(1981 - 1991)

నైపుణ్యం, ఆశయం, స్ఫూర్తి
ఆలోచనాధారన తడిసి ఆరనివ్వండి
దౌర్బల్యం బలంగా మారేదాకా
చీకటి వెలుతురయ్యేదాకా
అపసవ్యం సవ్యమయ్యేదాకా

— లూయిస్ కెరోల్

III

10

నా వృత్తిసంబంధమైన సేవల విషయంలో చిన్న తగాదా వచ్చింది. ఇస్రో నన్ను వదులుకోవడానికి తటపటాయించింది. నన్ను తీసుకోవాలనుకున్న డి.ఆర్.డి.ఓ.కీ ఇస్రోకీ మధ్య తలెత్తిన విభేదం అది. చాలా నెలలు గడిచాయి. ఇస్రోకీ డి.ఆర్.డి.ఓ.కీ మధ్య ఎన్నో ఉత్తర ప్రత్యుత్తరాలు సాగాయి. రక్షణ మంత్రిత్వశాఖ సచివాలయంలో, అంతరిక్షశాఖ కార్యాలయంలో ఎన్నో సమావేశాలు జరిగాయి. ఈలోగా రక్షణ మంత్రిసలహాదారుగా ప్రొ. రామన్న పదవీవిరమణ చేసారు. అంతదాకా హైదరాబాద్ లోని డిఫెన్సు మెటలర్జికల్ రీసెర్చ్ లాబరేటరీకి డైరక్టర్‌గా వ్యవహరించిన డా. వి.ఎస్. అరుణాచలం ఆయన స్థానంలో నియమితులయ్యారు. డా. అరుణాచలం తన ఆత్మవిశ్వాసానికి పెట్టింది పేరు. శాస్త్రీయ రంగంలో ఉద్యోగస్వామ్యపు ఇష్టాఇష్టాల పట్ల ఆయనకేమీ ఖాతరు లేదు. ఈలోగా అప్పటి రక్షణ మంత్రి ఆర్. వెంకట్రామన్ నా విషయమై ప్రొ. ధావన్‌తో చర్చించినట్టుగా నాకు తెలిసింది. ఉన్నత వర్గాలు నిర్ణయాత్మకమైన అడుగు వెయ్యడం కోసమే ప్రొ. ధావన్ కూడా వేచి ఉన్నట్టుగా నాకు అనిపించింది. చిన్న చిన్న సందేహాల్ని దాటి చివరకు నన్ను డి.ఆర్.డి.ఎల్. డైరక్టర్‌గా నియమిస్తూ 1982 ఫిబ్రవరిలో ఉత్తర్వులు వెలువడ్డాయి.

తరచూ ఇస్రో కేంద్ర కార్యాలయంలో నా రూంకి వచ్చి ప్రొ. ధావన్ అంతరిక్ష పరిశోధనా నౌకల ప్రణాళికల గురించి గంటల తరబడి చర్చించేవాడు. అటువంటి ఒక మహనీయ శాస్త్రవేత్తతో కలిసి పనిచేయడం ఒక గౌరవంగా భావిస్తున్నాను. నేను ఇస్రోని వదిలిపెట్టే

ముందు 2000 సంవత్సరం నాటికి భారతదేశంలో అంతరిక్ష కార్యక్రమం తీరుతెన్నులెలా ఉండబోతాయో ప్రసంగం చెయ్యవలసిందిగా ప్రొ. ధావన్ కోరాడు. మొత్తం ఇస్రో యాజమాన్యం, సిబ్బంది అంతా ఆ ప్రసంగానికి హాజరు కావడంతో అది వీడ్కోలు సమావేశంగా మారిపోయింది.

ఎస్.ఎల్.వి రూపకల్పన సందర్భంలో పని మీద డి.ఎమ్.ఆర్.ఎల్. కి వెళ్ళినప్పుడు 1976 లో నేను డా. వి.ఎస్. అరుణాచలాన్ని మొదటిసారి కలిసాను. మేము ఆ సంస్థకి అప్పగించిన పనిని ఆయన ప్రతిష్ఠాత్మక విషయంగా భావించి, ఊహించనంత తొందరగా, రెండునెలలు కూడా తిరగకముందే పూర్తి చేసి మాకు అప్పగించాడు. ఆయన యువ్వనోత్సాహం, చురుకుదనం నన్నెప్పుడూ ఆశ్చర్యపరుస్తూనే వుండేవి. ఈ యువశాస్త్రవేత్త అనతికాలంలోనే లోహ తయారీ శాస్త్రాన్ని లోహ రూపకల్పన స్థాయికి ఆ పైన మిశ్రమ లోహాల తయారీ స్థాయికి లేవనెత్తాడు. పొడుగ్గా రాజసముట్టిపడే రూపంతో డా. అరుణాచలం విద్యుత్ ప్రసరించే డైనమో లాగా కనిపిస్తాడు. ఆయన మనని బలోపేతుల్ని చెయ్యగల అసాధారణ స్నేహితుడు మాత్రమే కాక మనకి గొప్ప సహ కార్యకర్త కూడా.

1982 ఏప్రిల్లో నేను నా కార్యక్షేత్రాన్ని చూసుకోవడానికి డిఫెన్స్ లాబరేటరీకి వెళ్ళాను. అప్పటి డైరక్టర్ ఎస్.ఎల్. బన్సాల్ మొత్తమంతా తిప్పి చూపించి నన్ను సీనియర్ శాస్త్రవేత్తలకు పరిచయం చేసాడు. అప్పుడు ఆ సంస్థ అయిదు సిబ్బంది పథకాల మీదా, పదహారు సామర్థ్య కల్పన పథకాల మీదా పనిచేస్తోంది. దేశీయ మిస్సైల్ అభివృద్ధి కార్యక్రమానికి ముందుండాలనే ఉద్దేశంతో వివిధ సాంకేతిక కార్యక్రమాల మీద కూడా పనిచేస్తూ ఉంది. ముఖ్యంగా 30 టన్నుల ద్రవ చోదక రాకెట్ ఇంజనుపైన వారి కృషి నన్ను ఆకర్షించింది.

ఈ లోగా మద్రాస్ లోని అన్నా విశ్వవిద్యాలయం నన్ను గౌరవ డాక్టరేట్ తో సత్కరించింది. నేను ఏరోనాటికల్ ఇంజనీరింగ్లో డిగ్రీ సంపాదించి అప్పటికి ఇరవయ్యేళ్ళుపైనే కావొస్తూంది. రాకెట్ తయారీలో నా కృషిని అన్నా విశ్వవిద్యాలయం గుర్తించినందుకు నాకు సంతోషం అనిపించింది. అయితే అంతకన్నా మా కృషికి విద్యారంగంలో గుర్తింపు రావడం నన్ను ఆనందపరిచింది. నాకు మరింత సంతోషం కలిగించిన విషయం ఆ గౌరవ డాక్టరేట్ ప్రొ. రాజా రామన్న అధ్యక్షత వహించిన స్నాతకోత్తర సమావేశంలో ప్రదానం చెయ్యబడటం.

1982 జూన్ 1న నేను డిఫెన్స్లాబ్ లో చేరాను. తొందరలోనే నేను గమనించినదేమంటే ఆ లాబరేటరీ డెవిల్ ప్రాజెక్టుకి పట్టిన దుర్గతి జ్ఞాపకాలనుంచి ఇంకా బయటపడలేదని. అందులో పనిచేస్తున్న ఎందరో శాస్త్రవేత్తలు ఇంకా ఆ ఆశాభంగం నుంచి తేరుకోలేదు. ఒక శాస్త్రవేత్త తనకీ తన పనికీ మధ్య గల బొడ్డు తాడు తెగిపోయినప్పుడు ఎలా వేదన పడతాడో

బయటి ప్రపంచానికి అంత సులభంగా అర్థం కాదు. ఆ కారణాలు వాళ్ళ అవగాహనకి గానీ, ఆసక్తికి గానీ అందేవి కావు. డిఫెన్స్‌లాబ్‌లోని వాతావరణం గానీ పని తీరు గానీ నాకు 'ఒక ప్రాచీన నావికుడి గాథ' లో శామ్యూల్ టేలర్ కాలరిడ్జి రాసిన కవితా పంక్తుల్ని గుర్తు తెచ్చాయి.

రోజు వెనుక రోజు గడిచింది, రోజు వెనుక రోజు
మేము కూరుకుపోయాం, ఊర్పుల్లేవు, చలనం లేదు
ఒక చిత్రిత సాగరం పైన
ఒక చిత్రిత నౌక లా ఉన్నాం

నా సీనియర్ సహచరులందరూ నష్ట స్వప్నాల వేదనలో ఉన్నారు. లాబరేటరీలోని శాస్త్రవేత్తలందరూ రక్షణ మంత్రిత్వ శాఖ ఉన్నతోద్యోగుల చేతిలో మోసగించబడ్డారన్న భావన అక్కడ విస్తృతంగా ఉండింది. అయితే డెవిల్ భూస్థాపితంకావడమే కొత్త శక్తి దర్శనానికి దారి తీయగలదని కూడా స్పష్టమయింది నాకు.

ఒక నెల తరువాత అప్పటి నౌకా దళాధిపతి అడ్మిరల్ ఒ.ఎస్.డావ్సన్ డిఫెన్స్‌లాబ్‌ని సందర్శించినప్పుడు నేను నా బృందంతో కలిసి ఆయనకో విన్నపం చేసే అవకాశం వచ్చింది. అప్పటికి టాక్టికల్ కోర్ వెహికిల్ (TCV) తయారీ ప్రతిపాదన కొంతకాలంగా ఊగిసలాడుతూ ఉంది. దానికీ నేల మీంచి నింగి కెగరగల మిస్సైళ్ళకూ, హెలికాప్టర్ మీంచి గాని లేదా యుద్ధ విమానాల మీంచి గాని నేల మీదకు ప్రయోగించగల మిస్సైళ్ళకూ కొన్ని సమాన ఉపవ్యవస్థలున్నాయి. సముద్ర మథన సామర్థ్యం లాంటి ఆ ఆయుధ శక్తి గురించి నేను అడ్మిరల్ డావ్సన్‌కి చెప్పాను. దాని సాంకేతిక అంశాల మీద కాకుండా దాని యుద్ధక్షేత్ర సామర్థ్యం మీదనే నేను ఎక్కువ వివరించి దాని తయారీ ప్రణాళికని ప్రతిపాదించాను. నా కొత్త సహచరులకు ఆ ప్రతిపాదన స్పష్టంగా బిగ్గరగా వినిపించింది. ఆ సందేశం కూడా స్పష్టమే. 'తరువాత అమ్ముకోలేనిదేదీ ఇప్పుడు తయారుచెయ్యకు. అంతే కాదు నీ జీవితమంతా ఒక్క వస్తువునే తయారు చేస్తూ కూచోకు. మిస్సైళ్ల అభివృద్ధి అనేది ఒక బహుముఖ వ్యవహారం. నువ్వు ఒక్క పార్శ్వంలోనే దీర్ఘకాలం పనిచేస్తూ ఉన్నట్లయితే అక్కడే ఆగిపోతావు' అన్నదే ఆ సందేశం.

లాబ్‌లో నా మొదటి నెలలు ఒకరినొకరు అర్థం చేసుకోవడంలోనే ఎక్కువగా గడిచిపోయింది. నేను సెంట్ జోసెఫ్ కాలేజి లో చదువుకున్నప్పుడు ఎలెక్ట్రాన్ కణంగా గానీ లేదా తరంగంగా గానీ నువ్వెలా చూడాలనుకుంటే అలా కనిపిస్తుందని తెలుసుకున్నాను. నీ ప్రశ్న కణ సంబంధమైతే ఆ సమాధానం కూడా కణ సంబంధంగానే వస్తుంది. నువ్వు

తరంగ సంబంధిత ప్రశ్న వేస్తే జవాబు కూడా తరంగ సంబంధంగానే వస్తుంది. నేను మా లక్ష్యాల్ని వివరించడమే కాకుండా మా పనికీ మా మధ్యనూ గల సంబంధాన్ని కూడా చెప్పినట్టయ్యింది. నేనొక సమావేశంలో రోనాల్డ్ ఫిషర్ ని ఉదాహరించడం నాకు గుర్తు. ఆయన అన్నాడు. 'మనం పంచదారలో రుచి చూస్తున్న మాధుర్యం పంచదార ధర్మమూ కాదు, మన ధర్మమూ కాదు. మనం పంచదారతో అనుభవించే సంపర్క క్రమంలో ఒక మాధుర్యానుభవాన్ని ఉత్పత్తిచేస్తున్నామంతే.'

నేలనుంచి నేలకి ప్రయోగించే మిస్సైళ్ళ రూపకల్పనలో అప్పటికే చెప్పుకోదగ్గ కృషి జరిగింది. లాబ్ సిబ్బంది లక్ష్యశుద్ధి నన్ను అబ్బురపరిచింది. తమ పూర్వపు ప్రాజెక్టులకు అతీగతీ లేకపోయినా మళ్ళా ముందుకు వెళ్ళాలన్న వారి ఉత్సాహం నన్ను నివ్వెరపరించింది. మాకు కావలసిన ప్రమాణాలు నిర్దిష్టతను సంతరించుకోవడానికి సమీక్షా సమావేశాలు ఏర్పాటు చేసాను. ఇండియన్ ఇన్‌స్టిట్యూట్ ఆఫ్ సైన్సు, ఇండియన్ ఇన్‌స్టిట్యూట్ ఆఫ్ టెక్నాలజీల నుంచి, కౌన్సిల్ ఫర్ సైంటిఫిక్ ఎండ్ ఇండస్ట్రియల్ రీసెర్చ్ నుంచి, టాటా ఇన్‌స్టిట్యూట్ ఆఫ్ ఫండమెంటల్ రీసెర్చ్ నుంచి తక్కిన విద్యా సంస్థలనుంచి సంబంధిత అంశాల్లో ప్రత్యేక నిపుణుల్ని పిలవనారంభించాను. అది డిఫెన్స్ సంస్థలోని పాత తరం వాళ్లని కలవరపాటుకు గురిచేసింది. లాబ్‌లో మగ్గుతున్న వాతావరణానికి కొత్త గాలి అవసరమనిపించింది. ఒక్కసారి మనమా కిటికీల్ని బార్లా తెరవగానే శాస్త్రీయ విజ్ఞాన ప్రతిభ అనే వెలుతురు ప్రసరించడం మొదలయ్యింది. మరొక్కసారి కాలరిడ్జి 'ప్రాచీన నావికుడు' గుర్తొస్తున్నాడు నాకు. **'నెమ్మది నెమ్మదిగా నౌక ప్రయాణించసాగింది. ఎగిసిపడుతున్న తరగలకెదురుగా'**

1983 ప్రారంభంలో ఒకసారి ప్రొ. ధావన్ లాబ్‌కి వచ్చారు. దశాబ్దం వెనుక ఆయన నాకిచ్చిన సలహాని ఆయన ముందు నెమరేసుకున్నాను. ఆయన అన్నాడప్పుడు. 'నీ కలలు నిజం కానీ, కాకపోనీ నువ్వు కలలు కనాలి. కొందరు జీవితంలో తామేది కోరుకుంటారో ఆ దిశగా అంగలేస్తూ సాగిపోతారు. కొందరు కాళ్ళీడ్చుకుంటూ అక్కడే నిల్చిపోతారు. ఎందుకంటే వాళ్లకి తామేది కోరుకుంటున్నారో తమకే తెలీదు. తెలిసినా అదెక్కడ లభిస్తుందో అసలు తెలియదు'. ప్రొ. సారాభాయి, ప్రొ. ధావన్ వంటి వారిని నాయకులుగా కలిగి ఉండే అదృష్టానికి ఇస్రో నోచుకుంది. వాళ్ళకి తమ లక్ష్యాలేమిటో తెలుసు. వాళ్ళ ధ్యేయాల్ని వాళ్ళ జీవితాలకన్నా విస్తృతపరచుకున్నారు. ఆపైన తమ మొత్తం సిబ్బందిని చైతన్యపరచగలిగారు. డిఫెన్స్‌లాబ్‌కి అంత అదృష్టం లేదు. ఈ అత్యద్భుతమైన లాబరేటరీ తన యథార్థ శక్తి సామర్థ్యాల్ని ప్రతిబింబించే పాత్రని నిర్వహించ లేకపోయింది. అలాగని రక్షణ మంత్రిత్వశాఖ ఉద్దేశాలనూ నెరవేర్చలేకపోయింది. అత్యంత నైపుణ్యవంతమూ, అలాగే సంక్షుభితమూ అయిన నా బృందం గురించి నేను ప్రొ. ధావన్‌కి వివరించాను. ప్రొ. ధావన్ నా మాటలు విని స్వభావసిద్ధమైన

చిరునవ్వుతోనే బదులిచ్చారు. ఆ చిరునవ్వుకి ఏ విధంగా కావాలంటే ఆ విధంగా అర్థం చెప్పుకోవచ్చు.

మా లాబరేటరీ లో పరిశోధన అభివృద్ధి చెందాలంటే కొన్ని శాస్త్రీయ, సాంకేతిక, సాంకేతిక శాస్త్రీయ సమస్యల పైన నిర్ణయాలు తీసుకోవడం తప్పని సరి. నా వృత్తి పొడుగునా శాస్త్రీయ అంశాల్లో కొత్త విషయాల పట్ల, రహస్య సంప్రదింపులవల్లా మూడో కంటికి తెలియకుండా చేసే వ్యవహారాలవల్లా వ్యవస్థల నిర్వహణలో సంభవించే పతనాన్ని, వినాశనాన్ని నేను దగ్గరనుండి చూసాను. అటువంటి ప్రయత్నాల్ని నేను అసహ్యించుకోవడమే కాక ఎదిరించాను కూడా. అందుకని మేము సీనియర్ శాస్త్రవేత్తలతో ఒక వేదికను ఏర్పాటు చేసాం. చాలా ముఖ్యమైన అంశాల్ని అక్కడ చర్చించడానికీ సమష్టి కృషిగా వివేచించడానికీ అక్కడ వీలవుతుంది. ఆ విధంగా డిఫెన్సు లాబరేటరీలో భాగంగా మిస్సైల్ టెక్నాలజీ కమిటీ ఒకటి ఏర్పడింది. భాగస్వామ్య నిర్వహణ అనే సూత్రం ప్రవేశపెట్టబడింది. దానివల్ల మధ్య స్థాయి శాస్త్రవేత్తలనూ, ఇంజనీర్లనూ లాబరేటరీ నిర్వహణలో క్రియాశీలకంగా పాల్గొనేటట్టు చెయ్యవచ్చు.

అనేక రోజుల తరబడి చర్చలు, వారాల తరబడి ఆలోచనా చివరికి దీర్ఘ కాలిక గైడెడ్ మిస్సైల్ డెవలప్‌మెంట్ ప్రోగ్రాం గా రూపొందాయి. నేనెక్కడో చదివాను. 'నువ్వెక్కడికి వెళ్తున్నావో తెలుసుకో. మనమెక్కడ ఉన్నామో తెలుసుకోవడం కాదు, అది మనం ఏ దిశగా ప్రయాణిస్తున్నామో తెలుసుకోవడంగొప్ప విషయం' అని. మనకి పాశ్చాత్య దేశాల సాంకేతిక శక్తి లేకపోతేనేమి? ఆ శక్తిని సముపార్జించాలన్న ధ్యేయం ఉంటే అదే మనని ముందుకు నడిపిస్తుంది.

మిస్సైళ్ళను దేశంలోనే తయారుచెయ్యడానికి మిస్సైల్ అభివృద్ధి కార్యక్రమాన్ని రూపొందించడానికి నా అధ్యక్షతన ఒక కమిటీ ఏర్పాటయింది. అప్పట్లో భారత్ డైనమిక్స్ లిమిటెడ్‌కి ఛీఫ్‌గా ఉన్న జడ్.పి. మార్షల్‌తో పాటు ఎన్.ఆర్. అయ్యర్, ఎ.కె. కపూర్, కె.ఎస్. వెంకటరామన్‌లు అందులో సభ్యులుగా ఉన్నారు. రాజకీయ వ్యవహారాలు చూసే కేబినెట్ ఉప సంఘం పరిశీలన నిమిత్తం మేమో పత్రం తయారుచేసాం. ముగ్గురు సైనిక దళాధిపతులతోనూ సంప్రదించిన అనంతరం దానికొక తుదిరూపం ఏర్పడింది. దాని వ్యయ ప్రణాళికలో పన్నెండు సంవత్సరాల కాలవ్యవధికి గాను రు. 390 కోట్లు అవసరమవుతుందన్న అంచనా ఉంది.

అభివృద్ధి కార్యక్రమాలు సాధారణంగా ఉత్పత్తి దశను చేరుకునేటప్పటికి ఆగిపోతాయి. నిధుల లేమి ఆ సమయంలో వాటిని దిగలాగుతుంది. మేము రెండు రకాల మిస్సైళ్ల తయారీకి

నిధులు కోరాము. ఒకటి, తక్కువ స్థాయి తక్షణ స్పందన గల టాక్టికల్ కోర్ వెహికిల్. మరొకటి, మధ్య స్థాయిలో నేల మీంచి నేల మీదకు ప్రయోగించగల ఆయుధ వ్యవస్థ. రెండవ దశలో నేల మీంచి నింగి కెగురుతూ బహుళలక్ష్యాల్ని ఛేదించగల మాధ్యమిక స్థాయి ఆయుధ వ్యవస్థని నిర్మించాలనుకున్నాం. అప్పటికే శతఘ్ని వ్యతిరేక మిస్సైళ్ళ నిర్మాణంలో మా లాబరేటరీ అగ్రగామి కృషి చేసి ఉంది. దానికి కొనసాగింపుగా మేము మూడవ తరం శతఘ్ని విధ్వంసక మిస్సైళ్ళను రూపొందించాలని ప్రతిపాదించాం. నా సహచరులంతా ఆ ప్రతిపాదనకు తమ హర్షం వ్యక్తం చేసారు. కొన్నేళ్ళ కిందట ఆరంభించిన ప్రయత్నాల్ని మళ్ళా కొత్తగా చేపట్టే అవకాశాన్ని వారందులో చూసారు. కానీ నేనే పూర్తిగా సంతృప్తి చెందలేదు. కాలం మరుగుపరిచిన నా కల, రీ ఎంట్రీ ఎక్స్పెరిమెంట్ లాంచ్ వెహికిల్ తయారీ కోసం నేను ఆరాటపడ్డాను. ఉష్ణ కవచాల రూపకల్పనలో ఉపయోగించ గలందులకు అవసరమైన సమాచారాన్ని సేకరించడానికి సాంకేతిక పరిజ్ఞానాన్ని అభివృద్ధి పరచే ప్రాజెక్టు చేపట్టడానికి నా సహచరులను ఒప్పించాను. భవిష్యత్తులో దూర శ్రేణి మిస్సైళ్లను తయారుచేయగల సామర్థ్యాన్ని నిర్మించడంలో ఆ కవచాలు ఉపయోగపడతాయి.

వీటన్నిటిపైనా రక్షణ మంత్రిత్వ శాఖ కార్యాలయంలో నేనొక సమగ్ర నివేదిక సమర్పించాను. ఆ ప్రతిపాదనా సమావేశానికి అప్పటి రక్షణ మంత్రి ఆర్. వెంకట్రామన్ అధ్యక్షత వహించారు. త్రివిధ దళాధిపతులూ జనరల్ కృష్ణారావు, ఎయిర్ ఛీఫ్ మార్షల్ దిల్బాగ్ సింగ్, అడ్మిరల్ డావ్సన్ కూడా హాజరయ్యారు. కేబినెట్ కార్యదర్శి కృష్ణారావు సాహిబ్, రక్షణ శాఖ కార్యదర్శి ఎస్. ఎం. ఘోష్, వ్యయ కార్యదర్శి ఆర్. గణపతి కూడా హాజరయ్యారు. అందులో ప్రతిఒక్కరికీ మా సామర్థ్యం మీద, సాంకేతిక పరిజ్ఞానం, మౌలిక సదుపాయాల అందుబాటు మీద, అసలు ఆ ఆయుధాలు పనిచెయ్యగలవా అన్న అంశం మీద, ఆ కాలపరిమితి మీద, ఆ ఖర్చు అంచనాల మీద రకరకాల సందేహాలున్నట్టున్నాయి. ఆ ప్రశ్నల వర్షంలో డా. అరుణాచలం నాకొక రక్షణ శిలలా నిలిచాడు. శాస్త్రవేత్తలలో తరచు కనవచ్చే లక్ష్యరాహిత్యంపైనే సభ్యులెక్కువ సందేహాలు వ్యక్తం చేసారు. కొందరు మా అత్యాశాపూరితమైన ప్రతిపాదనని ప్రశ్నించినా, అందరూ, చివరికి సందేహాలతో సతమవుతున్న వారు కూడా, భారతదేశం తన మిస్సైళ్ళు తనే రూపొందించుకోగలదన్న ఆలోచనకి ఉత్సాహపడకుండా ఉండలేకపోయారు. సమావేశం చివర రక్షణ మంత్రి ఆర్. వెంకటరామన్ మమ్మల్ని ఆ సాయంకాలం మళ్ళీ కలవమన్నారు.

ఆ విరామకాలంలో మేము రకరకాల లెక్కలు వేసాం. వాళ్ళు రు. 100 కోట్లు ఇస్తే ఎలా కేటాయించుకోవాలి? లేదా వాళ్ళు రు. 200 కోట్లు ఇచ్చారనుకో, అప్పుడేమి చెయ్యాల్సి ఉంటుంది? ఆ సాయంకాలం రక్షణ మంత్రిని కల్సినప్పుడు మాకెంతో కొంత నిధులు ఎలాగన్నా

వచ్చేటట్లు ఉన్నాయని నాకేదో తట్టింది. కానీ మిస్సైళ్ళను దశల వారీ చెయ్యడం కాకుండా ఒక సమగ్ర గైడెడ్ మిస్సైల్ అభివృద్ధి కార్యక్రమాన్నే ఒక్కసారిగా చేపట్టవలసిందిగా మమ్మల్ని ఆయన ఆదేశించినప్పుడు మా చెవుల్ని మేము నమ్మలేక పోయాము.

రక్షణ మంత్రి సూచన విన్నప్పుడు మాకు నోట మాట రాలేదు. కొంత విరామం తరువాత డా.అరుణాచలం 'దయచేసి మాకు కొద్దిగా ఆలోచించుకోడానికి వ్యవధినివ్వండి సార్' అని అడిగాడు. 'సరే మీరు రేపు పొద్దున్నే వచ్చి కలవండి' అన్నాడు రక్షణ మంత్రి. ఆ క్షణంలో ప్రొ. సారాభాయి దీక్ష, దూర దృష్టి గుర్తుకొచ్చాయి. ఆ రాత్రంతా డా. అరుణాచలం నేనూ మా ప్రణాళికని తిరిగి రాసుకొచ్చాం.

మా ప్రణాళికలో కొన్ని ముఖ్యమైన విస్తరణలూ, మెరుగుదలలూ చేర్చాం. అందుకు గాను డిజైన్, పోతపొయ్యడం, వ్యవస్థల సమీకరణ, ప్రయోగ పరీక్షలు, మదింపు, సవరింపులు, వాడకానికి ముందస్తు పరీక్షలు, ఉత్పాదక సామర్థ్యం, నాణ్యత, విశ్వసనీయత, ఆర్థిక లాభదాయకత వంటి అన్ని అంశాల్నీ పునఃపరిశీలించాం. అప్పుడు దాన్నొక సమగ్ర ప్రణాళికగా మార్చాం. దేశ సైనిక అవసరాలకు ఒక స్వదేశీ తోడ్పాటుని అందించడం దాని ముఖ్య లక్ష్యం.

మేము డిజైన్ అభివృద్ధి, ఉత్పత్తి మొదలైన అంశాల్ని వివరిస్తూ ఆయుధాల్ని ఉపయోగించే సైనిక సంస్థలు వాటిని మొదటినుంచీ, అంటే డ్రాయింగ్ బోర్డు దశనుంచీ, కూడా తమ అవసరాలకు అనుగుణంగా ఉండేటట్లు చూసుకునే వీలు కూడా కల్పించాము. మన సైనికులకి సమకాలీనమైన మిస్సైళ్ళనే అందిస్తాము తప్ప పాతబడిపోయిన నమూనాల్ని కాదని స్పష్టం చేసాము. మా ముందుంచబడిన ఆ ప్రతిపాదన మాకు ఒక సవాల్లాంటిది అనిపించింది.

మా పని ముగించేటప్పటికి తెల్లవారిపోయింది. ఉదయపు అల్పాహారానికి కూచున్నప్పుడు హఠాత్తుగా గుర్తొచ్చింది ఆ సాయంకాలం రామేశ్వరంలో నా అన్న కూతురు జమీలా పెళ్ళికి నేను వెళ్లవలసి ఉందని. కానీ ఏం చెయ్యడానికైనా ఆలస్యమయి పోయిందనుకున్నాను. ఆ మర్నాటికన్నా నేను మద్రాస్ పోయే విమానాన్ని పట్టుకోగలి గాననుకున్నా. అక్కడినుంచి రామేశ్వరం చేరేదెలాగా? మధురై పోగలిగితే అక్కణ్ణుంచి సాయంకాలం ట్రైన్ పట్టుకుని రామేశ్వరం చేరవచ్చు. కానీ మద్రాస్ నుంచి మధురైకి విమాన సర్వీసు లేదు. ఒక అపరాధ భావన నా ఉత్సాహాన్ని పట్టిపీడించడం మొదలుపెట్టింది. నా కుటుంబ బాధ్యతల్ని, విధ్యుక్త ధర్మాల్ని నేను విస్మరించడం భావ్యమేనా అని నన్ను నేను ప్రశ్నించుకున్నాను. జమీలా నా కూతురులాంటిది. వృత్తికారణాల వల్ల ఆమె పెళ్ళికి వెళ్లలేకపోతున్నానన్న ఊహ ఎంతో దిగులు పుట్టించింది. నా బ్రేక్ ఫాస్ట్ పూర్తి చేసి సమావేశానికి బయలుదేరాను.

మేము రక్షణ మంత్రి వెంకటరామన్‌ని కలిసి సవరించిన మా ప్రతిపాదన చూపగానే ఆయన సంతోషించినట్టే కనబడ్డాడు. మిస్సైల్ అభివృద్ధి పథకం రాత్రికి రాత్రి ఒక సమగ్ర కార్యక్రమానికి నమూనాగా మారిపోయింది. దానిలో విస్తృతపరిధి గల సాంకేతిక సంక్లిష్టతలు ఉండవచ్చు. కానీ ముందురోజు సాయంకాలం రక్షణ మంత్రి ఏమి ఆశించాడో ఆ విధంగానే ఆ ప్రణాళిక రూపొందింది. రక్షణ మంత్రి పట్ల నా గౌరవ భావాన్ని అలా ఉంచి ఇంతకీ ఆయన మా ప్రణాళికని పూర్తిగా అనుమతించాడో లేదో నాకు నిశ్చయం కాలేదు. చిత్రం! ఆయన దాన్ని పూర్తిగా అనుమతించాడు. నా ఆనందానికి అవధుల్లేవు!

సమావేశం అయిపోయిందన్నట్టుగా సూచిస్తూ రక్షణ మంత్రి లేచి నించున్నాడు. అప్పుడు నా వైపు తిరిగి 'నేను నిన్నిక్కడికి తీసుకువచ్చాను కనుక నువ్విలాంటిదేదో తీసుకువస్తావని ఊహించాను. నువ్వు చేసిన దానికి నాకు సంతోషంగా ఉంది' అన్నాడు. 1982 లో నన్ను డిఫెన్స్‌లాబ్ డైరక్టర్ గా నియమించడం వెనుక మిస్టరీ అంతా ఒక్క క్షణంలో విచ్చిపోయింది. రక్షణ మంత్రి వెంకట రామన్ అన్న మాట నన్ను తీసుకువచ్చింది! ఆయనకు కృతజ్ఞతా పూర్వకంగా నమస్కరించి నేను గుమ్మం వైపు నడుస్తున్నాను. ఆ సాయంకాలం రామేశ్వరంలో నా అన్నకూతురు వివాహం ఏర్పాటైందని డా. అరుణాచలం రక్షణ మంత్రికి చెప్తుండటం వినబడింది. ఆ విషయాన్ని డా. అరుణాచలం మంత్రిగారితో చెప్పడం నాకు ఆశ్చర్యం అనిపించింది. అంత గొప్ప మనిషి రక్షణ మంత్రిత్వ కార్యాలయంలో కూచున్నది ఎక్కడో సుదూరంలోని ఒక దీవి లోని మసీదు వీథిలో ఒక పేద ఇంట్లో జరిగే ఒక వివాహం గురించి ఆలోచించడానికా?

డా. అరుణాచలం అంటే నాకెప్పుడూ ఎంతో గౌరవం. కాని ఆ సందర్భంలో ఆయన ఆ ప్రస్తావన చెయ్యడంలో ఒక దైవిక సమయ స్ఫూర్తి ఉంది. ఆ తరువాత జరిగిన సంఘటనలు నన్ను నిజంగా ఆశ్చర్యపరిచాయి. నేను ఆ మరుసటి గంటలో ఢిల్లీ నుంచి మద్రాస్ వెళ్లబోయే విమానం ఎక్కేటట్టూ, ఆ ఎయిర్ లైన్స్ విమానం మద్రాస్‌లో దిగగానే, అక్కణ్ణుంచి వైమానిక దళంవారి హెలికాప్టర్ నన్ను మధురైలో దించేటట్టూ రక్షణమంత్రి ఏర్పాటు చెయ్యడం నన్ను ఊహించని ఆనందంలో ముంచెత్తింది. 'గత ఆర్నెల్లుగా నువ్వు పడ్డ కష్టానికి ప్రతిఫలం ఇది' అన్నాడు డా. అరుణాచలం నాతో.

మద్రాస్ వైపు దూసుకుపోతూ నా బోర్డింగ్ పాసు వెనుక వైపు రాసుకున్నాను.

అలసటపెట్టే దూరంఒక్కింత కూడా నడవలేనివాడు
రామేశ్వరం తీరంలోని
కపిల తీర్థాల్ని అన్వేషించగలడా?

ఇండియన్ ఎయిర్ లైన్సు విమానం ఢిల్లీ నుంచి మద్రాసులో దిగగానే ఆ పక్కనే వైమానిక దళంవారి హెలికాప్టర్ వచ్చి ఆగింది. ఆ తరువాత మరికొద్ది నిమిషాల్లోనే నేను మధురై దారిలో ఉన్నాను. ఆ వైమానిక దళ కమాండెంట్ దయ గలవాడు. అతడు నన్ను రైల్వేస్టేషన్ దాకా తీసుకువెళ్ళి దింపాడు. రామేశ్వరం వెళ్ళే రైలు అప్పుడే ప్లాట్‌ఫారం విడవడానికి సిద్ధంగా ఉంది. జమీలా పెళ్లి ముహూర్తంలోపే నేను రామేశ్వరం చేరాను. నా సోదరుడి కుమార్తెను ఒక తండ్రి హృదయంతో ఆశీర్వదించాను.

రక్షణ మంత్రి మా ప్రతిపాదనను కేబినెట్ ముందు పెట్టి అనుమతి సాధించాడు. మా ప్రతిపాదనపైన అతని సిఫార్సులు ఆమోదించబడ్డాయి. అంతకు ముందెన్నడూ జరగని విధంగా రు. 388 కోట్లు ఆ ప్రణాళిక కోసం మంజూరు అయ్యాయి. ఆ విధంగా భారతదేశపు అత్యంత ప్రతిష్ఠాత్మక సమగ్ర గైడెడ్ మిస్సైల్ అభివృద్ధి కార్యక్రమం (IGMDP) జన్మించింది.

నేను ప్రభుత్వం ఇచ్చిన మంజూరు ఉత్తర్వుని డిఫెన్స్‌లాబ్‌లో మిస్సైల్ టెక్నాలజీ కమిటీ ముందు చూపించినప్పుడు వారు ఉత్సాహంతో రగిలిపోయారు. అందులో ప్రతిపాదించబడిన ప్రాజెక్టులకి భారతదేశపు ఆత్మ విశ్వాసపు స్ఫూర్తిని సూచించే విధంగా పేర్లు పెట్టడం జరిగింది. నేల మీంచి నేల మీదకి ప్రయోగించే మిస్సైళ్లకు 'పృథ్వి' అన్న పేరుపెట్టడం జరిగింది. టాక్టికల్ కోర్ వెహికిల్ కు 'త్రిశూల్' అని పేరు పెట్టాం. నేల నుంచి నింగికెగిరే మిస్సైల్ కు 'ఆకాశ్' అని పేరుపెట్టాం. శతఘ్ని విధ్వంసక మిస్సైల్ కు 'నాగ్' అని పేరు పెట్టాం. నా చిరకాల స్వప్నమైన రీ ఎంట్రీ ఎక్స్పెరిమెంట్ కి 'అగ్ని' అని పేరుపెట్టాం.

డా. అరుణాచలం 1983 జూలై 27 న డిఫెన్స్‌లాబ్‌కు వచ్చి మిస్సైల్ ప్రాజెక్టుని లాంఛనప్రాయంగా ప్రారంభించారు. అదొక గొప్ప సంఘటన. అందులో లాబరేటరీకి చెందిన ప్రతిఒక్క ఉద్యోగి పాల్గొన్నాడు. వాయు, అంతరిక్ష పరిశోధనలో అంతో ఇంతో అయిన ప్రతి ఒక్కరూ ఆహ్వానించబడ్డారు. తక్కిన లాబరేటరీల నుంచి, సంస్థల నుంచీ శాస్త్రవేత్తలు పాల్గొన్నారు. అలాగే విద్యా సంస్థల నుండి ప్రొఫెసర్లు, సాయుధదళాల ప్రతినిధులు, ఉత్పాదక కేంద్రాల నుంచి, తనిఖీ కేంద్రాల నుంచీ ప్రతినిధులూ హాజరయ్యారు. అందరు ఆహ్వానితులకూ చోటు సరిపోనందున క్లోజ్డ్ సర్క్యూట్ టెలివిజన్ నెట్ వర్క్ కూడా ఏర్పాటు చేసి ప్రదర్శించాం. 1980 జూలై 18 న ఎస్.ఎల్.వి-3 రోహిణిని భూకక్ష్యలోకి ప్రవేశపెట్టిన సంఘటన తరువాత నా వృత్తి జీవితంలో మరవలేని రెండవ మహత్తర సంఘటన ఇది.

11

భారతీయ వైజ్ఞానికాకాశంలో మిస్సైల్ ప్రాజెక్టు ప్రారంభం ఒక ప్రకాశవంతమైన మెరుపులాంటిది. అంతదాకా మిస్సైల్ పరిజ్ఞానం కొన్ని దేశాలకు మాత్రమే పరిమితమైన విషయంగా ఉండేది. భారతదేశానికి ఏ మాత్రం వనరులూ, పరిజ్ఞానం ఉన్నాయో, వాటితో మేమేమి చెయ్యగలమో, ఏ మేరకు మా వాగ్దానాలు నెరవేర్చుకోగలమో చూడటానికి అందరూ కుతూహలంగా ఉన్నారు. పరిమాణంలో ఆ ప్రాజెక్టు అంతదాకా చేపట్టిన ప్రాజెక్టులన్నిటికన్నా పెద్దది. అంతేకాదు ఆ కాలనిర్ణయ పట్టికలు కూడా అమలులో ఉన్న ప్రమాణాల ప్రకారం చూస్తే వింతగా ఉన్నాయి. భారతీయ పరిశోధన మరియు అభివృద్ధి రంగాల్లో చలామణిలో ఉన్న ప్రమాణాల ప్రకారం మా కార్యక్రమ ప్రణాళిక వింతగా అనిపించడంలో ఆశ్చర్యం లేదు.

ఆ కార్యక్రమానికి ప్రభుత్వ అనుమతి సాధించడం ఆ పనిలో పదోవంతు మాత్రమేనని నాకు పూర్తిగా ఎరుకే. దాన్ని కొనసాగించడం ప్రత్యేకమైన విషయం. ఇప్పుడు మాకు కావలసిన వనరులన్నీ సమకూరాయి కనుక ముందుకు వెళ్ళడానికి అనుమతి కూడా ఉంది కనుక మా వాగ్దానాలు రుజువు చెయ్యడానికి నా బృందాన్ని ముందుకు తీసుకు వెళ్లవలసిఉంది.

డిజైన్ దశ నుండి వినియోగ దశ దాకా మిస్సైల్ కార్యక్రమాన్ని సాధించడానికి అవసరమయింది ఏది? గొప్ప మానవ శక్తి లభ్యంగా ఉంది. కొంత మేరకు మౌలిక సదుపాయాలు కూడా అందుబాటులో ఉన్నాయి. మరి లేనిదేది? ఒక ప్రాజెక్టు విజయవంతం

కావడానికి ఈ కీలక వనరులు కాకుండా అదనంగా కావలసిందేమిటి? నా ఎస్.ఎల్.వి-3 అనుభవం అదేమిటో నాకు చెప్పింది. అది మిస్సైల్ కార్యక్రమంపైన మాకుండవలసిన సాధికారికత. విదేశాలనుంచి నేనే సహాయాన్నీ కోరుకోలేదు. సాంకేతిక శాస్త్రం ఒక బృంద కార్యక్రమం. అందుకని అందులో తమ హృదయాన్నీ, ఆత్మనీ పెట్టిపని చెయ్యగలిగిన వాళ్ళే కాక తమతో వందలాది ఇతర శాస్త్రజ్ఞుల్నీ ఇంజనీర్లను కూడా తీసుకుపోగల నాయకులు కావాలి దానికి.

కార్యక్రమంలో పాలుపంచుకునే లాబరేటరీల్లో చలామణిలో ఉన్న అనేక వైరుధ్యాల్నీ అసంగత విషయాల్నీ మేము ఎదుర్కోవలసి ఉంటుందని మాకు తెలుసు. తమ పనితీరుని కొలవడం సాధ్యం కాదని నమ్ముతుండే ప్రభుత్వ రంగ సంస్థల వైఖరికి మేము సక్రమంగా ప్రతిస్పందించవలసి ఉంటుంది. మొత్తం వ్యవస్థ, దాని మనుషులు, పద్ధతులు, సదుపాయాలన్నింటితో సహా తనని తాను విస్తరింపచేసుకోవడం నేర్చుకోవాల్సి ఉంటుంది. మన సమష్టి జాతీయ సామర్థ్యాన్నీ మించిందేదో దాన్ని మేము సాధించాలనుకున్నాం. కానీ మా బృందాలు కఠిన శ్రమ చెయ్యకుండా ఏమీ సాధించలేమన్న దానిలో నాకే భ్రమలూ లేవు.

మా డిఫెన్స్‌లాబ్ తాలూకు అత్యంత విశిష్టమైన అంశం దానిలో పనిచేస్తున్న శాస్త్రజ్ఞుల అత్యంత విశిష్టమైన ప్రతిభ. కానీ దురదృష్టవశాత్తూ అందులో ఎక్కువ మంది దురహంకారానికీ, దురాగ్రహానికీ చిక్కుకుపోయి ఉన్నారు. వాళ్ళ నిర్ణయాలకు వాళ్లు కట్టుబడి ఉండగల ఆత్మవిశ్వాసం వారికి తక్కువే. అందువల్ల చర్చల్లో అందరూ పాల్గొన్నా చివరికి అంగీకరించేది మాత్రం ఏ కొద్దిమందో చేసిన ప్రతిపాదనలనే. ఇక బయటి నిపుణులేమిచెప్పినా దాన్ని మాత్రం ప్రశ్నించకుండానే అంగీకరించేసేవారు.

డిఫెన్స్‌లాబ్‌లో నేను కలుసుకున్న వాళ్ళలో ఏ. వి. రంగారావు ఆసక్తి కలిగించేమనిషి. అతనికి మాటకారితనం, స్ఫురద్రూపం ఉన్నాయి. కానీ అతని దుస్తులు మాత్రం వదులు పంట్లాము మీద ధరించిన గళ్ళ కోటు మీద ఎర్రని నెక్ టై తో దర్శనమిచ్చేవి. పొడుగు చేతుల చొక్కా, బూట్లు ధరించడం కూడా ఇబ్బందిగా అనిపించే హైదరాబాద్ ఉష్ణ వాతావరణంలో అతని దుస్తులలా ఉండేవి. దట్టమైన తెల్లని గడ్డంతో, పళ్ళ మధ్య నొక్కిపట్టి ఉంచిన పైపుతో అతను తిరుగుతున్న చోటల్లా ప్రకాశవంతమైనదేదో కదులుతుండేది. అతని వ్యక్తిత్వం స్వయంకేంద్రితం.

అందుబాటులో ఉన్న మానవ వనరుల్ని సక్రమంగా వినియోగించుకోవడానికి మొత్తం నిర్వహణ వ్యవస్థని పునఃనిర్వచించే విషయమై నేనొకసారి అతన్ని సంప్రదించాను. మిస్సైల్

ప్రాజెక్టు తాలూకు వివిధ అంశాల్ని వివరిస్తూ దేశీయంగా మిస్సైళ్ళ అభివృద్ధి కార్యక్రమం లక్ష్యాల్ని బోధపరుస్తూ అతను శాస్త్రజ్ఞులతో వరస సమావేశాలు నిర్వహించాడు. సుదీర్ఘ చర్చల అనంతరం మేము లాబరేటరీని ఒక సాంకేతిక పరిజ్ఞాన నిర్మాణంగా పునర్వ్యవస్థీకరించాలనుకున్నాం. వివిధ కార్యక్రమాల నిర్వహణకు అనుకూలంగా ఉండేటట్లు ఆ నిర్మాణాన్ని రూపొందించాలనుకున్నాం. నాలుగు నెలలు తిరక్కుండానే మిస్సైల్ కార్యక్రమం మీద నాలుగువందల మంది శాస్త్రవేత్తలు పనిచెయ్యడం మొదలుపెట్టారు.

ఆ మధ్య కాలంలో నా ముఖ్య బాధ్యత మిస్సైళ్ళ అభివృద్ధిలో వివిధ ఉప ప్రాజెక్టులకు ప్రాజెక్టు నేతల్ని ఎంపికచెయ్యడం. మా దగ్గర ఉన్న ప్రతిభావంతులు తక్కువేమీ కాదు. కానీ సమస్యల్లా ఎవరిని ఎంచుకోవాలన్నదాని మీదే. అలవాటుగా సాగిపోయేవాడినా, వ్యూహకర్తనా? స్వతంత్రుడినా? నిరంకుశుడినా? బృందంతో కలిసి పనిచెయ్య గలిగేవాడినా? తన లక్ష్యాన్ని సక్రమంగా సంభావించుకోగలిగేవాణ్ణీ, తమ తమ వ్యక్తిగత లక్ష్యాల మేరకు ఎన్నో స్థలాల్లో పనిచేసే తన బృందం శక్తి సామర్థ్యాల్ని చక్కగా వినియోగించు కోగలవాణ్ణీ ఎంచుకోవలసి ఉంటుంది నేను.

అదొక కొత్త క్రీడ. దాని నియమాల్ని కొన్ని రెండు దశాబ్దాల పాటు ఇస్రో ప్రణాళికల్లో పనిచేసినప్పుడు నేర్చుకున్నాను. ఎవరినైనా సరైన వ్యక్తిని ఎంచుకోకపోతే అది మొత్తం కార్యక్రమ భవిష్యత్తునే ఆటంకపర్చగలదు. శాస్త్రవేత్తలు, ఇంజనీర్లు కాబోతున్న వారితో కూడా నేను సవివరంగా చర్చించాను. నేనెంచుకున్న అయిదుగురు ప్రాజెక్టు డైరక్టర్లు తక్కిన ఇరవై అయిదుగురు ప్రాజెక్టు డైరక్టర్లకూ బృందనాయకులకూ రేపు శిక్షణ ఇవ్వవలసిఉంటుంది.

అది నా ఊహాగానమే కావచ్చు. పేర్లు చెప్పలేను గానీ చాలా మంది సీనియర్ సహచరులు ఆ కాలంలో నాకు సన్నిహితంగా రావడానికి ప్రయత్నించారు. ఒక ఏకాకి పట్ల వారి సాభిమానానికి నా గౌరవాన్ని ప్రకటిస్తూనే అంతకు మించిన సాన్నిహిత్య మేర్పడకుండా జాగ్రత్తపడ్డాను. స్నేహితుడి పట్ల విధేయంగా ఉండే ప్రయత్నంలో మనం సంస్థాగత ప్రయోజనాలకు విరుద్ధమైందేదో చేసే ప్రమాదముంటుంది.

నా దృష్టిలో రాకెట్ల తయారీ కన్నా అనుబంధాల ఒత్తిడి మరింత దుర్భరం. నేను ఏకాకిగా ఉండాలని కోరుకోవడంలో ఆ అనుబంధాల ఒత్తిడి నుంచి తప్పించుకోవాలనుకున్న కోరికే ఉందనుకుంటాను. నేననుకున్నదల్లా నిజాయితీగా నా జీవితాన్ని నడుపుకోవడం. నా దేశంలో రాకెట్ల తయారీ పరిజ్ఞానాన్ని నిలబెట్టడం, పదవీ విరమణ సమయానికి శుభ్ర అంతరంగంతో నిష్క్రమించడం.

అయిదు ముఖ్యమైన ప్రాజెక్టులకీ ఎవరు నాయకత్వం వహించాలన్న విషయమై నేను ఎంతో ఆలోచించవలసి వచ్చింది. నేను ఒక నిర్ణయానికి వచ్చే ముందు చాలా మంది శాస్త్రవేత్తల పనితీరుల్ని పరిశీలించాను. నా పరిశీలనలు కొన్ని మీకు ఆసక్తి కలిగించవచ్చు.

ఒక వ్యక్తి పని తీరు ప్రాథమిక స్వభావం అతను ఏ విధంగా ప్రణాళిక చేసుకుంటున్నాడూ, అలాగే తన పనుల్ని ఏ విధంగా నిర్వహించుకుంటున్నాడూ అన్న దాని మీద ఆధారపడి ఉంటుంది. ఒక కొసన, ప్రతీదీ చాలా జాగ్రత్తగా ప్రణాళిక వేసుకుని గానీ ముందుకు అడుగువెయ్యలేనివారుంటారు. ఏదన్నా తప్పిదం సంభవిస్తుందేమోనని వాళ్ళు అన్ని జాగ్రత్తలూ తీసుకుంటారు. మరొకవైపు త్వరితంగా పనులుచెయ్యాలనుకునే వాళ్ళుంటారు. ఏ ప్రణాళికా లేకుండానే వాళ్ళు పనిని అల్లుకుంటూ పోతారు. ఒక ఆలోచన స్ఫురిస్తే చాలు దాన్ని ఆచరణలో పెట్టడానికి వాళ్ళు సంసిద్ధంగా ఉంటారు.

పనితీరు ధర్మాల్లో మరొకటి అదుపు. అనుకున్న పనులు నిర్దిష్ట గతిన సాగేటట్లు చూసుకోవడానికి కేటాయించగల శ్రద్ధాసక్తుల రూపంలో అది వ్యక్తమవుతుంది. ఒక కొసన, మరీ బిగించి పట్టుకునే వాడుంటాడు. అతడు పనులు అమలు జరిగే తీరుని తరచు పరీక్షిస్తుండే పాలనాస్వభావి. అతని దృష్టిలో నియమనిబంధనలు మత నిర్దేశాలంత ఖచ్చితంగా పాటించవలసినవి. మరొకవైపు, స్వేచ్ఛగా సరళంగా పనులు చెయ్యగలిగిన వారుంటారు. పాలనాస్వామ్యం పట్ల వాళ్ళకి సహనం అస్సలు ఉండదు. వాళ్ళు తమ కిందన పనిచేసేవారికి అధికారాలు బదలాయించడానికి సిద్ధపడతారు. వాళ్ళకి స్వతంత్రంగా సంచరించగలిగే అవకాశాన్నిస్తారు.

నేను కోరుకున్న నాయకులు మధ్యేమార్గాన్ని అనుసరించాలని కోరుకున్నాను. మరీ కఠినంగా ఉండకుండా అసమ్మతి కలగకుండా తమ సిబ్బందిని నియంత్రించగలిగేవాళ్ళు కావాలని కోరుకున్నాను.

నేను కోరుకున్న మనుషులు అవకాశాలననుసరించి ఎదగడానికి సామర్థ్య ముండేవాళ్ళు. అన్ని సంభావ్య ప్రత్యామ్నాయాల్ని పరిశీలించగల సహనం ఉండేవాళ్ళు. పాత సూత్రాల్ని కొత్త పరిస్థితులకి అన్వయించగల వివేకం ఉన్నవాళ్లు. ముందుకు దారిచేసుకోగలిగే నేర్పు ఉన్నవాళ్ళు. వాళ్ళు తక్కిన వారితో తమ అధికారాల్ని పంచుకోగలగాలనీ, సర్దుకుపోగలరనీ నేను ఆశించాను. అలాగే చక్కగా నెరవేర్చవలసిన పనుల్ని వాళ్ళు తమ కింది ఉద్యోగులకు కూడా అప్పగించగలరనీ, కొత్త అభిప్రాయాల్ని స్వాగతించగలరనీ, తెలివైన వారిని గౌరవించగలరనీ, వివేకవంతమైన సలహాని పెడచెవిన పెట్టరనీ కూడా ఆశించాను. పొరపాట్లకు ఐచ్ఛికంగా బాధ్యత పడాలనీ, సమస్యల్ని నేర్పుగా పరిష్కరించుకోవాలనీ కూడా అనుకున్నాను.

అన్నిటికన్నా ముఖ్యంగా వాళ్ళు తమ యాత్రలో వైఫల్యాన్ని ఎదుర్కోగలగాలనీ, జయాపజయాల్ని సమంగా తమ సహచరులతో పంచుకోగలగాలనీ భావించాను.

'పృథ్వి ' ప్రాజెక్టు నిర్వహణ బాధ్యత ఎవరికి అప్పగించాలా అన్న నా అన్వేషణ భారత సైనిక శ్రేణులకు చెందిన కల్నల్ వి.జె. సుందరం దొరకడంతో పూర్తయ్యింది. ఏరోనాటికల్ ఇంజనీరింగ్ లో పోస్టు గ్రాడ్యుయేట్ డిగ్రీతో పాటు యాంత్రిక ప్రకంపనాల అధ్యయనంలో ఆయన ప్రత్యేక కృషి చేసాడు. అతను లాబ్‌లో స్ట్రక్చర్స్ గ్రూప్ అధిపతిగా ఉన్నాడు. విరుద్ధ అభిప్రాయాల్ని సమన్వయపరచడంలో కొత్త పద్ధతుల్లో ప్రయోగాలు చేపట్టడానికతడెప్పుడూ సంసిద్ధంగా ఉంటాడు. బృంద నిర్వహణలో అతనిది కొత్త పుంతలు తొక్కే మనస్తత్వం. పని చెయ్యడంలో వివిధ ప్రత్యామ్నాయాల్ని పరిశీలించడంలో అతనికొక అసాధారణ కౌశల్యం ఉంది. ఇంతకు ముందు ప్రయత్నించి చూడని కొత్త పద్ధతుల్లో సమస్యా పరిష్కారాన్ని అతను సూచించగలడు. ప్రాజెక్టు లీడరుకి లక్ష్యం అవగతమయుండినా కూడా అతడా గమ్యాన్ని చేరడానికి అతని కింది ఉద్యోగుల నుంచి ప్రతిఘటన ఎదురైనట్లయితే ఆ లక్ష్యానికి అర్థం లేదు. నాయకుడు ఇవ్వగల దిశానిర్దేశంలోని బలం బయటపడేది అక్కడే. ఉత్పాదక సంస్థలతోనూ సాయుధ దళాలతోనూ చర్చించి నిర్ణయాలు తీసుకోగలిగే సామర్థ్యం ఉన్నందునే పృథ్వి ప్రాజెక్టు డైరక్టర్ గా సుందరం ఎంపిక అభిలషణీయమని అనిపించింది.

'త్రిశూల్' కోసం నేను వెతుక్కున్న మనిషికి ఎలెక్ట్రానిక్స్ గురించీ, మిస్సైల్ యుద్ధ తంత్రం గురించి పరిజ్ఞానం ఉంటే చాలదు. అతను దానిలోని సంక్లిష్టతల్ని తన బృందానికి అర్థమయ్యేలా విప్పిచెప్పి వారిని లక్ష్యం వైపు సాధించేవాడై కూడా ఉండాలి. భారతీయ నౌకా దళం నుంచి రక్షణ శాఖ పరిశోధనలో ప్రవేశించిన ఎస్.ఆర్. మోహన్‌లో నా కటువంటి మనిషి కనిపించాడు. అతనిలో ప్రతిభ మాత్రమే కాక ఇతరుల్ని ఒప్పించగల మాంత్రిక సామర్థ్యం కూడ ఉంది.

నా కలల పథకం 'అగ్ని' కోసం నేను వెతుక్కున్న మనిషి ఆ పథక నిర్వహణలో అప్పుడప్పుడూ నా జోక్యాన్ని భరించగలవాడయి ఉండాలి. ఆర్. ఎన్. అగర్వాల్ లో నాకటువంటి మనిషి దొరికాడు. అతను ఎం.ఐ.టి పాత విద్యార్థి. అద్భుతమైన విద్యార్హతలున్నాయి. డిఫెన్స్‌లాబ్‌లో తన వృత్తి నైపుణ్యంతో ఏరోనాటికల్ పరీక్షల సదుపాయాల్ని నిర్వహిస్తూంటాడు.

వాటి సాంకేతిక సంక్లిష్టతల వల్ల 'ఆకాశ్' 'నాగ్' ల తయారీ భవిష్యత్తుకి సంబంధించిన అవసరంగా భావించాం. మరొక అర్ధ దశాబ్దం తరువాత వాటి అవసరం ముమ్మరం కావచ్చు అనుకున్నాం. అందుకని వయసులో చిన్నవాళ్ళైన ప్రహ్లాద , ఎన్.ఆర్. అయ్యర్ లను 'ఆకాశ్',

'నాగ్' ల కోసం ఎంచుకున్నాం. మరొక ఇద్దరు యువశాస్త్రవేత్తలు వి.కె. సరస్వత్, ఏ.కె. కపూర్ లను సుందరానికీ, మోహన్ కీ డెప్యూటీలు గా నియమించాం.

ఆ రోజుల్లో అందరికీ సంబంధించిన ముఖ్యమైన విషయాల్ని చర్చించి నిర్ణయాలు తీసుకునేటందుకు వేదిక అంటూ ఏదీ లేదు. శాస్త్రవేత్తలు ఉద్రేకస్వభావులని మనం గుర్తుపెట్టుకోవాలి. ఒకసారిగానీ వారు గతుక్కుమన్నారా వారిని తిరిగి లేవనెత్తడం అయ్యే పని కాదు. ఏ వృత్తి జీవితంలోనైనా ఎదురుదెబ్బలు, ఆశాభంగాలు సహజమే. అలాగే సైన్సులో కూడా. అలాగని అటువంటి ఆశాభంగాల్ని నా శాస్త్రవేత్తలు ఒంటరిగా ఎదురుకోవాలనీ నేను భావించలేదు. వాళ్ళు తమ ఉత్సాహాలు నీరసించిన దశలో తమ లక్ష్యాల్ని నిర్వచించుకోకుండా చూసుకోవాలనుకున్నాను. అందుకని అటువంటి పరిణామాల్ని నివారించడానికి ఒక కౌన్సిల్ ని ఏర్పాటుచేసాం. అది ఉమ్మడి సమస్యల్ని చర్చించుకుని పరిష్కరించుకునే పంచాయితీ లాంటిది. మూడునెలలకొకసారి శాస్త్రవేత్తలందరూ చిన్నా పెద్దా కొత్తా పాతా అందరూ అక్కడ చేరి తమని తాము కలబోసుకుంటారు.

ఆ సైన్సు కౌన్సిల్ మొదటి సమావేశమే ఆసక్తికరంగా జరిగింది. కొంత అర్ధమనస్కంగా జరిగిన కుశల విచారణలు, ఒకటి రెండు సందేహాలు అయినతరువాత ఒక సీనియర్ శాస్త్రవేత్త ఎం.ఎన్. రావు లేచి సూటిగా ప్రశ్న సంధించాడు. 'మీరు పంచపాండవుల్ని (అయిదుగురు ప్రాజెక్టు డైరక్టర్లని ఆయన భావం) ఏ ప్రాతిపదికన ఎంపిక చేసారు?' నిజానికి ఆ ప్రశ్నవస్తుందనే నేను వూహించి ఉన్నాను. ఆ అయిదుగురు పాండవులు 'నిర్మాణాత్మక ఆలోచన' అనే ద్రౌపదిని వివాహమాడినప్పుడు దొరికారని చెప్దామను కున్నాను. కానీ రావుని వేచి చూడమన్నాను. ప్రతిరోజూ కొత్త గాలివానలు తలెత్తే దీర్ఘ కాలిక కార్యక్రమం కోసం ఆ అయిదుగురినీ ఎంపిక చేసుకున్నాన్నేనని చెప్పాను.

రాబోయే ప్రతి ఉదయమూ కూడా ఆ అగర్వాళ్ళకీ, ఆ ప్రహ్లాదలకీ, ఆ అయ్యర్లకీ ఆ సరస్వత్‌లకీ కొత్త అవకాశాలతో ఎదురవుతుందని చెప్పాను. దాని వల్ల వాళ్ళు తమ లక్ష్యాల పట్ల కొత్త దృక్పథం తోనూ, తమ ధ్యేయాల పట్ల దృఢ భావంతోనూ వ్యవహరించ గలుగుతారని చెప్పాను.

మనిషిని ఉత్పాదక శీల నాయకుడిగా రూపొందించేదేది? తన సిబ్బంది విషయంలో పూర్తి అధికారాలుండి తనకి అనుకూలంగా సిబ్బందిని నియమించు కోగలిగినవాడే నా ఉద్దేశంలో ఉత్పాదశీల నాయకుడవుతాడు. అతడు తన సంస్థకి కొత్త రక్తాన్ని ఎక్కిస్తూ ఉండాలి. సమస్యలతో కొత్త భావాలతో వ్యవహరించగల నిపుణుడై ఉండాలి.

పరిశోధన మరియు అభివృద్ధి సంస్థ ఎదుర్కొనే సమస్యలు అనేక జ్ఞాత అజ్ఞాత ప్రమాణాల మీద ఆధారపడిఉంటాయి. ఇటువంటి సంక్లిష్ట సంభావ్యతల్ని సంబాళించడంలో చూపగలిగే నేర్పు కూడా ఉత్పాదకని మెరుగుపరుస్తుంది. నాయకుడు తన బృందంలో ఆత్మవిశ్వాసాన్ని ప్రోదిచేసేవాడు కావాలి. ఎక్కడెక్కడ ఎవరెవరికి ప్రశంస అందాలో దాన్ని నలుగురిలో అందించాలి. వారిని విమర్శించవలసి వస్తే ఏకాంతంలో పిలిచి విమర్శించాలి.

జవాబివ్వడం కష్టమైన ప్రశ్న ఒక యువ శాస్త్రవేత్త నుంచి వచ్చింది. 'మీరు ఈ ప్రాజెక్టులకి డెవిల్ కి పట్టిన గతి లాంటిది పట్టకుండా ఎలా జాగ్రత్తపడగలరు?' నేనతనికి ప్రాజెక్టు వెనుక ఉన్న స్ఫూర్తిని వివరించాను. అది డిజైనింగ్‌తో మొదలై ఆయుధాల్ని వాడటంతో ముగిసేదాకా సాగే ఒక సుదీర్ఘ ప్రక్రియ. అందుకు గాను ఉత్పాదక సంస్థలూ, వాటిని వాడబోయే సంస్థలూ కూడా మొదటినుంచీ ఆ కార్యక్రమంలో పాలుపంచుకునేలా జాగ్రత్తలు తీసుకున్నామనీ చెప్పాను. అందువల్ల మిస్సైళ్ళు యుద్ధ రంగంలో జయప్రదంగా వినియోగించబడే దశ దాకా చేరేవరకూ కార్యక్రమంలో వెనక్కిపోయే ప్రశ్న ఉత్పన్నం కాదని చెప్పాను.

బృందాల్ని రూపొందించి పనిని నిర్వహించుకునే ప్రక్రియ ఒక వైపు కొనసాగుతుండగా మరొక వైపులాబ్‌లో అందుబాటులో ఉన్న స్థలం ఈ కొత్త కార్యక్రమానికి సరిపోదని కూడా గుర్తించాను. పక్కనుండే స్థలంలో కొన్ని సదుపాయాలు ఏర్పాటు చెయ్యవలసి ఉంది. డెవిల్ ప్రాజెక్టు దశలో మిస్సైల్ రూపకల్పనకోసం ఏర్పాటు చేసిన షెడ్ 120 చదరపు మీటర్ల స్థలం మాత్రమే. ఇప్పుడందులో పావురాలు గూడు కట్టుకున్నాయి. ఇక్కడికి త్వరలో రాబోయే అయిదు మిస్సైళ్ళనీ అనుసంధానించుకోవడానికి తగిన స్థలం, సదుపాయాలేవీ? అలాగే వాతావరణ పరీక్షల సదుపాయాలూ, ఏవియానిక్స్ లాబరేటరీ కూడా సరైన సౌకర్యాల్లేకుండా చచ్చుబడిఉన్నాయి.

నేనాపక్కనుండే ఇమారత్ కంచా ప్రాంతాన్ని చూసాను. అది ఒకప్పుడు లాబ్‌కి శతఘ్ని విధ్వంసక మిస్సైళ్ళ పరీక్షా శ్రేణిగా ఉండేది. ఆ ప్రాంతమంతా దక్కన్ పీఠభూమిలో తరచు కనవచ్చే పెద్ద పెద్ద రాళ్ళతో ఒక్క చెట్టు కూడా లేకుండా ఊషర క్షేత్రంగా ఉండేది. ఆ రాళ్ళలో అనంత శక్తి నిక్షిప్తమై ఉన్నట్టనిపించింది నాకు. మిస్సైళ్ళ కార్యక్రమానికి అవసరమైన పరీక్షా సదుపాయాల్ని అక్కడ నెలకొల్పాలనిపించింది. రాబోయే మూడు సంవత్సరాల దాకా అదే నా ధ్యేయంగా పెట్టుకున్నాను.

ఒక ఆదర్శ ఉన్నత సాంకేతిక పరిశోధనా కేంద్రాన్ని నెలకొల్పడానికి ప్రతిపాదన తయారుచేసాం. అందులో అత్యున్నత సాంకేతిక సదుపాయాలుంటాయి. ఏ ప్రమాణాల్ని

బట్టి చూసినా అదొక బృహత్కార్యం. దాన్ని సాధించడానికి ప్రత్యేక నైపుణ్యం, చొరవ, దీక్ష కావాలి. లక్ష్యాలు ఉద్దేశాలూ స్పష్టంగా నిర్వచించబడే ఉన్నాయి. ఇప్పుడు వివిధ సంస్థలకు చెందిన అసంఖ్యాకులైన నిపుణుల్తో వాటిని పంచుకోవాలి. ఆ ప్రక్రియలో వారితో సమాచార వ్యవస్థని ప్రాజెక్టు నాయకుడు నిలుపుకుంటూ రావాలి. ఆ పని చెయ్యడానికి తగిన వారెవ్వరు? ఆ నాయకత్వ లక్షణాలన్నీ దాదాపుగా ఎం. వి. సూర్యకాంత రావులో కనిపించాయి నాకు. ఇందులో ఎన్నో సంస్థలు పాలుపంచుకోబోతున్నాయి కనుక వ్యవస్థాగత మర్యాదల్ని కాపాడటానికి ఎవరో ఒకరుండాలి. దానికి కృష్ణ మోహన్‌ని ఎంపిక చేసాను. అతను అప్పటికి తన ముప్ఫయిల్లో ఉన్నాడు. అప్పటికే యాభయిల్లో పడ్డ సూర్యకాంత రావుకి అతను చేదోడు వాదోడు గా ఉంటాడని భావించాను. సిబ్బంది నుంచి విధేయతని ఆశించడంకన్నా వాళ్లు తమ పనిలో నిమగ్నులు కావడాన్నే ఆయన ఎక్కువ ప్రోత్సహించేవాడు.

అప్పటికి నిర్ణీతమైన పద్ధతి ప్రకారం ఈ రీసెర్చ్ కేంద్రం నిర్మాణ పనులకు గాను మేము మిలిటరీ ఇంజనీరింగ్ సర్వీసెస్ (MES) వారిని అడిగాం. ఆ పనులు పూర్తిచెయ్యడానికి వాళ్ళు అయిదేళ్ళ వ్యవధి కావాలని అడిగారు. ఆ విషయం రక్షణ మంత్రిత్వ శాఖ ఉన్నత స్థాయి సమావేశంలో చర్చించబడింది. అప్పుడు ఆ నిర్మాణ పనుల్ని బయటి నిర్మాణ కంపెనీకి అప్పగించాలనే చరిత్రాత్మకమైన నిర్ణయం తీసుకోబడింది. దాని కాంటూర్ మ్యాపుల్ని తయారు చెయ్యడానికి మేము సర్వే ఆఫ్ ఇండియాని, నేషనల్ రిమోట్ సెన్సింగ్ ఏజెన్సీని సంప్రదించాం. వాళ్ళు ఇమారత్ కంచా ప్రాంతాన్ని ఏరియల్ మ్యాపులద్వారా చిత్రించి వివిధ సదుపాయాల్ని నెలకొల్పడానికి అనువైన లే ఔట్ తయారు చెయ్యవలసిఉంది. సెంట్రల్ గ్రౌండ్ వాటర్ బోర్డ్ భూగర్భ జలాన్ని చేదుకోడానికి ఇరవై స్థలాల్ని ఎంపికచేసింది. 40 మెగావాట్ల విద్యుత్ కల్పించడానికి అవసరమైన సదుపాయాలూ రోజుకి అయిదు మిలియను లీటర్ల నీటిసరఫరా అంచనా వెయ్యబడ్డాయి.

ఆ సమయంలోనే కల్నల్ ఎస్.కె. సాల్వన్ మాతో చేరాడు. ఆ మెకానికల్ ఇంజనీరు శక్తి అపారం. నిర్మాణం పూర్తికావస్తున్న దశలో ఆ రాళ్ళ మధ్య ఒక పురాతన అర్చనాస్థలాన్ని ఆయన కనుగొన్నాడు. దానితో ఆ స్థలం దైవానుగ్రహానికి నోచుకున్నదనిపించింది నాకు.

మేము మిస్సైల్ అభివృద్ధి కార్యక్రమాల్ని ప్రారంభించాం కనుక ఇక చెయ్యవలసింది ప్రయోగ పరీక్షలకు తగిన సన్నాహాలు చేసుకోవడమే. షార్ కూడా ఆంధ్రప్రదేశ్ లోనే ఉన్నందున కొత్త ప్రయోగస్థలం కోసం ఒరిస్సా తూర్పుతీరంలో అన్వేషించాం. అది బాలాసోర్‌లో దొరికింది మాకు. జాతీయ పరీక్షా శ్రేణి కోసం కూడా ఈశాన్య తీరం వెంబడి అన్వేషించాం. కానీ అక్కడి నిర్వాసితుల విషయమై తలెత్తిన రాజకీయ పరిణామాల వల్ల ఆ ప్రతిపాదన మొత్తం

తుప్పుపట్టింది. కాబట్టి ఒరిస్సాలోని బాలాసోర్ జిల్లాలో చాందీపూర్ వద్ద గల ప్రూఫ్ ఎక్స్పెరిమెంట్ ఎస్టాబ్లిష్ మెంట్ పక్కన ఒక తాత్కాలిక సదుపాయాన్ని ఏర్పాటు చేసుకోవడానికి నిర్ణయించుకున్నాం. ఒక తాత్కాలిక పరీక్షా శ్రేణి ని నిర్మించడం కోసం రు 30 కోట్ల నిధి కూడా ఇవ్వబడింది. డా. ఆర్.ఎస్. రామారావు, ఆయన బృందం ఆ సదుపాయాల్ని ఏర్పరచడంలో ఎనలేని కృషి చేసారు. లెఫ్టినెంట్ జనరల్ ఆర్.ఎస్. దేవాల్, మేజర్ జనరల్ కె.ఎన్. సింగ్ లాంచ్ పాడ్ నిర్మాణం, శ్రేణి సదుపాయ కల్పన బాధ్యతల్ని తీసుకున్నారు.

చాందీపూర్‌లో పక్షుల కోసం అందమైన అభయారణ్యం ఉంది. ఆ ప్రశాంత వాతావరణాన్ని భంగపరచకుండా పరీక్షా సదుపాయాలు ఏర్పాటు చెయ్యవలసిందిగా ఇంజనీర్లను కోరాను.

ఆ ఉన్నత పరిశోధనా కేంద్రాన్ని రూపొందిచడమే నా జీవితంలో నాకు అత్యంత సంతృప్తినిచ్చిన అనుభవమని చెప్పవచ్చు. మిస్సైళ్ల సాంకేతిక పరిజ్ఞానాన్ని పెంపొందించడానికి ఆ కేంద్రాన్ని అభివృద్ధిపర్చడం కుమ్మరి మామూలు మట్టి నుంచి శాశ్వత సౌందర్యం గల పాత్రల్ని తయారుచెయ్యడం లాంటిదని చెప్పవచ్చు.

ప్రాజెక్టు కార్యక్రమాలెంతవరకూ వచ్చాయో చూడటానికి 1983 సెప్టెంబర్‌లో రక్షణ మంత్రి ఆర్. వెంకటరామన్ లాబ్‌ను సందర్శించారు. మా లక్ష్యాల్ని మేము అందుకోవడానికి కావలసినవన్నీ ఏ ఒక్కటీ వదలకుండా మా నిర్మాణాత్మక లక్ష్యాల్లో జాబితాగా పెట్టుకోమన్నారు. 'మీరేది ఊహిస్తారో అది సాధ్యమవుతుంది. మీరేది విశ్వసిస్తారో అది సాధించి తీరతారు' అన్నారాయన.

నేనూ డా. అరుణాచలం కూడా మా దిగంత రేఖలో అనంత సంభావ్యతల్ని చూసాం. మిస్సైల్ ప్రాజెక్టు ముందు అపారమైన భవిష్యత్తు విస్తరించుకోవడం చూసాం. మా ఉత్సాహం తొందరగా అందరికీ వ్యాపించడం కూడా మేము గమనించాం. దేశంలోని గొప్ప నిపుణులంతా మా ప్రాజెక్టు వైపు మొగ్గుచూపుతుండే ఒక దృశ్యం మమ్మల్ని ఉద్విగ్నభరితుల్ని చేసింది. ఒక విజేతతో చేయికలపాలని ఎవరు మాత్రం ఉవ్విళ్ళూరరని! మిస్సైల్‌ప్రాజెక్టు పుట్టుకతోనే విజేత అన్న మాట ఒకటి అంతటా వ్యాపించిందని నిశ్చయంగా తెలిసింది.

12

1984. మా లక్ష్యాల్ని నిర్దేశించుకునే సమావేశంలో ఉండగా జనవరి 3 వ తారీకు సాయంకాలం బొంబాయిలో డా. బ్రహ్మప్రకాశ్ మృతి చెందిన వార్త వినవచ్చింది. అది మానసికంగా నాకొక తీరని నష్టం. నా జీవితంలో అత్యంత పరీక్షాకాలంలో నేనాయన కింద పనిచేసిన అదృష్టానికి నోచుకున్నాను. అతని సహానుభూతి, వినయం ఆదర్శప్రాయమైనవి. ఎస్.ఎల్.వి.-3 నౌక కూలిపోయిన రోజు ఆయన నాకిచ్చిన స్వాస్థ్య స్పర్శ నా స్మృతిపథంలో కదలాడి నా విషాదాన్ని మరింత తీవ్రతరం చేసింది.

ప్రొ. సారాభాయి అంతరిక్ష కేంద్రం సృష్టికర్త కాగా డా. బ్రహ్మప్రకాశ్ దాని సంరక్షణకర్తగా వ్యవహరించాడు. దానికి పోషణ కావలసిన తరుణంలో ఆయన దానికి పోషణ అందించాడు. నా నాయకత్వ లక్షణాల్ని రూపుదిద్దడంలో ఆయన ముఖ్య పాత్ర పోషించాడు. ఒక రకంగా చెప్పాలంటే ఆయన సాహచర్యం నా జీవితాన్ని మలుపు తిప్పింది. ఆయన వినమ్రత నన్ను మెత్తబరచి నా ఆగ్రహ స్వభావాన్ని తగ్గించింది. అతని వినయం తన ప్రతిభ నీ, తన విలువల్నీ ప్రదర్శించుకోకుండా ఒదిగి ఉండటంలోనే లేదు, నాయకుడితో సహా ఏ ఒక్కడూ పొరపాట్లకి అతీతులు కారనే ఎరుక కలిగిఉండటంలోనూ, తన కింద పనిచేసిన ప్రతిఒక్కరినీ గౌరవించడంలోనూ ఉంది. దుర్బల శరీరంలో రూపెత్తిన మహామేధావి అతను. తన శిశుతుల్య ప్రసన్నతతో కనవచ్చే ఆ మనిషిని నేనెప్పుడూ శాస్త్రజ్ఞుల్లో ఋషి అనేవాణ్ణి.

డిఫెన్స్‌లాబ్‌లోని ఆ పునరుజ్జీవన కాలంలో పి. బెనర్జీ, ఎ.వి. రమణ శాయి, వారి బృందం కలిసి ఆన్-బోర్డ్ కంప్యూటర్‌నీ, నియంత్రణ వ్యవస్థనీ రూపొందించారు. అది విజయవంతంగా పూర్తవడం దేశీయ మిస్సైళ్ళ తయారీలో ముందడుగు. అయితే ఆ సాధనాల్ని పరీక్షించడానికి మాకొక మిస్సైల్ అవసరం పడింది.

ఆ మిస్సైల్‌ని ఎలా సాధించాలా అన్నదానిమీద మెదడుకు మేతెక్కించే ఎన్నో సమావేశాలు నడిచాయి. చివరికి మేము డెవిల్ మిస్సైల్‌నే ఆ పరీక్షకోసం మెరుగుపరిచి చూడాలనుకున్నాం. ఒక డెవిల్ మిస్సైల్‌ని విప్పదీసి చాలా మార్పులు చేసాం. ఉపవ్యూహ వ్యవస్థల్ని విస్తృతంగా పరీక్షించాం. తుది పరీక్షాసామగ్రి కూడా పునర్వ్యవస్థీకరించబడింది. అన్ని హంగులూ సమకూర్చుకున్నాక 1984 జూన్ 26న మొదటి దేశీయ నియంత్రణ వ్యవస్థని పరీక్షించడానికి డెవిల్ ని ప్రయోగించాం. అది వ్యవస్థ అవసరాలన్నిటికీ తగినట్టుగా రూపొంది వుందని గుర్తించాం. ఇకదాంతో భారతీయ క్షిపణి అభివృద్ధి కార్యక్రమంలో అత్యంత ప్రధానమైన అడుగు వేసినట్టయ్యింది. ఇంతవరకు రివర్స్ ఇంజనీరింగ్‌కు మాత్రమే పరిమితమైన మన సాంకేతిక క్షేత్రం దీనితో కొత్త పుంతలు తొక్కింది. డిఫెన్స్‌లాబ్‌లోని శాస్త్రవేత్తలకు దీర్ఘ కాలంగా నిరాకరింపడిన ఒక అవకాశం నేడు వినియోగానికి వచ్చింది. దాని సందేశం స్పష్టంగానే ఉంది 'మేము ఆ పని సాధించాం!'

ఆ సందేశం ఢిల్లీ చేరడానికి ఎంతో సేపు పట్టలేదు. ప్రాజెక్టు ఇంతదాకా సాధించిన ప్రగతిని తనకి స్వయంగా వివరించవలసిందిగా ప్రధానమంత్రి కబురుచేసారు.

మొత్తం వాతావరణమంతా కొత్త కాంతితో శోభించింది. 1984 జూలై 19న శ్రీమతి గాంధి మా లాబ్‌ని సందర్శించారు. ప్రధాన మంత్రి ఇందిరా గాంధి తనలో, తన కృషిలో, తన దేశంలో అపారమైన విశ్వాసం తొణికిసలాడే మనిషి. ఆమె అటువంటి గర్వాన్నేదో నా వినయశీల స్వభావానికి కూడా ఎంతో కొంత అంటించినట్లుంది. అందుకే ఆమెని లాబ్‌కి స్వాగతించడంలో ఒక అపూర్వ సత్కారాన్ని అందుకున్నట్లుగా భావించాను. ఎనిమిది వందల మిలియన్ల ప్రజలకు తను నాయకురాలిననే సత్యాన్ని అమె పూర్తిగా గుర్తుపెట్టుకుంది. ఆమె ప్రతి అడుగు, ప్రతి కవళిక, ప్రతీ హస్తవిన్యాసం ఎంతో ఆచితూచి ఉన్నాయి. గైడెడ్ మిస్సైళ్ళ రంగంలో మా కృషిపట్ల ఆమె చూపిన గౌరవంతో మా మనోధర్మం మరింత బలపడింది.

ఆమె లాబ్‌లో గడిపిన గంటసేపూ ప్రయోగ వ్యవస్థల ప్రణాళికల మొదలుకుని బహుళార్థ సాధక ప్రయోగశాలల దాకా విస్తృతంగా సందర్శించారు. ఆ తరువాత మా లాబరేటరీ కి చెందిన రెండువేల మంది సిబ్బందినుద్దేశించి ప్రసంగించారు. మా ప్రయోగ పరీక్షల ప్రణాళిక ల షెడ్యూల్ని పరిశీలించారు.' 'పృథ్వి' మొదటి ప్రయోగ పరీక్ష ఎప్పుడు చెయ్యబోతున్నారు?'

అని అడిగారామె. '1987 జూన్ లో' అని చెప్పాను. దానికామె 'ఆ ప్రయోగ పరీక్షల్ని ఇంకా ముందుకు జరపడానికి మనమేం చెయాలి?' అన్నారు. వైజ్ఞానిక సాంకేతిక ఫలితాలు తొందరగా అందాలన్నది ఆమె ఆకాంక్ష. 'ప్రాజెక్టు లక్ష్యం కేవలం అనుకున్నది సకాలంలో చెయ్యడమే కాదు దాన్ని నాణ్యంగా చెయ్యడం కూడా కావా' లన్నారామె. 'మీరేదైనా సాధించండి, అక్కడితో ఆగిపోకుండా మిమ్మల్ని నిరూపించుకునేందుకు కొత్త అవకాశాల కోసం అన్వేషిస్తూనే ఉండండి ' అన్నారామె. నెలతిరక్కుండానే ఆమె, కొత్త రక్షణ మంత్రి ఎస్.బి. చవాన్‌ని మా ప్రాజెక్టుల్ని సమీక్షించవసిందిగా పంపించారు. ఆమె ఆసక్తి అటువంటిది. అమె అనుసరించిన పద్ధతి మమ్మల్ని ఆకర్షించడమే కాదు మాతో మరింత పనిచేయించింది కూడా. ఈ రోజు వాయు అంతరిక్ష పరిశోధనా రంగంతో అంతో ఇంతో సంబంధించిఉన్న ప్రతి ఒక్కరికీ మిస్సైల్ ప్రాజెక్టు గుణాత్మక కృషికి ఒక పర్యాయపదమని తెలుసు.

మా వ్యవస్థా నిర్వహణ పద్ధతుల్ని మా స్వయంకృషితో రూపొందించుకున్నాం. అందులో ఒకటి ప్రాజెక్టు కార్యకలాపాల్ని వెంటపడి సాధించుకునే పద్ధతి. దానిలో వివిధ దశలున్నాయి. మొదటగా సంభావ్య పరిష్కారాన్ని సాంకేతికంగానూ నిర్వహణ పరంగానూ అనుసరించగల్గడం గురించి విశ్లేషిస్తాం. ఆ తరువాత దాన్ని మా పని కేంద్రాల్లో పరీక్షిస్తాం. ఆ పైన మా సాహచర్య సంస్థలతో చర్చిస్తాం. అందరి తోడ్పాటూ సిద్ధించిన తరువాత దాన్ని అమలు చేస్తాం.

దిగువ శ్రేణి కార్యకర్తలతో భాగస్వామ్యం వల్ల ఎన్నో మౌలిక మైన ఆలోచనలు ఉద్భవించాయి. ఈ మొత్తం కార్యక్రమం జయప్రదం కావడానికి ఒకే ఒక్క నిర్వహణా రహస్యమేదో చెప్పమని నన్నడిగితే అది మా నిర్ణయాల్నిమేము వెంటపడి సాధించుకోవడమనే చెప్తాను. వివిధ ప్రయోగశాలల్లో జరిగే పనిని సమన్వయంతో వెంటపడటం ద్వారానే మేము దాన్ని సాధించగలిగామని చెప్పాలి. నిజానికి గైడెడ్ మిస్సైల్ కార్యక్రమంలో మా కార్యసూత్రం ఒక్కటే: నువ్వు ఒక కేంద్రానికి ఉత్తరం రాయవలసి ఉంటే దాన్నివెంటనే ఫాక్స్ ద్వారా పంపు. నువ్వేదన్నా ఒకటి ఫాక్స్ ద్వారానో, టెలెక్స్ ద్వారానో పంపాల్సి వస్తే ఆ సందేశాన్ని వెంటనే ఫోన్ చేసి చెప్పు. ఒక వేళ ఫోన్ ద్వారా మాట్లాడవలసిన అవసరమొస్తే ఆ స్థలానికి నువ్వే స్వయంగా వెళ్ళిచూసుకో. '

1984 సెప్టెంబర్ 27 న ప్రాజెక్టు ప్రగతి పైన డా. అరుణాచలం ఒక సమగ్ర సమీక్ష చేసినప్పుడు మేమనుసరించిన నిర్వహణ వ్యవస్థ శక్తి ఎంతటిదో బాహాటంగా తెలియవచ్చింది. అప్పుడు ఇస్రో నుంచీ లాబరేటరీలనుంచీ విద్యా సంస్థల్నుంచీ ఉత్పాదక సంస్థలనుంచీ నిపుణులు పెద్ద ఎత్తున వచ్చారు. మా కార్యక్రమం అమలులో మొదటి సంవత్సరం పురోగతిని

వారు నిశితంగా పరిశీలించారు. ఇమారత్ కంచా దగ్గర మౌలిక సదుపాయాల కల్పన ప్రయోగ పరీక్షల సదుపాయాల కల్పన ఆ రోజు మరింత స్పష్టంగా రూపుదిద్దుకున్నాయి. ఇమారత్ కంచా దగ్గర నిర్మించబోయే సదుపాయాలకు ఆ ప్రాంత నామంలోని విశిష్టత భంగపడకుండా ఉండటానికని ఇమారత్ పరిశోధనా కేంద్రం (RCI) అని పేరుపెట్టాం.

ఆ సమీక్షా వేదిక పైన నా పాత పరిచయస్థుణ్ణి చూడటం సంతోషమనిపించింది. ఎస్.ఎల్.వి- 3 కాలం నుంచీ నేనూ, శేషన్ మేమొకరమంటే ఒకరం అభిమానం పెంచుకుంటూ వచ్చాం. అయితే ఈ సారి రక్షణ మంత్రిత్వ శాఖ కార్యదర్శిగా ఆయన ప్రశ్నలు మరింత సూటిగా ఉన్నాయి. ప్రయోగ షెడ్యూళ్ళ గురించీ, ఆర్థిక సార్థక్యత గురించీ ప్రశ్నించాడాయన. తన వాగ్బాణాలతో తన ప్రత్యర్థుల్ని మట్టి కరిపించడంలో శేషన్ గొప్ప ఆనందం పొందుతాడు. బిగ్గరగా మాట్లాడానికీ, అప్పుడప్పుడు వాదించడానికి ఆయన అలవాటు పడిపోయాడు. అయినప్పటికీ సమస్య పరిష్కారానికి అందుబాటులో ఉన్న వనరులతో ఎంతెంత సాధించవచ్చో అంతా చెయ్యడానికి ప్రయత్నిస్తాడు. వ్యక్తిగత స్థాయిలో శేషన్ దయార్ద్ర హృదయుడు. సానుభూతిపరుడు. ప్రాజెక్టులో వినియోగించిన ఉన్నత స్థాయి పరిజ్ఞానం గురించి ఆయన అడిగిన ప్రశ్నల్ని మా బృందం ఎంతో సంతోషంతో ఎదుర్కొని జవాబిచ్చింది. కర్బన-కర్బన మిశ్రమాలు తయారుచెయ్యడం గురించి ఆయన ప్రదర్శించిన అసాధారణ కుతూహలం నాకింకా గుర్తుంది. మీకో రహస్యం చెప్పనా, నా పూర్తి పేరుతో నన్ను సంతోషంగా పిలవగలిగే ఒకే ఒక్క వ్యక్తి ఈ ప్రపంచంలో శేషన్ మాత్రమే. అవుల్ పకీర్ జైనులాబ్దీన్ అబ్దుల్ కలాం అనే అయిదు పదాల్నీ 31 ఇంగ్లీషు అక్షరాల్నీ పూర్తిగా పలకడానికి ఆయనొక్కడే సిద్ధం.

మిస్సైల్ కార్యక్రమానికి 12 విద్యాసంస్థలనుంచీ 30 ప్రయోగశాలలనుంచీ భాగస్వాములున్నారు. డిజైన్‌లో, అభివృద్ధిలో, ఉత్పాదనలో అన్నిచోట్లా పని ఒక్కసారే జరుగుతుండేది. 50 మంది ప్రొఫెసర్లూ 100 మంది పరిశోధక విద్యార్థులూ వారి వారి విద్యాసంస్థల్లోని ప్రయోగశాలల్లో మిస్సైల్ సంబంధిత అంశాల మీద పనిచేస్తుండేవారు. ఈ భాగస్వామ్యం వల్ల నాకు నమ్మకం పెరిగింది. సరైన షెడ్యూళ్ళు రూపొందించుకుని పని చెయ్యగలిగితే ఈ దేశంలో ఎటువంటి అభివృద్ధి కార్యక్రమాన్నయినా అమలుపర్చగల మనిపించింది. అప్పటికి నాలుగు నెలల కిందట, అంటే 1984 ఏప్రిల్- జూన్ మధ్యకాలంలో మేమొక ఆరుగురం విద్యాసంస్థలకు నేరుగా వెళ్ళి యువశాస్త్రవేత్తల్ని ఎంపికచేసుకున్నాం. దాదాపు 350 మందికి మేము మిస్సైల్ కార్యక్రమాన్ని స్థూలంగా వివరించి మాతో చేరవలసిందిగా ఆహ్వానించాం. మా సమీక్షకులకు కూడా అదే చెప్పాం. దాదాపు 300 మంది యువ ఇంజనీర్లు మా లాబరేటరీల్లో చేరగలరని మేము ఆశిస్తున్నామని చెప్పాం.

నేషనల్ ఏరోనాటికల్ లాబరేటరీ డైరక్టర్ రొద్దం నరసింహ కూడా ఆ సమీక్షలో పాల్గొన్నాడు. దేశం సాంకేతికంగా చొరవచూపించవలసిన అవసరం గురించి చెప్పడానికి ఆయన సమీక్షా సందర్భాన్ని వీలయినంతగా వాడుకున్నాడు. దానికాయన సస్య విప్లవాన్ని ఉదాహరించాడు. లక్ష్యాలు స్పష్టంగా ఉండాలేకాని మహత్తరమైన సాంకేతిక విప్లవాల్ని తేవడానికి దేశంలో ప్రతిభకు కొరవ లేదని ఆయన వాదించాడు.

భారతదేశం శాంతియుత ప్రయోజనాలకోసం అణుపరీక్ష జరిపినప్పుడు ప్రపంచంలో ఆ సామర్థ్యాన్ని పొందిన దేశాల్లో మనది ఆరవదని సగర్వంగా చెప్పుకున్నాం. ఎస్.ఎల్.వి-3 ప్రయోగించినప్పుడు శాటిలైట్ ప్రయోగ సామర్థ్యాన్ని సాధించినవారిలో మనం అయిదవ దేశమని చెప్పుకున్నాం. మరి ఏ సాంకేతిక ప్రతిభా విన్యాసంలో, మనం ప్రపంచంలో, మొదటి లేదా రెండవ దేశంగా చెప్పుకోగలుగుతాం?

సమీక్షా సంఘ సభ్యులు తమ అభిప్రాయాల్నీ సందేహాల్నీ చెప్తున్నంతసేపూ నేను శ్రద్ధగా విన్నాను. వారి సమష్టి వివేకం నుంచి నేనెంతో నేర్చుకున్నాను. అదొక గొప్ప విద్యావకాశం నాకు. చిత్రమైన విషయమేమిటంటే మనం పాఠశాలల్లో చదవడం, రాయడం, మాట్లాడటం నేర్చుకుంటాం గానీ వినడం నేర్చుకోము. ఈ పరిస్థితిలో ఇప్పటికి కూడా మార్పు లేదు. సాంప్రదాయికంగా భారతీయ శాస్త్రజ్ఞులు బాగా మాట్లాడగలరు గానీ, వినగలిగే సహనం మాత్రం వారికి తక్కువే. మేము శ్రద్ధాళువులమైన శ్రోతలం కావాలని సంకల్పించుకున్నాం. నిలబడతాయనే కదా మనం ఇంజనీరింగ్ నిర్మాణాల్ని నిర్మించేది? సాంకేతిక పరిజ్ఞానం కాదా దానికి ఇటుకలుగా నిలబడేది? ఈ ఇటుకలే కాదా నిర్మాణాత్మక విమర్శ అనే సిమెంటుతో చేరి దృఢమయ్యేది? పునాది వెయ్యబడింది. ఇటుకలు కాల్చబడ్డాయి. మన కృషిని సిమెంటుతో బంధించి ఉంచే కాంక్రీటు కలపడం మొదలయ్యింది.

గత నెల సమావేశంలో జరిగిన సమీక్ష ప్రాతిపదికన మేము పనికొనసాగిస్తూండగా శ్రీమతి ఇందిరాగాంధి హత్యకు గురయ్యారన్న వార్త వచ్చింది. దానివెనుకనే హింసాందోళనల వార్తలు కూడా. హైదరాబాద్ నగరంలో కర్ఫ్యూ ప్రకటించారు. మేము మా షెడ్యూళ్ళు విడిచిపెట్టి సిటీ మ్యాపు ముందేసుకున్నాం. మా ఉద్యోగులు సురక్షితంగా వచ్చిపోయేందుకు రవాణా ఏర్పాటు చేయవలసి వచ్చింది. ఒక గంటలోపే లాబరేటరీ బోసిపోయింది.

నేను నా కార్యాలయంలో ఒంటరిగా కూచున్నాను. శ్రీమతి గాంధి హత్యకు గురయిన పరిస్థితులు అశుభ సూచకంగా తోచాయి. మూడు నెలల కిందటి ఆమె సందర్శన జ్ఞాపకాలు నన్ను మరింత క్రుంగదీసాయి. గొప్ప వాళ్ళ జీవితాలెందుకంత విషాదాంతంగా పరిణమిస్తాయి? అటువంటి మరొక సందర్భంలో నా తండ్రి ఎవరికో చెప్పిన మాటలు గుర్తుచేసుకున్నాను.

'నల్ల దారాల్నీ తెల్ల దారాల్నీ కలిపే తానుని అల్లినట్టు ఈ లోకంలో మంచి వాళ్ళూ, చెడ్డవాళ్ళూ కూడా కలిసే సంచరిస్తారు. ఎప్పుడన్నా ఒక తెల్లదారం తెగినా, నల్ల దారం తెగినా సాలెవాడు మొత్తం తానునంతా చూసుకోవాలి, ఎక్కడ పొరపాటు పోయిందా అని. అక్కడితో చాలదు, తన మగ్గాన్ని కూడా ఒక సారి నిగ్గదీసుకోవాల్సి ఉంటుంది' అన్నాడాయన. లాబరేటరీ నుంచి బయటకు వచ్చేటప్పటికి రోడ్డు మీద ఒక్క మనిషి కూడా లేదు. తెగిన దారాన్ని నేసిన మగ్గం గురించే నా ఆలోచనలు కొనసాగాయి.

శ్రీమతి గాంధి మృతి వైజ్ఞానిక సమాజానికి తీరని లోటు. దేశంలో వైజ్ఞానిక పరిశోధనకు ఆమె ప్రేరణ నిచ్చింది. కాని భారతదేశం తిరోగమన శీల జాతి. ఎన్నో వేల ప్రాణాల్నీ, ఎంతో ఆస్తి నష్టాన్నీ వెంటబెట్టుకుని ఆమె హత్యావార్త నెమ్మదిగా జాతి స్మృతిలో మరుగునపడిపోయింది. ఆమె కుమారుడు రాజీవ్ గాంధి భారతదేశ ప్రధానమంత్రిగా బాధ్యతలు చేపట్టారు. ఆయన ఎన్నికలు నిర్వహించి శ్రీమతి గాంధి విధాన నిర్ణయాల్ని కొనసాగించడానికి ప్రజామోదం సంపాదించారు. సమగ్ర గైడెడ్ మిస్సైల్ అభివృద్ధి కార్యక్రమం కూడా అందులో ఉంది.

ఇమారత్ కంచా దగ్గర మిస్సైల్ టెక్నాలజీ రీసెర్చ్ కేంద్రం నిర్మాణానికి అవసరమైన ప్రాథమిక ఏర్పాట్లన్నీ 1985 వేసవి కల్లా పుర్తయ్యాయి. 1985 ఆగస్టు 3 న ప్రధాన మంత్రి రాజీవ్ గాంధి ఆ కేంద్ర నిర్మాణానికి శంకుస్థాపన చేసారు. అంతదాకా సాధించిన పురోగతికి ఆయన సంతోషపడ్డారు. ఆయనలోని శిశుతుల్యమైన కుతూహలం మమ్మల్నెక్కువగా అలరించింది. ఆయన తల్లి ఏడాది కిందట సందర్శించినప్పుడు కనపరచిన తెగువ, సంకల్పం ఆయనలో కూడా కనబడ్డాయి. అయితే తేడా శ్రీమతి గాంధి వజ్ర హస్తంతో పని చేయించే నాయకురాలు కాగా రాజీవ్ గాంధి తన మనోహర వ్యక్తిత్వంతో ఆశయాల్ని సాధించుకుంటారు.

ఆయన మా లాబరేటరీ కుటుంబాన్ని ఉద్దేశించి ప్రసంగించారు. శాస్త్రజ్ఞులెదుర్కొనే ఇబ్బందులు తనకి తెలుసుననీ, విదేశాల్లోని సౌకర్యవంతమైన జీవితాన్ని కాదనుకుని స్వదేశంలోనే ఉండిపోయి మాతృభూమి కోసం పనిచేస్తున్నవారందరికీ ఆయన ధన్యవాదాలు చెప్పారు. రోజువారీ చికాకుల్నించి తప్పించుకోనిదే ఎవరూ ఇటువంటి మహత్తరమైన కార్యభారాన్ని మోయలేరని అన్నారు. అందుకని శాస్త్రవేత్తల జీవితాల్ని మరింత సౌకర్యవంతం చెయ్యడానికి తాను చెయ్యగలిగినదంతా చేస్తానన్నారు.

ఆయన వచ్చి వెళ్ళి వారం తిరక్కుండానే అమెరికా వైమానిక దళం వారి ఆహ్వానం మీద డా. అరుణాచలంతో కలిసి నేను యు.ఎస్.ఏ వెళ్లాను. నేషనల్ ఏరోనాటికల్ లాబరేటరీ నుంచి రొద్దం నరసింహ, హిందుస్తాన్ ఏరోనాటిక్స్ లిమిటెడ్ నుంచి కె.కె. గణపతి కూడా

మాతో వచ్చారు. వాషింగ్టన్ లోని పెంటగన్ వద్ద మా పని పూర్తిచేసుకుని శాన్ ఫ్రాన్సిస్కో వెళ్ళాం. అక్కణ్ణుంచి లాస్ ఏంజెల్సు వద్ద గల నార్త్రోప్ కార్పొరేషన్ ని చూడవలసి ఉంది. నా అభిమాన రచయిత రాబర్ట్ షల్లర్ నిర్మించిన క్రిష్టల్ కేతెడ్రల్‌ని చూడటానికి ఈ అవకాశాన్ని వినియోగించు కున్నాను. ఆ కట్టడం నన్ను అబ్బురపరిచింది. దానిది నక్షత్రాకృతి. నాలుగు కోణాలు. ఒక కోణం నుంచి మరొక కోణానికి 400 అడుగుల దూరం. మొత్తం నిర్మాణమంతా అద్దం. ఒక ఫుట్ బాల్ ఆటస్థలం కన్నా 100 అడుగుల పొడుగున్న ఆ గాజు కప్పు ఆకాశంలో తేలుతున్నట్టుంది. దాన్ని నిర్మించడానికి ఎన్నో మిలియన్ల డాలర్లు ఖర్చయ్యాయి. షల్లర్ ఆ మొత్తాన్ని విరాళాల ద్వారా సేకరించాడు. **'కీర్తికోసం తాపత్రయపడని మనిషి ద్వారా భగవంతుడు అద్భుతాలు చేయంచగలడు. అయితే అహంకారం మాత్రం పోవాలి'**. షల్లర్ ఇంకా రాసాడు **'భగవంతుడు నిన్ను నమ్మి విజయాన్నివ్వబోయేముందు నువ్వా పెద్ద బహుమతిని నిభాయించుకోగలవని వినయపూర్వకంగా నిరూపించుకోవాలి'**. నేనా చర్చిలో భగవంతుడిని ప్రార్థించాను. ఇమారత్ కంచా దగ్గర పరిశోధనా కేంద్రాన్ని నిర్మించడానికి సహాయం చెయ్యవల్సిందిగా దేవుణ్ణి కోరాను. అదే నా క్రిష్టల్ కేతెడ్రల్ కాగలదని కూడా విన్నవించుకున్నాను.

13

యువశాస్త్రవేత్తలు 280 మంది డిఫెన్స్లాబ్ తీరుతెన్నుల్ని మార్చేసారు. అది మాకెంతో విలువైన అనుభవం. ఈ యువ బృందాలతో కలిసి మేమెన్నో నిర్మించే స్థాయికి చేరాం. వాటిలో రీ ఎంట్రీ టెక్నాలజీ, నిర్మాణం, మిల్లిమెట్రిక్ వేవ్ రాడార్, రాకెట్ వ్యవస్థలు వంటివి ఉన్నాయి. మేమీ పనుల్ని ఆ యువకులకి అప్పగించినప్పుడు మొదట వాళ్ళు ఆ పని ప్రాముఖ్యాన్ని పూర్తిగా అర్థం చేసుకోలేదు. ఒకసారి అర్థమయ్యాక మా విశ్వాసం వారి భుజాలమీద ఉంచిన బరువు వాళ్ళని భయపెట్టింది. ఒక యువకుడు నాతో అన్న మాటలు నాకు గుర్తే. 'మాలో ఎవరూ గొప్ప శాస్త్రవేత్త లేరు. మేమెలా చెయ్యగలుగుతాం ఆ పనిని?' అని అడిగాడా యువకుడు. 'పనిచేస్తూ ఉండగలిగిన వాడే అందరికన్నా పెద్దవాడు. కాబట్టి ప్రయత్నం ఆపకుండా కొనసాగించండి' అన్నాన్నేను. ఆ యువ వాతావరణంలో వ్యతిరేక భావాలు గుణాత్మక భావాలుగా మారి అంతదాకా చెయ్యడం సాధ్యం కాదనుకున్నవి కూడా సాధ్యం కావడం చూసి వళ్ళు గగుర్పాటుచెందింది. ఆ యువబృందాలతో కలిసి పనిచెయ్యడం మొదలుపెట్టగానే వయోవృద్ధులైన శాస్త్రవేత్తలు కూడా తరుణమనస్కులయ్యారు.

ఒక పనిని పూర్తిచేసెయ్యడంలో కన్నా దాన్ని చేస్తూ ఉండటంలోనే ఎక్కువ రుచి, ఉల్లాసమూ, ఎడతెగని ఉద్రేకమూ ఉంటాయనేది నా స్వానుభవమే. సత్ఫలితాల్ని రాబట్టడానికి ఆధారస్తంభాలు నాలుగు: లక్ష్య నిర్దేశం, నిర్మాణాత్మక ఆలోచన, దృశ్య కల్పన, విశ్వాసమూను.

అప్పటికి మేం లక్ష్యనిర్దేశంలో చాలా కృషిచేసాం. మా యువశాస్త్రజ్ఞుల్ని ఆ లక్ష్యాల దిశగా ఉత్సాహ పరిచాం. సమీక్షా సమావేశాల్లో మా శాస్త్రజ్ఞుల్లో కెల్లా అత్యంత పిన్న వయస్కులే తమ బృందాల పనిని నివేదించాలని కోరుకునే వాణ్ణి. మొత్తం వ్యవస్థని వాళ్ళు దృశ్యమానం చేసుకోవడానికి అది తోడ్పడుతుంది. నెమ్మదిగా ఆత్మవిశ్వాసభరిత వాతావరణం ఏర్పడింది. స్పష్టమైన సాంకేతికాంశాల మీద యువకులు సీనియర్లని ప్రశ్నించసాగారు. వాళ్ళు నిర్భయులు కనుక వాళ్ళనేదీ అడ్డగించలేకపోయింది. సందేహాలు ఎదురైతే వారు వాటిని అధిగమించేవారు. తొందరలోనే వారు శక్తిమంతులయ్యారు. ఒక విశ్వాసాన్ని పట్టుకున్న మనిషి మరెవ్వరి ముందూ సాగిలపడడు. లేదా తనకేదో అంతా తెలిసినట్టు విర్రవీగడు. లేదా తనకి మద్దతు లేదనో, అన్యాయం జరుగుతోందనో గింజుకోడు. దానికి బదులుగా అటువంటి మనిషి సమస్యల్ని ముఖాముఖి ఎదుర్కొంటాడు. తనని తాను నిలబెట్టుకుంటాడు. **'భగవంతుడి పుత్రుడిగా నేను నాకు సంభవించే వాటన్నిటికన్నా గొప్పవాణ్ణి'.** యువకుల నైపుణ్యంతోనూ పెద్దల అనుభవంతోనూ కలిసి మా కార్యక్షేత్రం కళకళలాడుతూ ఉండటానికే నేను తాపత్రయపడ్డాను. యవ్వనశక్తిపైనా అనుభవంపైనా మేము నిర్మాణాత్మకంగా ఆధారపడటం లాబ్‌లో ఉత్పాదక శీల సంస్కృతిని ఏర్పరిచింది.

1985 సెప్టెంబర్ 16 న మిస్సైల్ కార్యక్రమపు మొదటి ప్రయోగం జరిగింది. ఆ రోజు శ్రీహరికోట షార్ కేంద్రం నుంచి 'త్రిశూల్' నింగిలోకి దూసుకుపోయంది. ఘనచోదకం వల్ల పనిచేసే రాకెట్ మోటార్ సామర్థ్యాన్ని పరీక్షించాం అప్పుడు. రెండు సి- బాండు రాడార్‌లతో, కెలీడియో థియోడలైట్లతో మిస్సైల్ గమన గతిని పరిశీలించాం. ఆ పరీక్ష జయప్రదమైంది. లాంచర్, రాకెట్ మోటార్, టెలిమెట్రీ వ్యవస్థలు అనుకున్నట్టే పనిచేసాయి. సాంకేతిక పురోగతి దృష్ట్యా కానీ లేదా మెరుగుదల దృష్ట్యా కానీ ఈ పరీక్షల్లో చెప్పుకోదగ్గదేమీ లేదు. కానీ నా లాబ్ మిత్రులకు తమ మిస్సైళ్ళు కూడా కొత్త పరిజ్ఞానానికి అనుగుణంగా ఆకాశంలో ఎగరగలవని తెలిసింది. వారి అంతరంగం సున్నితమైన చరుపుకి లోనయ్యి ఒక శతపత్రంగా విప్పారింది.

ఆ తరువాత పైలట్ ఉండని లక్ష్యభేదక విమానం పరీక్షించబడింది. ఆ విమానాన్ని బెంగుళూర్ లోని ఏరోనాటికల్ ఇంజనీరింగ్ ఎస్టాబ్లిష్మెంట్ తయారుచెయ్యగా దాని రాకెట్ మోటార్‌ని మా ఇంజనీర్లు డిజైన్ చేసారు. ఆ మోటార్ నమూనాని డి.టి.డి.ఉ పి(ఎయర్) వారు ఆమోదించారు. ఇది మిస్సైల్ హార్డ్ వేర్ రూపకల్పనలో చిన్నదే అయినా ప్రముఖమైన అడుగు. దీనివల్ల మేము తయారుచేసేవి పనిచెయ్యగలుగు తున్నాయన్న దాంతో పాటు వాటిని వాడబొయ్యే సంస్థలు వాటిని అంగీకరిస్తాయని కూడా నమ్మకం చిక్కింది.

అలాగే రేడియో రాకెట్ మోటార్ తయారీ బెంగుళూర్ కి చెందిన ఒక ప్రైవేట్ సంస్థ చేపట్టింది. ఆ మోటార్ నిర్మాణానికి కావల్సిన సాంకేతిక పరిజ్ఞానాన్ని లాబ్ ఇచ్చింది. మేము

ఒకే లాబరేటరీ లో రూపొందే ప్రాజెక్టుల స్థాయి నుంచి నెమ్మదిగా బహుళ ప్రయోగ శాలల స్థాయికి, అక్కణ్ణుంచి ప్రయోగశాల, పరిశ్రమల మధ్య వినిమయం స్థాయికి చేరసాగాం. పైలట్ రహిత విమానం అభివృద్ధి నాలుగు సంస్థల సంగమం గా మాకు అనిపించింది. ఏరోనాటికల్ డెవలప్‌మెంట్ ఎస్టాబ్లిష్‌మెంట్. డి.టి.డి.పి. (ఎయిర్), ఇస్రోల నుంచి వస్తున్న రహదారుల కలయికని నేను చూస్తున్నట్టుగా అనిపించింది. నాలుగవ రహదారి డిఫెన్స్‌లాబ్. అది మిస్సైల్ పరిజ్ఞానంలో జాతీయ ఆత్మవిశ్వాసానికి రహదారి.

విద్యా సంస్థలతో మా భాగస్వామ్యంలో మరొక అడుగు పడింది. జాదవపూర్ విశ్వవిద్యాలయంలోనూ ఇండియన్ ఇన్‌స్టిట్యూట్ ఆఫ్ సైన్సు లోనూ ఉన్నత సాంకేతిక పరిజ్ఞానానికి సంయుక్త కార్యక్రమాలు ప్రారంభమయ్యాయి. విద్యా సంస్థలన్నా వాటిలోని ప్రతిభావంతులైన విద్యావేత్తలన్నా, నాకెప్పుడూ ఎనలేని గౌరవం. అభివృద్ధికి విద్యావేత్త లందించగల సహకారం మీద నాకెప్పుడూ నమ్మకం ఉంది. విద్యా సంస్థలు లాబ్‌కి తమవంతు సహకారం అందించవలసిందిగా అభ్యర్థనలు చెయ్యడంతో పాటు అందుకు తగిన ఏర్పాట్లు కూడా చేసుకున్నాం.

వివిధ మిస్సైల్ వ్యవస్థల అభివృద్ధికి విద్యా సంస్థలు అందించిన విలువైన సహకారానికి కొన్ని ఉదాహరణలు చెప్పనివ్వండి. 'పృథ్వి' ఒక జడనిర్దేశిత మిస్సైల్ గానే రూపొందించబడింది. అది తన లక్ష్యాన్ని సక్రమంగా చేరుకోవడానికి దాని గతి ప్రమాణాల్నిదాని మెదడులోకి అంటే, ఆన్‌బోర్డు కంప్యూటర్‌లోకి ఎక్కించాలి. ప్రొ.ఘోషాల్ నేతృత్వంలోని యువ బృందం ఆ పరిజ్ఞానాన్ని సక్రమంగా అభివృద్ధి పరిచింది. అలాగే 'ఆకాశ్ ' కోసం ప్రొ. ఐ. జి. శర్మ నాయకత్వంలో ఇండియన్ ఇన్‌స్టిట్యూట్ ఆఫ్ సైన్సు విద్యార్థులు ఎయిర్ డిఫెన్సు సాఫ్ట్‌వేర్ రూపొందించారు. 'అగ్ని'కొరకు రీఎంట్రీ వెహికిల్ వ్యవస్థని ఐ.ఐ.టి. మద్రాస్ కి చెందిన యువ బృందం డిఫెన్స్ ఆర్గనైజేషన్ శాస్త్రవేత్తలతో కలిసి రూపొందించింది.

అలాగే ఉస్మానియా యూనివర్సిటీ లోని నావిగేషనల్ ఎలెక్ట్రానిక్స్ రీసెర్చ్ ఎండ్ ట్రయినింగ్ యూనిట్ వారు 'నాగ్' కోసం సంకేత వ్యవస్థను రూపొందించారు. సమష్టికృషికి నేను కొన్ని ఉదాహరణలు మాత్రమే ఇచ్చాను. నిజానికి విద్యా సంస్థలతో భాగస్వామ్యం లేకుండా మేము మా ఉన్నత సాంకేతిక లక్ష్యాల్ని సాధించగలిగి ఉండేవాళ్ళం కాము.

'అగ్ని' విషయంలో మా పురోగతిని వివరిస్తాను. 'అగ్ని' రెండు దశల రాకెట్ వ్యవస్థ. దేశంలోనే అది మొదటిసారిగా రీ ఎంట్రీ సాంకేతిక పరిజ్ఞానాన్ని ఉపయోగించింది. ఎస్.ఎల్.వి.-3 నుంచి అందిపుచ్చుకున్న మొదటిదశ ఘన రాకెట్ మోటార్‌కి, 'పృథ్వి' కి చెందిన ద్రవ చోదిత రాకెట్ ఇంజన్‌లను రెండవదశలో అనుసంధించడంతో 'అగ్ని' తయారవుతుంది. దాని పేలోడ్లు అతిశబ్ద వేగంతో ప్రయోగించబడతాయి. అందుకని దానికి

ఒక రీఎంట్రీ వెహికిల్ నిర్మాణమవసర మవుతుంది. అందులో పేలోడ్లు ఎలెక్ట్రానిక్స్ సహాయంతో రీఎంట్రీ వెహికిల్‌లో ఉంచబడతాయి. బయట 2500 డిగ్రీల ఉష్ణోగ్రత ఉన్నప్పుడు కూడా అది లోపల 40 డిగ్రీల ఉష్ణోగ్రతని నిర్వహించగలుగుతుంది. నిశ్చలస్థావర నియంత్రణ వ్యవస్థ, ఆన్ బోర్డు కంప్యూటర్‌ల సహాయంతో ఆ పే లోడ్ ని తన లక్ష్యం వైపుగా నడిపించుతుంది. రీఎంట్రీ మిస్సైల్ వ్యవస్థకి మూడు కొలతల ప్రొగ్రూపాలు అవసరమవుతాయి. అవి దాని కర్బన-కర్బన నాసికాశంకువుని ఎటువంటి ఉష్ణోగ్రతలోనన్నా చెక్కుచెదరకుండా ఉంచగల కీలక సాధనాలు. డిఫెన్స్ ఆర్గనైజేషన్ మరియు సైన్స్ కౌన్సిల్‌లకు చెందిన నాలుగు లాబరేటరీలు 18 నెలల అతితక్కువ వ్యవధిలోనే వాటిని రూపొందించగలిగాయి. అటువంటిది తయారుచేయాలంటే తక్కిన దేశాలకి ఒక దశాబ్ది కాలపు పరిశోధన, అభివృద్ధి అవసరమవుతాయి!

అగ్ని పేలోడ్ డిజైన్‌లో వాతావరణంలో పునఃప్రవేశించగలిగే దాని వేగం మరొక సవాలు. అది వాతావరణాన్ని శబ్దవేగం కంటే పన్నెండు రెట్ల అధికవేగంతో ప్రవేశిస్తుంది. అంత వేగంలో ఆ నౌకని ఎట్లా అదుపుచెయాలో మనకి తెలియదు. పరీక్ష చెయ్యాలన్నా కూడా అంత వేగాన్ని పుట్టించగల గాలి మర కూడా లేదు మనకి. ఒక వేళ మనం అమెరికా సహాయం కోరదామా అంటే అదేదో వాళ్ళ సొత్తుని మనం కోరుకుంటున్నట్టు భావిస్తారు. ఒక వేళ వాళ్ళు సహకరించడానికి ఒప్పుకున్నా ఆ విండ్ టన్నెల్ ఖరీదు మన మొత్తం ప్రాజెక్టు బడ్జెట్ కన్నా ఎక్కువ చెప్తారు.

సమస్య దీన్ని ఎట్లా అధిగమించడమనే. ప్రొ. ఎస్.ఎం. దేశ్ పాండే ఇండియన్ ఇన్‌స్టిట్యూట్ ఆఫ్ సైన్సుకి చెందిన నలుగురు మెరికల్లాంటి శాస్త్రవేత్తల్ని ఈ పనిమీద పెట్టాడు. ద్రవగతుల మీద పనిచేస్తున్న ఆ శాస్త్రజ్ఞులు ఆరు నెలల్లో అతిశబ్ద వేగ విషయాల్లో ద్రవగతుల్ని లెక్కించగల సాఫ్ట్ వేర్‌ని రూపొందించారు. ఆ అంశంలో ప్రపంచంలోనే అది అద్వితీయమైన ఆవిష్కరణ.

అటువంటిదే మరొకటి మిస్సైల్ గతి అనుకరణీయ సాఫ్ట్ వేర్. దాన్ని ఇండియన్ ఇన్‌స్టిట్యూట్ ఆఫ్ సైన్సుకి చెందిన ప్రొ. ఐ.జి. శర్మ రూపొందించి 'అనుకల్పన' అని పేరుపెట్టారు. అది 'ఆకాశ్' వంటి ఆయుధ వ్యవస్థలకు గల బహుళ లక్ష్య భేదకత్వ సామర్థ్యాన్ని మదింపు చేస్తుంది. ఏ దేశమూ మనకిటువంటి సాఫ్ట్‌వేర్‌ని ఇవ్వగలదనుకోను. దాన్ని మనమే స్వయంగా రూపొందించు కున్నాం.

వైజ్ఞానిక ప్రతిభా సమాహారానికి మరొక ఉదాహరణ: సాలిడ్ ఫిజిక్స్ లాబరేటరీ మరియు సెంట్రల్ ఎలెక్ట్రానిక్స్ లిమిటెడ్‌లతో కలిసి డిల్లీ ఐ.ఐ.టి. కి చెందిన ప్రొ. భారతీ భట్ రాడార్ వ్యవస్థలకోసం రూపొందించిన ఫెరైట్ షిఫ్టర్లు. అవి ఆ రంగంలో పాశ్చాత్య దేశాల

ఏకస్వామ్యాన్ని తుత్తునియలు చేసాయి. ఇమారత్ కేంద్రంలో నా సహచరుడు బి.కె. ముఖోపాధ్యాయతో కలిసి ఖరగ్‌పూర్ ఐ.ఐ.టి.కి చెందిన ప్రొ. శరాఫ్ రూపొందించిన మిల్లిమెట్రిక్ వేవ్ మరొక ఉదాహరణ. వారు దాన్ని 'నాగ్' కోసం రెండేళ్ళలో రూపొందించారు. అంతర్జాతీయ ప్రమాణాల బట్టి చెప్పాలంటే వారు రికార్డ్ బద్దలుగొట్టారు. మా ఇమారత్ కేంద్రంతోనూ సాలిడ్ ఫిజిక్స్ లాబరేటరీతోనూ కలిసి సెంట్రల్ ఎలెక్ట్రికల్ మరియు ఎలెక్ట్రానిక్స్ రీసెర్చ్ ఇన్‌స్టిట్యూట్ వారు రూపొందించిన ఇంపాట్ డయోడ్ ఏ మిల్లీమెట్రిక్ వేవ్ కైనా గుండెకాయ లాంటి ఉపకరణం. దానితో అటువంటి పరికరాల కోసం మనం విదేశాల మీద ఆధారపడవలసిన అవసరం లేకపోయింది.

ప్రాజెక్టు పని సమాంతరంగా విస్తరిస్తుండటంతో పని తీరుని సమీక్షించుకోవడం మరింత కష్టమవుతూ వచ్చింది. డిఫెన్స్ ఆర్గనైజేషన్‌కి ఒక మూల్యాంకన విధానం ఉంది. దాని ప్రకారం 500 మంది శాస్త్రజ్ఞులపై నేను వార్షిక రహస్య నివేదికల రూపంలో పనితీరు మదింపు చెయ్యవలసిఉంటుంది. బయటి నిపుణులతో కూడిన ఒక అసెస్‌మెంట్ బోర్డుకి నేను ఈ నివేదికలని వారి సూచనల నిమిత్తం పంపాల్సి ఉంటుంది. నా ఈ బాధ్యతని చాలా మంది అపార్థం చేసుకున్నారు. ఎవరన్నా ప్రమోషన్ పొందలేకపోతే నేను వాళ్ల పట్ల అయిష్టంగా ఉన్నానని వాళ్ళనుకున్నారు. అలాగే ఎవరన్నా ప్రమోషన్ పొందితే అది వాళ్ళంటే నాకు ఇష్టముండటంవల్లనే సాధ్యమయిందనీ అనుకున్నారు. పనితీరు మదింపు చెయాల్సిన బాధ్యత వల్ల నేనొక న్యాయాధిపతి గా ప్రవర్తించవలసి వచ్చింది.

నువ్వొక న్యాయమూర్తిని అర్థం చేసుకోవాలంటే ముందు తక్కెడ లెక్కల్ని అర్థం చేసుకోవాల్సి ఉంటుంది. ఒక వైపు మరీ ఆశతో బరువెక్కిఉంటుంది. మరొక వైపు శంకాందోళన లుంటాయి. తక్కెడ కుంగగానే గొప్ప ఆశావాదమంతా దుర్భర వేదనగా మారిపోతుంది.

ఏ మనిషైనా తనని తాను పరిశీలించుకున్నపుడు అపనిర్ణయానికే ఎక్కువ అవకాశ ముంటుంది. అతను కేవలం తన ఉద్దేశాల్ని మాత్రమే చూసుకుంటాడు. చాలా మంది తమ ఉద్దేశాలు మంచివిగానే ఉంటాయి కనుక తామేమి చేస్తున్నా అది మంచిదనే నిర్ణయానికొచ్చేస్తారు. తన చర్యల్ని తాను సహేతుకంగా పరిశీలించుకోవడం ఎవరికన్నాసరే చాలా కష్టం. నిజానికవి చాలావరకు వాళ్ళ ఉద్దేశాలకు విరుద్ధంగానే ఉంటాయి. చాలా మంది పనిలో ప్రవేశించేముందు పని చెయ్యాలనే వస్తారు. చాలా మంది తమకి అనుకూలమైన పద్ధతిలో పనిచేసి సాయంకాలం కాగానే తృప్తితో ఇంటికి వెళ్ళిపోతారు. అందుకని తాము తమ పని సకాలంలో పూర్తి చెయ్యాలన్న ఉద్దేశంతోనే పనిచేసినా ఆలస్యాలు జరిగాయంటే ఆ కారణాలు తమ చేతుల్లో లేవనుకుంటారు. ఆలస్యం చెయ్యాలన్న ఉద్దేశం అతనికెంత మాత్రమూ లేదు. అయితేనేం? అతని క్రియ వల్లనో, నిష్క్రియ వల్లనో ఆలస్యమయ్యిందంటే అది ఉద్దేశపూర్వకంగా అయినట్టు కాదా?

నేను నా యవ్వన దినాల్ని ఒకసారి వెనుదిరిగి చూసుకుంటే అప్పట్లో నాకున్న దానికన్నా మించి నన్ను నేను నిరూపించుకోవాలనుకోవడం నాకు గుర్తొస్తుంది. అది నన్ను స్థిరంగా, బలంగా ముందుకు తోసేది. నేను మరింత అనుభూతి చెందాలనీ, మరింత నేర్చుకోవాలనీ, మరింత వ్యక్తం కావాలనీ కోరుకునేవాణ్ణి. నేను ఎదగాలనీ, మెరుగు పడాలనీ, పునీతుణ్ణి కావాలనీ, విస్తరించాలనీ కోరుకున్నాను, నా వృత్తి అభ్యున్నతికి బయటి శక్తుల సహకారాన్నీ ఎన్నడూ ఉపయోగించుకోలేదు నేను. అప్పుడు నాకున్నదల్లా నాలోంచి మరింత తోడి తీసుకోవాలనే. నా ప్రేరణ, నేనెంత దూరం ప్రయాణించానన్నది కాకుండా నేనింకా ఎంత దూరం ప్రయాణించాలన్నదే. ఇంతకీ జీవితమంటే ఏమిటి? కొన్ని అపరిష్కృత సమస్యల, కొన్ని సందిగ్ధజయాల, కొన్ని రూపరహిత అపజయాల సమాహారమే కదా.

చిక్కేమిటంటే, మనం జీవించడం మాని, తరచు దాన్ని విశ్లేషించడానికి పూనుకుంటాము. మనుషులు వాళ్ళ అపజయాల్ని కార్య కారణాల కోసం చీల్చి చూస్తారు. నిజానికి చెయ్యాల్సింది వాటినుంచి అనుభవం గ్రహించడమూ, ఆ వివేకం ఆధారంగా అటువంటివి పునరావృత్తం కాకుండా చూసుకోవడమూనూ. నా నమ్మకం ఇది. కష్టాల రూపంలో, సమస్యల రూపంలో దేవుడు మనకి ఎదగడానికి అవకాశమిస్తాడని. కాబట్టి నీ ఆశలు, స్వప్నాలు, లక్ష్యాలు చెదిరిపోయినప్పుడు ఆ భగ్న శకలాల్లో అన్వేషించు, ఆ శిథిలాల్లో నీకొక సువర్ణావకాశం లభించకపోదు.

తమ పనితీరు మెరుగుపర్చుకోవడానికి మనుషుల్ని ప్రోత్సహించడమూ, నిరాసక్తతని ఎదుర్కోవడమూ నాయకుడికి ఎప్పటికీ సవాలే. బలక్షేత్రంలో సమతౌల్యతకీ, సంస్థల్లో మార్పు పట్ల కనిపించే ప్రతిఘటనకీ మధ్య నాకెప్పుడూ పోలిక కనబడుతుంది. తనని వ్యతిరేకంగా దిగలాగే ఒక రాగిచుట్టులో వచ్చే మార్పుని మనం ఊహించి చూద్దాం. అక్కడ కొన్ని బలాలు దాన్ని మార్పువైపుకి ముందుకులాగుతుంటే కొన్ని వెనక్కి లాగుతుంటాయి. అప్పుడు మనం మార్పుని బలపరచే శక్తులకి కొద్ది బలాన్ని మద్దతుగా ఇచ్చామనుకుందాము. పర్యవేక్షణని అధికతరం చెయ్యడం, వృత్తి అభ్యున్నతికి ప్రోత్సాహమివ్వడం, ఆర్థిక ప్రోత్సాహకాలు అటువంటి వాటికి ఉదాహరణలు. అలాగే వ్యతిరేక శక్తుల బలాన్ని తగ్గించే ప్రయత్నం చేసామనుకోండి. సంఘీభావ నియమాలు, సాంఘిక గుర్తింపు, పని నుంచి విడుపు అటువంటివి. అప్పుడు పరిస్థితి ఆశించిన లక్ష్యం వైపుగా ప్రయాణిస్తుంది. కానీ కొద్ది సేపు మాత్రమే, కొంత మేరకు మాత్రమే. కొద్దిసేపు కాగానే అంతదాకా అణగివున్న ప్రతికూల శక్తులు మరింత బలంతో దాన్ని దిగలాగుతాయి. కాబట్టి ఉత్తమమైన పద్ధతి ఏమంటే ప్రతికూల శక్తుల బలాన్ని తగ్గించేటప్పుడు అనుకూల శక్తులు ఆ మేరకు ఆనుషంగికంగా బలపడకుండా చూసుకోవడం. మార్పుని నిలబెట్టు కోవడానికి ఈవిధంగా ఎక్కువ శక్తి వ్యయపరచనవసరం లేకుండా చూసుకోవచ్చు.

నేను పైన వివరించిన బలాల ఫలితం చలనశీలం. అది వ్యక్తుల్లో, సంస్థల్లో అంతర్నిహితంగా ఉంటుంది. కార్యక్షేత్రంలో ప్రవర్తనకి అదే ప్రాతిపదిక. నా అనుభవంలో గుర్తించినదేమంటే చాలా మందికి ఎదుగుదల గురించీ, సామర్థ్యం గురించీ, ఆత్మ సాక్షాత్కారం గురించీ ఆంతరంగిక ప్రేరణ బలంగానే ఉంటుంది. కానీ సమస్యల్లా ఆ ప్రేరణకు పూర్తి వ్యక్తీకరణని ఇవ్వగల వాతావరణం లేకపోవడంతో వస్తుంది. అటువంటప్పుడు నాయకులు అధిక ఉత్పాదకతను సాధించాలంటే తమ వ్యవస్థల నిర్మాణమూ, పని స్వరూపమూ సముచితంగా ఉండేటట్టు చూసుకోవాలి. అలాగే ఎవరు కష్టపడి పని చేసినా దానికి తగిన గుర్తింపూ, ప్రశంసా అందచేయాలి.

1983 లో మిస్సైల్ ప్రాజెక్టు ప్రారంభిస్తున్నప్పుడు నేనటువంటి సానుకూల వాతావరణాన్ని నిర్మించే ప్రయత్నం చేసాను. అప్పుడు ప్రాజెక్టులు డిజైన్ దశలో ఉన్నాయి. పునర్వ్యవస్థీకరణ వల్ల క్రియాపరత్వం కనీసం నలభై నుంచి యాభయి శాతం పెరిగింది. ఇప్పుడు బహుళ సంఖ్యలో ప్రాజెక్టులు వచ్చి చేరుతున్నందున, విజయ యాత్రలో ముఖ్యమైన మజిలీలు దాటుతున్నందున కార్యక్రమానికి ఆకృతి ఏర్పడటమే కాక నిరంతర నిమగ్నత అవసరమయ్యింది. ఎంతో మంది యువ శాస్త్రజ్ఞులు చేరడటం వల్ల సంస్థ ఉద్యోగుల సగటు వయసు 42 నుంచి 33 ఏళ్ళకు రాగలిగింది. కాబట్టి మరొక పునర్వ్యవస్థీకరణకు సమయం ఆసన్నమైందని అనుకున్నాను. కానీ దాన్ని అమలు చెయ్యడమెలా? అప్పటికి అందుబాటులో ఉన్న ప్రేరక శక్తుల రాశి ఎంతున్నదో అంచనా వేసుకున్నాను. నాయకుడిలో ఉండే ప్రేరక శక్తుల రాశి మూడు రకాల అవగాహన మీద ఆధారపడి ఉంటుంది. ఒకటి, మనుషులు తమ ఉద్యోగాలనుంచి ఆశించే సంతృప్తి గురించి అవగాహన, రెండవది, తను ఆశిస్తున్న ప్రేరణ మీద ఆ పని స్వరూపం చూపించగల ప్రభావం గురించి అవగాహన, మూడవది, మనుషుల ప్రవర్తన మీద నిర్మాణాత్మక మైన మద్దతు చూపించగల ప్రభావం గురించి అవగాహన.

1983 పునర్వ్యవస్థీకరణ ఉద్దేశం పునరుజ్జీవనమే. అది చాలా సంక్లిష్ట ప్రక్రియ. ఏ.వి.రంగారావు, కల్నల్ ఆర్. స్వామినాథన్ దాన్ని ఎంతో నేర్పుతో నిర్వహించారు. మేము కొత్తగా చేరిన యువశాస్త్రవేత్తలతో బృందాన్నేర్పరచి వారికి ఒక్క అనుభవజ్ఞుణ్ణి మాత్రమే తోడుగా ఇచ్చాం. వారికి నియంత్రణ వ్యవస్థనీ, ఆన్-బోర్డు కంప్యూటర్ వ్యవస్థనీ, ఒక రాకెట్ చోదక వ్యవస్థ రూపకల్పననీ అప్పగించాం. ఈ అభ్యాసాలు దేశంలోనే మొదటిసారిగా ప్రయత్నిస్తున్నవి. అందులో ఇమిడిఉన్న పరిజ్ఞానం ప్రపంచ స్థాయి వ్యవస్థలతో పోల్చదగినది. ఆ యువబృందాలు ఆ వ్యవస్థల్ని రూపొందించడమే కాక వాటిని ప్రయోగ స్థాయి దాకా అభివృద్ధి పరచగలిగారు. తరువాత 'పృథ్వి' 'అగ్ని' కూడా అటువంటి నియంత్రణ వ్యవస్థల్నే

ఉపయోగించి అద్భుతమైన ఫలితాల్ని రాబట్టాయి. ఈ యువబృందాలు రక్షిత పరిజ్ఞానాల విషయంలో దేశాన్ని స్వయం సమర్థం చెయ్యగలిగాయి. అది పునరుజ్జీవన సూత్రానికి మంచి నిరూపణ. మా మేధా సామర్థ్యం ఆ యువ శాస్త్రవేత్తల ఉత్సాహపూరితమైన ఆలోచనలతో సహవాసం వల్ల బలపడింది. ఆ బలం వల్ల అసాధారణమైన ఫలితాల్ని సాధించగలిగింది.

ఇప్పుడు మానవ వనరుల్ని బలోపేతం చెయ్యడంతో పాటు ప్రాజెక్టు బృందాల బలాన్ని హెచ్చించడం పైన దృష్టిపెట్టాల్సి ఉంది. సాధారణంగా మనుషులు తమ సాంఘిక వ్యక్తిగత వ్యక్తీకరణ అవసరాల్ని తాము పనిచేస్తున్న చోటనే తీర్చుకోవాలను కుంటారు. మంచి నాయకుడు రెండు రకాల వాతావరణాల్ని గుర్తించవలసి ఉంటుంది. ఒకటి, మనుషుల అవసరాల్ని తృప్తి పరచగలిగేది. రెండవది, మనిషికి తన పని పట్ల అసంతృప్తికి కారణమయ్యేది. మనుషులు తమ జీవితాలకి అర్థాన్నిచ్చే విలువల్నీ, లక్ష్యాల్నీ తాము పనిచేసే చోట చూడాలని ప్రయత్నిస్తారని మనమింతకు ముందే అనుకున్నాం. ఒక పని ఆ ఉద్యోగి కి సాఫల్యమూ, గుర్తింపూ, బాధ్యతా, ఎదుగుదలా, మెరుగుదలా ఇవ్వగలిగినప్పుడు ఆ ఉద్యోగి లక్ష్యసాధనకై కష్టపడి పనిచేస్తాడు.

పని తన ఉద్యోగిని తృప్తి పరచడం మొదలయ్యాక ఆ ఉద్యోగి అప్పుడు ఆ పని చుట్టూ ఉన్న వాతావరణాన్నీ స్థితిగతుల్నీ పట్టించుకోవడం మొదలుపెడతాడు. అలాగే పాలనా విధానాల్నీ, నాయకుడి గుణగణాల్నీ, ఉద్యోగ భద్రతనీ, హోదానీ, ఉద్యోగ పరిస్థితుల్నీ పరిశీలించడం మొదలుపెడతాడు. ఈ అంశాలకు తన సహచరుల్తో గల సంబంధాలతో పోల్చి చూసుకుని తన వ్యక్తిగత జీవితాన్ని పరీక్షించి చూసుకుంటాడు. వీటన్నిటినీ కూడగా వచ్చిందే ఉద్యోగి ప్రయత్నాల పనితీరుయొక్క ఉన్నతినీ నాణ్యతనీ నిర్ణయిస్తుంది.

1983 లో రూపొందించిన వ్యవస్థా స్వరూపం ఈ ఆవశ్యకతలన్నిటినీ నెరవేర్చడంలో సఫలమయ్యింది. కాబట్టి లాబరేటరీ నిర్మాణాన్ని అలాగే ఉంచి పని స్వరూపాన్ని పునర్నిర్వచించే ప్రయత్నం మొదలుపెట్టాం. టెక్నాలజీ డైరక్టరేట్లలో పనిచేసే శాస్త్రవేత్తల్ని సిస్టమ్ మానేజర్లుగా నియమించాం. వారు ఒక్కొక్కరూ ఒక్కొక్క ప్రాజెక్టుతో అనుసంధాన మవుతారు. బయటి సంస్థలతో అనుసంధానికై దీర్ఘ కాల అనుభవం కలిగిన పి.కె. బిస్వాస్ నేతృత్వంలో ఎక్స్టెర్నల్ ఫాబ్రికేషన్ విభాగాన్ని ఏర్పరచాం. దీనివల్ల ఫాబ్రికేషన్ కోసం సంస్థ పైన ఒత్తిడి కూడా తగ్గింది. బయట సంస్థలు చెయ్యలేని వాటి మీదనే సంస్థ కేంద్రీకరించే అవకాశం కలిగింది.

1988 వచ్చేటప్పటికి 'పృథ్వి' రూపకల్పన దాదాపుగా పూర్తికావొచ్చింది. పే లోడ్ లను ప్రయోగించగల శ్రేణుల విషయంలో సౌలభ్యాన్ని సాధించగలగడం దేశంలో మొదటిసారిగా సాధ్యపడింది. 'పృథ్వి' బృంద సభ్యులకు నేనూ, సుందరం సృజనాత్మక ఆలోచనల్ని అందచేస్తూఉండేవాళ్ళం. ఇది విధాన నిర్ణయాల రూపంలో అందించే సహకారానికి

అదనం. ఈ విషయంలో సరస్వత్, వై. జ్ఞానేశ్వర్, పి. వేణుగోపాలన్‌లతో కలిసి ప్రశంసనీయమైన కృషి చేసాడు. వాళ్ళు తమ బృందంలో సాఫల్యతా భావనని కలిగించారు.

ఈ రాకెట్ ఇంజన్ల ప్రాముఖ్యం 'పృథ్వి'కి మాత్రమే పరిమితం కాదు. అదొక జాతీయ సార్థక్యం. సమష్టి నాయకత్వంలో ఎందరో ఇంజనీర్లు సాంకేతిక నిపుణులు తమ బృంద లక్ష్యాల్ని అర్థం చేసుకుని ఆ దిశగా పయనించారు. ఆ విస్తృత కార్య క్షేత్రంలో ప్రతిఒక్కరూ తమ తమ వైయక్తిక లక్ష్యాల్ని కూడా సాధించుకోగలిగారు. మొత్తం బృందమే స్వీయ నిర్ధారిత గమ్యాన్ని దృష్టిలో పెట్టుకుని పనిచేసింది. ఈ ఇంజన్‌లకు చోదకాల విషయంలో దిగుమతుల్ని వారు పూర్తిగా పరిహరించగలిగారు. ఇందుకు గాను వారికి ఆర్డినెన్స్ ఫాక్టరీ, కర్కి చాలా సహకరించింది.

నౌకా నిర్మాణాన్ని సుందరం, సరస్వత్‌ల రక్షణ హస్తాల్లో వదిలిపెట్టి నేను దుర్బల రంగాల వైపు, విషమ విషయాల వైపు దృష్టి సారించాను. మిస్సైల్ ని లేవనెత్తే లాంచ్ రిలీజ్ మెకానిజం విషయంలో కూడా ఎంతో జాగ్రత్త తీసుకున్నాం. లాంచ్ కి ముందు ఆ మెకానిజంని పట్టిఉంచే మందుగుండు అమరిక విషయంలో కూడా సంయుక్త కృషి చేపట్టబడింది. డిఫెన్స్‌లాబ్ మరియు ఎక్స్‌ప్లోజివ్ రీసెర్చ్ అండ్ డెవలప్మెంట్ లాబరేటరీ కలిసి చేపట్టిన ఈ కృషి బహుళ కార్యక్షేత్రాల సమన్వయానికి మంచి ఉదాహరణ.

పైకెగురుతున్నప్పుడు ఆలోచనలోకి జారిపోతూండటం, కిందనున్న ప్రకృతి దృశ్యాల్ని చూడటం నాకెంతో అభిమాన వ్యాపకం. దూరం నుంచి అదెంతో సుందరంగా ఎంతో లయాత్మకంగా, ఎంతో ప్రశాంతంగా గోచరిస్తుంది. జిల్లా నుంచి జిల్లాని, రాష్ట్రం నుంచి రాష్ట్రాన్ని, దేశం నుంచి దేశాన్ని వేరు చేసే ఆ సరిహద్దులెక్కడా అని నేను ఆశ్చర్యపోతుంటాను. బహుశా మన జీవిత కార్యకలాపాల్ని నిర్వహించుకోవడానికి అటువంటి దూరం, నిస్సంగత్వం అవసరమనుకుంటాను.

బాలసోర్‌లో తాత్కాలిక పరీక్షా శ్రేణి నిర్మాణం పూర్తికావడానికి ఇంకా ఏడాది పట్టేటట్టు ఉంది. కనుక మేము 'పృథ్వి' ని ప్రయోగించడానికి షార్ కేంద్రంలోనే ప్రత్యేక సదుపాయాలు ఏర్పాటు చేసుకున్నాం. వాటిలో లాంచ్ పాడ్, బ్లాక్ హౌజు, నియంత్రణ వ్యవస్థా, టెలిమెట్రీ స్టేషన్‌లూ ఉన్నాయి. అప్పుడు నా పూర్వ సహచరుడు ఎం.ఆర్. కురుప్ షార్ కేంద్రం డైరక్టర్‌గా ఉన్నాడు. అతన్ని మళ్లీ కలుసుకోవడం నాకు సంతోషాన్నిచ్చింది. 'పృథ్వి'ప్రయోగ ఉద్యమం మీద కురుప్‌తో కలిసి పనిచెయ్యడం గొప్ప తృప్తినిచ్చింది. ఆయన ఆ పనిలో మా బృంద సభ్యుడల్లే ఆ పనిచేసాడు. దానితో వివిధ సంస్థల సరిహద్దులు ఆ మేరకి చెరిగిపోయాయి. శ్రేణి స్థాయి పరీక్షల్లో అతని అనుభవం మాకు జోడించాడు. చోదకాలు నింపడంలో గొప్ప ఉత్సాహంతో కృషి చేసాడు. 'పృథ్వి'ప్రయోగాన్ని మరవలేని అనుభవంగా మార్చేసాడు.

1988 ఫిబ్రవరి 25 న 11. 23 గంటలకి పృథ్వి ప్రయోగించబడింది. అది దేశ రాకెట్ ప్రయోగ చరిత్రలో నూతన శకానికి నాంది పలికింది. అది కేవలం నేల మీంచి నేల మీదకి ప్రయోగించే మిస్సైల్ మాత్రమే కాదు. దాని ప్రాముఖ్యత 150 కిలోమీటర్ల పరిధిలో 1000 కేజీల ఆయుధాల్ని విసరగలగడంలో మాత్రమే లేదు. అది అన్ని రకాల భవిష్య క్షిపణులకు ప్రాతిపదిక గా నిలవనున్నది. దాన్ని సుదూర శ్రేణి నేల మీద ప్రయోగించగల స్థాయినుంచి, నింగికెగరడానికీ, అలాగే ఓడ మీంచి ప్రయోగించడానికీ కూడా మార్పు చెయ్యడానికి అవకాశం ఉంది.

మిస్సైల్ ప్రయోగం కచ్చితంగా ఉండేదీ లేనిదీ సి.ఇ.పి ద్వారా కొలుస్తారు. నిర్ణీత పరిధిలో పేల్చిన కొన్ని మిస్సైళ్ళలో యాభయి శాతం మిస్సైళ్లు ప్రభావం చూపించగలిగితే ఆ వృత్త వ్యాసార్థం సి.ఇ.పి. అవుతుంది. అంటే సి.ఇ.పి 1 కిలోమీటరు ఉందనుకుంటే ఆ పరిధిలో పేల్చిన మిస్సైళ్ళలో కనీసం యాభయి శాతం లక్ష్యాన్ని ఛేదించగలిగేవిగా ఉండాలి. ఇందుకు గల్ఫ్ యుద్ధంలో ఉపయోగించిన ఇరాకీ స్కడ్ మిస్సైళ్ళను ఉదాహరించవచ్చు. సాంప్రదాయిక మందుగుండుతో 1 కిలోమీటర్ సి.ఇ.పి తో ప్రయోగించే మిస్సైళ్ళు మిలటరీ స్థావరాల్ని భగ్నం చెయ్యలేవుగానీ ఒక నగరాన్ని అల్లకల్లోలం చెయ్యగలవు.

1944 సెప్టెంబర్ నుంచి 1945 మార్చి మధ్యకాలంలో లండన్ పైన ప్రయోగించిన వి-2 జర్మన్ మిస్సైళ్ళు సాంప్రదాయిక మందుగుండుని 17 కిలోమీటర్ల సి.ఇ.పి తో ప్రయోగించాయి. అయినప్పటికీ ప్రయోగించిన 500 మిస్సైళ్ళూ 21,000 మరణాలకీ 2,00,000 గృహభంగాలకీ కారణమయ్యాయి.

అణుపరీక్ష గురించి పాశ్చాత్య దేశాలు గగ్గోలు చేస్తున్న సమయంలో మనం 50 మీటర్ల సి.ఇ.పి కోసం ప్రయత్నిస్తూ ఉన్నాం. అంటే అణ్వస్త్రాలు వాడనవసరంలేకుండానే శత్రువు పైన వ్యూహాత్మక దాడిని సాధ్యం చెయ్యవచ్చునని 'పృథ్వి' పరీక్షలు ఆశ కలిగించాయి. ఇది విమర్శకుల నోరు మూయించింది. ఆ మీదట దాన్ని సాంకేతిక కుట్ర అంటూ వారు చెవులు కొరుక్కునేటట్టు చేసింది.

'పృథ్వి' ప్రయోగం మన పొరుగునే ఉంటూ మనతో స్నేహంగా లేని దేశాలకు కాళ్ళ కింద ప్రకంపనలు సృష్టించాయి. పశ్చిమార్ధ గోళం తక్షణ ప్రతిస్పందన లో విస్మయం, ఆగ్రహం రెండూ ఉన్నాయి. ఏడుదేశాలు తమ సాంకేతిక పరిజ్ఞానం భారతదేశానికి ఎగుమతి చెయ్యకుండా నిషేధాల్ని విధించాయి. అంటే గైడెడ్ మిస్సైళ్ళ తయారీకి ఏ మాత్రం సంబంధం ఉన్న ఏ చిన్న వస్తువుని కూడా మనం వారి నుంచి కొనుగోలు చేసే వీలుండదన్నమాట. గైడెడ్ మిస్సైళ్ళ క్షేత్రంలో భారతదేశం స్వయం సమర్థదేశంగా ఆవిర్భవించడం ప్రపంచంలోని అభివృద్ధి చెందిన దేశాలన్నిటినీ కలతకు గురిచేసింది.

14

రాకెట్ల తయారీలో భారతదేశం కీలక సామర్థ్యాన్ని సాధించిందనేది నిర్వివాదాంశం. పౌర వైమానిక పరిశ్రమ, రక్షణ శ్రేణులూ కలిసి చేసిన కృషి వల్ల భారతదేశం ప్రపంచంలో సూపర్ శక్తులుగా పిలవబడే అతి కొద్ది దేశాల జాబితాలో చేరింది. అయితే ఎప్పుడూ బుద్ధుడి బోధల్నీ, గాంధీజీ ఆశయాల్నీ ప్రవచించే దేశం ఒక్కసారిగా క్షిపణి శక్తిగా ఎందుకు మారిందన్నది ప్రశ్న. మన భవిష్యతరాలకోసం మనమీ ప్రశ్నకు జవాబిచ్చుకోవాలి.

రెండు శతాబ్దాల అణచివేత, పీడన, తిరస్కారం కూడా భారతీయ సృజన శక్తినీ సామర్థ్యాన్నీ నశింపచెయ్యలేకపోయాయి. స్వతంత్రం పొంది పదేళ్ళు కూడా తిరక్కుండానే దేశం అంతరిక్ష, అణుశక్తి కార్యక్రమాలకు శ్రీకారం చుట్టింది. కాని వాటి ఉద్దేశం నిర్ద్వంద్వంగా శాంతియుత ప్రయోజన సాధనే. అప్పుడు మిస్సైళ్ళ తయారీకి నిధులు లేవు, ఒక ఆవశ్యకత కూడా కనిపించలేదు. కానీ 1962 చేదు అనుభవాలే మనని మిస్సైళ్ల అభివృద్ధి వైపు నడిపించాయి.

అయితే అందుకు 'పృథ్వి'సరిపోతుందా? నాలుగైదు దేశవాళీ మిస్సైళ్లను తయారుచేసుకున్నంతలో మనం బలపడిపోతామా? లేదా అణ్వస్త్రాలు మనని నిజంగా బలోపేతం చేస్తాయా?

మిస్సైళ్ళు, అణ్వాయుధాలు పెద్ద విషయంలో చిన్న భాగాలు మాత్రమే. నేను చూసిందేమంటే 'పృథ్వి' ఉన్నత సాంకేతిక పరిజ్ఞానం విషయంలో మన స్వయం శక్తికి

ప్రతీక. అయితే ఉన్నత సామర్థ్యమనేది డబ్బుకీ, చాలినన్ని మౌలిక సదుపాయాలకీ పర్యాయపదం లాంటిది. మన దగ్గర ఆ రెండూ కూడా చాలినంతగా లేవు. అప్పుడేమి చేయాలి? బహుశా 'అగ్ని' దానికి సమాధానమనుకుంటాను. దేశంలోని వనరులన్నిటినీ కూడ దీసుకుని మనం మన సాంకేతిక బలాన్ని చూపించేదిగా చేపట్టిన కార్యక్రమం అది.

పదేళ్ళ కిందటనే, నేను ఇస్రోలో రీఎంట్రీ సామర్థ్యం గురించి మాట్లాడుతున్నప్పుడే ఈ అంశం పట్ల నిర్దిష్ట అవగాహనకు వచ్చాను. దేశంలోని శాస్త్రవేత్తలందరూ సాంకేతిక నిపుణులందరూ కలిసి పనిచేస్తే సాధించలేనిదేదీ లేదని భావించాను. విశ్వవిద్యాలయాలూ, వైజ్ఞానిక ప్రయోగశాలలూ కలిసి పనిచేస్తే ఉన్నత సాంకేతిక సామర్థ్యాన్ని సాధించడం సాధ్యమే. భారత పారిశ్రామిక రంగం వస్తువుల తయారీ మాత్రమే తన పాత్రనుకుంటోంది. ఆ ఆత్మన్యూనతా భావన నుంచి దాన్ని బయట పడవెయ్యగలిగితే అది అద్భుత ఫలితాల్నివ్వగలదు. అందుకు మేమొక త్రిముఖ వ్యూహాన్ననుసరించాం. ఒకటి, వీలైనన్ని ఎక్కువ సంస్థలతో భాగస్వామ్యం, రెండవది, వారందరి మధ్యా సహసంబంధ వైఖరి నెలకొనేలా చూడటం, మూడవది మన సాంకేతిక పరిజ్ఞానం మనల్ని బలోపేతుల్ని చేసేలా చూడటం. ఈ మూడు చెకుముకి రాళ్ళను రాపాడగా రాపాడగా 'అగ్ని' పుట్టింది.

అగ్నిబృందంలో 500 మందికి పైగా శాస్త్రవేత్తలున్నారు. ఈ బృహత్కార్యంలో పాలుపంచుకోవడానికి ఎన్నో సంస్థలు అనుసంధానించబడ్డాయి. 'అగ్ని' కార్యక్రమానికి రెండు పార్శ్వాలున్నాయి. పనీ, కార్యకర్తలూ. ప్రతి సభ్యుడు తన పని నెరవేర్చు కోవడానికి తన బృందంలోని తక్కినవారందరిమీదా ఆధారపడి ఉంటాడు. అటువంటప్పుడు వైరుధ్యాలు, కలవరపాటు తప్పని సరి. నాయకులు చాలామంది పని జరగడం అలా ఉంచి తమ తమ ధోరణిలో కార్యకర్తలపైన ఎక్కువ మొగ్గు చూపుతారు. కొందరు ఫలితాలు రాబట్టడం మీద ఎక్కువ దృష్టి పెట్టి కార్యకర్తలు ఎలాపోతేనేమి అనుకుంటారు. మనుషుల్ని కేవలం తమ లక్ష్యాల్ని సాధించడానికి పనికొచ్చే పరికరాలుగానే వాళ్ళు భావిస్తారు. కొందరు పనికి తక్కువ ప్రాధాన్యం ఇచ్చి తమ కార్యకర్తల అభిమానాన్ని చూరగొనడం మీద ఎక్కువ ఆసక్తి చూపుతారు. కానీ 'అగ్ని' బృందం పని నాణ్యతనీ, కార్మిక సంబంధాల్నీ రెండిటినీ కూడా అత్యున్నత స్థాయిలో సమన్వయపరచగలిగింది.

సంస్థ నిర్వహణలో కీలకపదాలు మూడే: నిమగ్నత, భాగస్వామ్యం, నిబద్ధత. మా బృందాల్లో ప్రతి ఒక్కరికీ తమ పని తాము మనస్ఫూర్తిగా ఎంచుకున్నది. కనకనే 'అగ్ని' ప్రయోగంలో వారికి మాత్రమే కాక వారి కుటుంబాలకు కూడా నిబద్ధత ఉండింది. ఇందుకు వి.ఆర్.నాగరాజ్ ఉదాహరణ ఇస్తాను. అతను ఎలెక్ట్రికల్ ఇంటిగ్రేషన్ బృందానికి నాయకుడు.

అతనెంత అంకితభావంతో పనిచేసేవాడంటే నిద్రాహారాల్ని కూడా మర్చిపోయేవాడు. ఒకసారి అతను పనిలో ఉన్నప్పుడే అతని బావమరది చనిపోయాడు. కానీ అతని కుటుంబం ఆ వార్త అతని దరి చేరకుండా చూసుకున్నారు. ఆ వార్త అతని ఏకాగ్రతని భంగం చేస్తుందనీ, దాని వల్ల 'అగ్ని' ప్రయోగం మరింత ఆలస్యమవుతుందనీ భావించారు వాళ్ళు.

అగ్ని ప్రయోగానికి 1989 ఏప్రిల్ 20 న ముహూర్తం నిర్ణయించుకున్నాం. అది అపూర్వమైన ప్రయోగం కాబోతోంది. అంతరిక్షనౌకలకన్నా మిస్సైల్ ప్రయోగం మరింత విస్తృతస్థాయిలో భద్రత సమస్యల్ని ఎదుర్కోవాల్సిఉంటుంది. అందుకని మిస్సైల్ గతిని గమనించడానికి రెండు రాడార్లు, మూడు టెలిమెట్రీ స్టేషన్‌లు, ఒక టెలికమాండ్ స్టేషన్, నాలుగు ఎలెక్ట్రో ఆప్టికల్ ట్రాకింగ్ పరికరాలు అమర్చాం. వీటికి అదనంగా కార్ నికోబార్ దీవిలోని టెలిమెట్రీ స్టేషన్, అలాగే షార్ కేంద్రంలోని రాడార్లని కూడా ఆ పనిమీద నియోగించాం. మిస్సైల్ బాటరీల్లోంచి ప్రసరించే విద్యుత్ శక్తిని కనిపెట్టడానికీ పీడనాన్ని కొలవడానికి గతిశీలకమైన నిఘా ఏర్పాటుచేసాం. వోల్టేజిలో గాని పీడనలో గాని ఏదన్నా తేడా వస్తే 'హోల్డ్' అనే సంకేతం వచ్చేటట్టు ఆటోమేటిక్ ఏర్పాటు కూడా చేసాం. ఆ పొరపాటుని సవరించుకున్నాకే నౌక ప్రయోగం ముందుకు సాగేది. ప్రయోగానికి కౌంట్ డౌన్ టి-36 గంటలకు ప్రారంభమయింది. టి-7.5 నిమిషాల నుంచీ కౌంట్ డౌన్ కంప్యూటర్ మీద లెక్కించబడుతుంది.

ప్రారంభక సన్నాహాలన్నీ అనుకున్నట్టే జరిగాయి. ప్రయోగ సందర్భంగా చుట్టుపక్కల గ్రామాల జనాభాని సురక్షిత ప్రదేశాలకు తరలించాలని నిర్ణయించాం. ఇది ప్రచార సాధనాల దృష్టిని ఆకర్షించి పెద్ద వివాదానికి దారితీసింది. 1989 ఏప్రిల్ 20 వచ్చేటప్పటికి మొత్తం దేశమంతా మమ్మల్నే కనిపెట్టిచూస్తోంది. దౌత్య కార్యాలయాల ద్వారా ప్రయోగ పరీక్షల్ని నిలిపి వేయాల్సిందిగా మామీద ఒత్తిడి పెరిగింది. కానీ భారతప్రభుత్వం మాకు కంచుకోట లాగా మద్దతుగా నిలిచి మా ఏకాగ్రత చెదరకుండా చూసుకుంది. మేము టి-14 సెకండ్ల వద్ద ఉండగా కంప్యూటర్ 'హోల్డ్' అని సంకేతమిచ్చింది. దాని అర్థం ఎక్కడో ఏదో సాధనం తప్పుగా పనిచేసిందన్నమాట. దాన్ని వెంటనే సవరించాం. ఇంతలో మళ్ళా దిగువ శ్రేణి స్టేషన్ 'హోల్డ్' అంది. మరికొద్ది సెకండ్ల వ్యవధిలో ఎన్నో సంకేతాలు 'హోల్డ్' అనటం మొదలుపెట్టాయి. మేము చివరికి ప్రయోగాన్ని నిలిపి వేయాల్సివచ్చింది. ఆన్ బోర్డ్ విద్యుత్ సరఫరా పునరుద్ధరించడానికి గాను మిస్సైల్ ని తెరవాల్సివచ్చింది.

ఈ లోగా నాగరాజు తన కుటుంబంలో సంభవించిన విషాదం తెలియడంతో ఏడుస్తూ మూడు రోజుల్లో తప్పక తిరిగి వస్తానని వాగ్దానం చేసి మరీ వెళ్ళాడు. అటువంటి ధీరోదాత్తుల

కథలు ఏ చరిత్ర గ్రంథానికీ ఎక్కవు. కానీ అటువంటి నిశ్శబ్ద కృషి మీంచే తరతరాలు ముందుకు సాగుతాయి, జాతులు పురోగమిస్తాయి.

నాగరాజును పంపి వచ్చేటప్పటికి నా బృందం ఖిన్న వదనాల్తో దుఃఖితులై కనబడ్డారు. నేను వారికి నా ఎస్.ఎల్.వి.-3 అనుభవాల్ని గుర్తుచేసాను. 'నా ప్రయోగ నౌకని సముద్రంలో కోల్పోయి కూడా నన్ను నేను కూడదీసుకోగలిగాను. మీ మిస్సైల్ మీ ముందే ఉంది. మీరు పోగొట్టుకున్నదేమీ లేదు. మరికొన్ని రోజులు మళ్ళా దాని మీద పనిచెయ్యవలసి రావడం తప్ప' అన్నాను.

ఇది వారిని వారి నిశ్చేష్టత నుంచి బయటకు లాగింది. వాళ్ళు మళ్ళా తమ యంత్రాల్ని పనిచేయించడానికి ముందుకు కదిలారు.

ఇక పత్రికలు తుపాకులెక్కుపెట్టాయి. వాళ్ళ పాఠకుల సరదా తీర్చడానికి వాళ్ళకు తోచిన కథలు రాసాయి. నౌకా ప్రయోగాన్ని వాయిదా వెయ్యడం పైన ఎవరికి తోచిన వ్యాఖ్యానం వారు చెప్పుకున్నారు. కార్టూనిస్ట్ సుధీర్ ధార్ ఒక కార్టూన్ గీసాడు. అందులో ఒక దుకాణదారు ఒక వస్తువుని ఆ సేల్స్‌మేన్ కి వాపసు చేస్తూ 'అగ్ని' లాగే అది కూడా నడవడం లేదంటాడు. మరొక కార్టూనిస్ట్ 'అగ్ని' పనిచెయ్యకపోవడానికి కారణం ప్రెస్ బటన్ నొక్కబడక పోవడమేనని ఎవరో శాస్త్రవేత్త వివరిస్తున్నట్టుగా కార్టూన్ గీసాడు. హిందుస్తాన్ టైమ్స్ కార్టూన్‌లో రాజకీయ నాయకుడు ప్రజల్ని ఓదారుస్తుంటాడు 'మరేం భయపడకండి... అది పూర్తిగా శాంతియుతమైన, అహింసాత్మక మిస్సైల్ మాత్రమే'అని.

పది రోజులపాటు తెల్లవార్లూ విశ్లేషించి సవరించాక మా శాస్త్రవేత్తలు దాన్ని 1989 మే 1 న ప్రయోగించడానికి మళ్ళీ పూనుకున్నారు. కానీ మళ్ళీ టి-10 సెకండ్ల వద్ద కంప్యూటర్ ఆటోమేటిక్ సంకేత వ్యవస్థ 'హోల్డ్' అంది. నిశితంగా పరీక్షించాక దాని నియంత్రణ వ్యవస్థ పనిచెయ్యడంలేదని తెలిసింది. దానితో ప్రయోగాన్ని మళ్ళీ వాయిదా వెయ్యాల్సివచ్చింది.

అటువంటి పరిస్థితులు రాకెట్ ప్రయోగాల్లో అరుదు కాదు. అటువంటి సంఘటనలు విదేశాల్లో కూడా సంభవిస్తుంటాయి. కానీ పత్రికల కుతూహలానికి మా కష్టాలతో నిమిత్తం లేదు. ఈ సారి హిందూ పత్రికలో కేశవ్ ఒక కార్టూన్ గీసాడు. అందులో ఒక గ్రామస్థుడు కరెన్సీ నోట్లు లెక్కపెట్టుకుంటూ మరొకడితో అంటుంటాడు 'నేను ఆ ప్రయోగ స్థలం దగ్గరనుంచి నా గుడిసె లేపేసినందుకు ముట్టిన పరిహారం ఇది. ఇలాగే ప్రయోగాలు వాయిదా పడాలే గాని నేను తొందరలోనే సొంత ఇల్లు కట్టుకుంటాను' అని. మరొక కార్టూనిస్ట్ అగ్నికి కొత్త నిర్వచనం ఇచ్చాడు. దాన్ని అతను నిరవధికంగా వాయిదా పడే బాలిస్టిక్ మిస్సైల్ అన్నాడు.

అమూల్ కంపెనీ కూడా మమ్మల్ని వదలేదు. వాళ్ళ కార్టూన్ అంటుంది కదా 'మా వెన్నని ఇంధనంగా వాడి చూడండి అప్పుడు అగ్ని ఎగరగలుగుతుంది' అని.

1989 మే 8 న పని గంటలు అయిన తరువాత మొత్తం ఉద్యోగులంతా సమావేశ మయ్యారు. దాదాపు 2000 మందిని ఉద్దేశించి నేను ప్రసంగించాను. 'ఒక లాబరేటరీ గాని, ఒక పరిశోధనా సంస్థ గానీ, 'అగ్ని' లాంటి వ్యవస్థని రూపొందించగలిగే అవకాశాన్ని చాలా అరుదుగా పొందుతుంది. మనకొక గొప్ప అవకాశం లభించింది. సహజంగానే గొప్ప అవకాశాల వెంబడే గొప్ప సవాళ్ళు కూడా వస్తాయి. మనం మన అవకాశాన్ని విడిచిపెట్ట గూడదు. మన సమస్య చేతిలో మనం ఓడిపోగూడదు. మన నుంచి దేశం విజయాన్ని తప్ప మరేమీ చవిచూడకూడదు. మనం విజయాన్నే మన లక్ష్యంగా పెట్టుకుందాం' అని చెప్పాను. నేను నా ప్రసంగం పూర్తికావొస్తుండగా ఈ మాటలు కూడా వారికి చెప్పకుండా వుండలేకపోయాను. 'చూడండి. మీకిదే వాగ్దానం చేస్తున్నాను. ఈ నెలాఖరులోగా 'అగ్ని'ని జయప్రదంగా ప్రయోగించే మేము తిరిగొస్తాము'అని.

రెండవ ప్రయోగంలో సంభవించిన వైఫల్యాన్ని క్షుణ్ణంగా పరిశీలించిన అనంతరం మొత్తం నియంత్రణ వ్యవస్థనే పూర్తిగా మెరుగుపెట్టాం. ఈ పని సంయుక్త సంస్థా బృందానికి అప్పగించాం. ఆ బృందం మొదటి దశ నియంత్రణ వ్యవస్థని పూర్తిగా మెరుగుపరిచింది. అద్భుతమైన లక్ష్య దృష్టితో, సంకల్ప శక్తితో ఆ పనిని రికార్డ్ వ్యవధిలో పూర్తిచేసింది. పది రోజుల్లో ఆమోద పరీక్ష ఉందనగా అంత తక్కువ వ్యవధిలో వందలాది శాస్త్రజ్ఞులు ఆ వ్యవస్థల్ని సంసిద్ధ పరిచిన ఆ ప్రక్రియ ఎంతో విస్మయకారకమైంది. మెరుగుపర్చబడ్డ నియంత్రణ వ్యవస్థల్ని తీసుకుని విమానం పదకొండవ రోజున త్రివేంద్రం వదిలి ప్రయోగ స్థలానికి వచ్చింది. కానీ ఈ సారి వాతావరణ పరిస్థితులు మా మీద ఆగ్రహించాయి. తుపాను హెచ్చరిక ఒకటి నానాటికీ బలపడుతూ ఉంది. అన్ని కేంద్రాలూ శాటిలైట్ సమాచార వ్యవస్థతో అనుసంధానించబడ్డాయి. వాతావరణ సమాచారం ప్రతి పది నిమిషాలకొకసారి మాకు చేరుతూ ఉంది.

ఏమైతేనేం, 1989 మే 22 న ప్రయోగానికి ముహూర్తం నిర్ణయించాం. ఆ ముందు రోజు రాత్రి డా. అరుణాచలం, జనరల్ కె.ఎన్.సింగ్, నేనూ, రక్షణ మంత్రి కె.సి.పంత్‌తో మాట్లాడుతూ ఉన్నాం. ఆయన కూడా ప్రయోగాన్ని చూడడానికి వచ్చాడు. అది పున్నమి రాత్రి. సముద్రంలో పోటు అధికంగా ఉంది. కెరటాలు ఎగిసిపడుతూ సర్వేశ్వరుని వైభవాన్నీ, శక్తినీ కీర్తిస్తున్నట్టుగా ఘోషిస్తున్నాయి. మేము 'అగ్ని'ని రేపు జయప్రదంగా ప్రయోగించ గలమా? అందరి మనసుల్లోనూ మెదుల్తున్న ప్రశ్న అదే. కానీ ఆ మాట పైకి చెప్పి

ఆ సుందరమైన వెన్నెల రాత్రి మా మీద విధించిన మనోహరత్వాన్ని భంగపరచడాని కెవ్వరమూ సిద్ధంగా లేము. సుదీర్ఘ నిశ్శబ్దాన్ని తుంచివేస్తూ చివరకి రక్షణ మంత్రి అడిగారు నన్ను. 'కలాం, రేపు నీ సంతోషాన్ని అందరితో పంచుకోవడానికి నన్నేమిమ్మంటావు చెప్పు' అని. ఎంత సరళమైన ప్రశ్న. కానీ ఏం చెప్పాలో వెంటనే తోచలేదు. నేనేం కోరుకున్నాను? నా దగ్గర లేనిదేమిటి? నన్ను సంతోష పరచగలిగిందేది? అప్పుడు తట్టింది నాకు సమాధానం. 'మాకు ఇమారత్ కంచా దగ్గర నాటడానికి లక్ష మొక్కలు కావాలి' అన్నాను. ఆయన వదనం ఆత్మీయ ప్రకాశంతో వెలిగిపోయింది. 'నువ్వు అగ్ని కోసం భూదేవి ఆశీస్సుల్ని బేరమాడుతున్నావు' రక్షణ మంత్రి పరిహాసమాడారు. 'రేపు మనం తప్పకుండా నెగ్గుతాం' అని ఆకాంక్షించాడాయన.

ఆ మర్నాడు 7 గంటల 10 నిమిషాలకి అగ్ని దూసుకుపోయింది. అది సాంకేతికంగా పరిపూర్ణమైన ప్రయోగం. ఆ మిస్సైల్ గమనరీతి అచ్చు పాఠ్యపుస్తకాల్లో రాసినట్టే నడిచింది. గమనగతి ప్రమాణాలన్నీ అందుకోబడ్డాయి. భయంకరమైన పీడకలల రాత్రి గడిచిన తరువాత సుందర ప్రత్యూషంలోకి మేల్కోవడం లాంటిదది. అయిదు సంవత్సరాల నిరంతర కృషి తరువాత మేము లాంచ్ పాడ్ కి చేరగలిగాము. చివరి అయిదు వారాల్లో అగ్నిపరీక్షల వరసని దాటుకుంటూ వచ్చాం. అసలు మొత్తం ప్రక్రియనే ఆపెయ్యమని మా మీద వచ్చిన ఒత్తిడిని నిభాయించుకున్నాం. కానీ చివరకి మేమది సాధించగలిగాం! అది నా జీవితంలోని మహత్తమ క్షణాల్లో ఒకటి. 600 సెకండ్ల ఒక ఉజ్జ్వల ప్రయోగ గతి మా మొత్తం అలసటని ఒక్క క్షణంలో మటుమాయం చేసింది. ఏళ్ళతరబడి మేము పడ్డ కష్టానికి ఎటువంటి ప్రదీప్తి. ఆ రాత్రి నా డైరీ లో రాసుకున్నాను:

అగ్ని ఊర్ధ్వముఖంగా ఎక్కుపెట్టిన వస్తువుకాదు
అశుభాన్ని పరిహరించడానికో
లేదా నీ బలాన్ని చూపించడానికో కాదది
అది భారతీయుడి హృదయాగ్ని
దానికి ఆయుధ రూపం ఇవ్వకు
జ్వలిస్తున్న జాతి ఆత్మగౌరవ కాంతితో
దాన్ని మరింత వెలగనివ్వు.

ప్రధాన మంత్రి రాజీవ్ గాంధి అన్నారు. 'అది మన స్వాతంత్ర్యాన్ని మన జాతి భద్రతని స్వయం శక్తితో పరిరక్షించుకునే మహత్తర విజయం. మన జాతి రక్షణ కోసం ఉన్నత

సాంకేతిక పరిజ్ఞానాన్ని దేశీయంగా అభివృద్ధి పరచుకోవాలనే మన నిబద్ధతకు అగ్ని నిరూపణ.' 'ఈ దేశం మీ ప్రయత్నాల్ని చూసి గర్విస్తోంది.' అని నాతో చెప్పాడాయన. రాష్ట్రపతి ఆర్. వెంకట రామన్ 'అగ్ని'ని తన ఫలించిన స్వప్నంగా భావించాడు. సిమ్లా నుంచి తంతి ఇచ్చాడు. 'ఇది నీ అంకితభావానికి, కఠోర పరిశ్రమకూ, ప్రతిభకూ నివాళి'.

ఈ సాంకేతిక ధ్యేయం పైన కొందరు స్వప్రయోజనపరులు ఎంతో తప్పుడు సమాచారాన్ని వ్యాప్తిచేసారు. 'అగ్ని' ఎన్నడూ ఒక అణ్వాయుధంగా వాడటానికి ఉద్దేశించబడ్డది కాదు. దాని ప్రధాన ఉద్దేశం అణ్వస్త్రేతర ఆయుధాల్ని అభివృద్ధి చేసుకోగలిగే సంభావ్యతని పరిశీలించుకోవడం, అలాగే దూరశ్రేణిలో కూడా లక్ష్యం గురితప్పకుండా ప్రయోగించగల ఆయుధాల్ని వృద్ధి చేసుకోవడం. సమకాలీన వ్యూహాత్మక సిద్ధాంతాలు గుర్తించవలసిందేమంటే అణ్వాయుధాలతో సంబంధం లేని ఆయుధ సంపత్తిని అగ్ని సమకూరుస్తుందన్నదే.

ఒక ప్రఖ్యాత అమెరికన్ రక్షణ పత్రిక రాసిందాన్ని బట్టి 'అగ్ని' ప్రయోగం అమెరికాని కోపోద్రిక్తం చేసిందని తెలిసింది. అమెరికా పార్లమెంటు సభ్యులు అన్ని రకాల రక్షణ సాంకేతిక పరిజ్ఞానాల సహకారాన్నీ బహుళ జాతి సహాయాన్ని ఇండియాకు నిలిపివేస్తామని బెదిరించారు కూడా.

వాల్ స్ట్రీట్ జర్నల్‌లో గారీ మిల్ హోలిన్ అనే రక్షణ వ్యవహారాల నిపుణుడొకడు భారతదేశం అగ్ని ప్రయోగాన్ని పశ్చిమ జర్మనీ సహాయంతో చేసిందని రాసాడు. 'అగ్ని'కి సంబంధించిన వ్యవస్థలన్నిటినీ జర్మన్ ఏరో స్పేస్ రీసెర్చ్ ఎస్టాబ్లిష్‌మెంట్ తయారుచేసిందని ఆ పత్రికలో రాసింది చదివి నేను హాయిగా నవ్వుకున్నాను. ఈ లోగా జర్మన్ ఎస్టాబ్లిష్మెంట్ దాన్ని ఖండిస్తూ మధ్యస్థంగా ప్రకటన చేసింది. కానీ ఆ సాంకేతిక సహాయాన్ని భారతదేశానికి ఫ్రాన్సు అందించి ఉండవచ్చునని అది ఊహాగానం చేసింది. అమెరికన్ సెనెటర్ ఒకడు ఇంకా ముందుకుపోయాడు. అతనేమన్నాడంటే ఆ సాంకేతిక పరిజ్ఞానమంతా నేను 1962 లో వాల్లోప్స్ దీవుల్లో గడిపిన నాలుగు నెలల్లోనూ సంగ్రహించి ఉంటానని. అయితే, నేను ఆ దీవులకు వెళ్ళింది పాతికేళ్ళ కిందటననీ అప్పటికి అగ్నిలో ప్రయోగించిన సాంకేతిక పరిజ్ఞానం వంటిది ప్రపంచంలోనే ఆవిర్భవించ లేదనీ అమెరికా కూడా దానికి మినహాయింపు కాదనీ చెప్పవలసిన నిజాన్ని మాత్రం ఆ సెనెటర్ దాచిపుచ్చాడు.

నేటి ప్రపంచంలో సాంకేతిక వెనుకబాటుదనం మనుషుల్ని లొంగుబాటుకి గురిచేస్తుంది. మన స్వాతంత్ర్యం ఈ అంశం మీద వీగిపోవాల్సిందేనా? ఈ ప్రమాదం నుంచి మన జాతి భద్రతనీ సమగ్రతనీ పరిరక్షించడం మనందరి కర్తవ్యం. సామ్రాజ్యవాదం నుంచి దేశాన్ని విముక్తం చేసిన మన పితృపితామహులు మనపై పెట్టుకున్న నమ్మకాన్ని మనం

నిలబెట్టుకోనవసరం లేదా? మనం సాంకేతికంగా స్వయం శక్తి సముపార్జించుకున్నప్పుడే వారి కలల్ని పూర్తిచెయ్య గలుగుతాం.

'అగ్ని' ప్రయోగం వరకూ మన సాయుధ దళాల పాత్ర పరిమితార్థంలోనే గుర్తించబడేది. మన దేశాన్ని రక్షించడం, మన ఇరుగు పొరుగు దేశాల సంక్షోభాలనుంచి మన ప్రజాస్వామిక ప్రక్రియను కాపాడుకోవడం, ఎటువంటి విదేశీ దాడినైనా అంగీకరించేది లేదని ప్రపంచానికి స్పష్టంచెయ్యడం వాటి పాత్రగా ఉండేది. 'అగ్ని' ప్రవేశంతో భారతదేశం వీటన్నిటినీ దాటింది. అది యుద్ధాల్ని నివారించడానికి తన వంతు పాత్ర తను నిర్వహించగలిగే స్థితికి చేరింది.

'అగ్ని' తో మిస్సైల్‌ప్రాజెక్టు అయిదేళ్ళు పూర్తిచేసుకుంది. 'అగ్ని', 'పృథ్వి', 'త్రిశూల్' వంటి మిస్సైళ్ళ నిర్మాణంతో కీలక రంగాల్లో మన సామర్థ్యాన్ని నిరూపించు కున్నట్టయ్యింది. ఇక 'నాగ్', 'ఆకాశ్' కూడా ఎవ్వరూ పోటీ పడలేని స్థాయికి మన సామర్థ్యాన్ని తీసుకుపోగలవనడంలో సందేహం లేదు. ఈ రెండు వ్యవస్థల్లోనూ గొప్ప సాంకేతిక విప్లవాలు నిబిడీకృతమై ఉన్నాయి. మనం మరింత కృషిని వాటిపైన కేంద్రీకరించవలసిఉంది.

1989 సెప్టెంబర్ లో నన్ను బొంబాయిలోని మహారాష్ట్ర అకాడెమీ ఆఫ్ సైన్సెస్ వారు జవహర్ లాల్ నెహ్రూస్మారక ప్రసంగం చెయ్యవలసిందిగా పిలిచారు. ఆ సందర్భంగా నేను నింగి నించి నింగికి ప్రయోగించగల మిస్సైల్ 'అస్త్ర' ను దేశీయంగా తయారుచెయ్యడంపై నా ప్రణాళికలను ఆ యువ శాస్త్రవేత్తల ముందుంచాను. దానికి తగిన యుద్ధ విమానాల్ని కూడా రూపొందించుకోవాల్సి ఉంటుందని చెప్పాను. రాడార్ పరిజ్ఞానంలో మనం చేస్తున్న కృషి అంతర్జాతీయరంగంలో మనని ముందు నిలుపుతోందని కూడా చెప్పాను. రీ ఎంట్రీ పరిజ్ఞానంపై పట్టు సాధించడానికి కర్బన–కర్బన సంయుక్త పదార్థాల తయారీలో మనం చేపట్టవలసిన కృషి గురించి చెప్పాను. పారిశ్రామిక దేశాలకు అణిగి ఉండటం నుంచీ, మనల్ని నిర్వీర్యం చేసే సాంకేతిక పరిజ్ఞానదారిద్ర్యం నుంచీ బయటపడాలని శ్రీమతి ఇందిరాగాంధికన్న కలలకు 'అగ్ని' సాకారమని అన్నాను.

1988 సెప్టెంబర్ చివరలో 'పృథ్వి'ని మరోమారు జయప్రదంగా ప్రయోగించాం. నేల మీంచి నేల మీదకు ప్రయోగించే మిస్సైళ్లలో నేడు ప్రపంచంలోళి 'పృథ్వి' ని మించింది లేదు. అది 1000 కేజీల మేరకు ఆయుధసామగ్రిని 250 కిలోమీటర్ల దూరానికి తీసుకుపోయి 50 మీటర్ల వ్యాసార్థ పరిధిలో ప్రయోగించగలదు. యుద్ధ రంగ అవసరాల మేరకు ఆయుధ సామగ్రి బరువు, ప్రయోగ దూరం వంటి అంశాల్లో కంప్యూటర్ నియంత్రణ ద్వారా ఎన్నో మార్పులు చేయగలిగాం. డిజైన్ లో, నిర్వహణలో, ప్రయోగాల్లో అన్నింటా అది నూటికి

నూరు పాళ్ళు దేశీయమే. దాన్ని అధికసంఖ్యలో తయారుచెయ్యడానికి కూడా ఏర్పాట్లు చేసుకున్నాం. దాని సామర్థ్యాన్ని ముందు గుర్తించింది భారత సైన్యమే. వాళ్ళంతట వాళ్ళే 'పృథ్వి' 'త్రిశూల్' మిస్సైళ్ళ కోసం ప్రభుత్వాన్ని అడగడం అంతకు ముందెన్నడూ సంభవించని విషయం.

IV

చింతన

(1991-)

మేము సృష్టిస్తాం, నిర్మూలిస్తాం
తిరిగి పునఃసృష్టిస్తాం
ఆ రూపాలెవ్వరికీ అంతుబట్టనివి

- అల్ వకీహ్
ఖురాన్ 56:61

15

1990 రిపబ్లిక్ దినోత్సవ సందర్భంగా దేశం మిస్సైల్ కార్యక్రమాన్ని కొనియాడుతోంది. డా. అరుణాచలంతో పాటు నాకు కూడా పద్మవిభూషణ్ సత్కారాన్ని అందచేసారు. నా సహచరులు జె.సి. భట్టాచార్య, ఆర్.ఎన్. అగర్వాల్ లకు పద్మశ్రీ బహూకరించబడింది. ఒకే సంస్థకు చెందిన అందరు శాస్త్రవేత్తలు ఆ అవార్డుల జాబితాలో చోటు చేసుకోవడం దేశ చరిత్రలో అదే మొదటిసారి. దశాబ్దం కిందట పద్మభూషణ్ అనుగ్రహించబడినప్పటి జ్ఞాపకాలు పునఃచలించాయి.

అప్పటికీ ఇప్పటికీ నా జీవన విధానంలో మార్పేమీ లేదు. నేనుండేది పదడుగుల వెడల్పూ, పన్నెండడుగుల పొడవూ ఉండే గదిలో. ఆ గదినిండా పుస్తకాలూ, కాగితాలూ, కొంత అద్దె ఫర్నిచరూ ఉంటుంది. తేడా అంతా అప్పట్లో నేను త్రివేండ్రంలో ఉంటే ఇప్పుడు హైదరాబాద్‌లో ఉంటున్నానంతే.

మెస్ పని మనిషి నాకోసం ఇడ్లీలు, మజ్జిగ తెచ్చి అభినందన పూర్వకంగా చిరునవ్వు నవ్వాడు. నా దేశస్థులు నా మీద ఉంచిన గౌరవానికి నేను చలించిపోయాను. ఎంతో మంది శాస్త్రవేత్తలు, ఇంజనీర్లు తమకి దొరికిన మొదటి అవకాశంలోనే ఈ దేశాన్ని వదిలిపెట్టి మరింత సంపాదించడానికై విదేశాలకు వెళ్ళిపోతున్నారు. వాళ్ళకి అక్కడ ఆర్థికావకాశాలు పుష్కలంగా ఉన్న మాట నిజమే. కానీ తన స్వదేశీయుల ఆదరాభిమానాలకు ఏది సాటిరాగలదు?

మౌనంగా కొద్దిసేపు అలాచింతిస్తూ ఉన్నాను. రామేశ్వరం ఇసుక తిన్నెలు, నత్తగుల్లలు, రామనాథపురంలో ఇయదురై సొలోమోన్ వాత్సల్యం, ట్రిచీలో ఫాదర్ సెకీరా, మద్రాస్ లో ప్రొ. పాండలై ఇచ్చిన నిర్దేశాలు, బెంగుళూర్‌లో డా. మెడిరెట్టా ఇచ్చిన ప్రోత్సాహం, ప్రొ. మీననతో హోవర్ క్రాఫ్ట్‌లో ఎగరడం, సారాభాయితో తిల్పత్ శ్రేణికి పోవడం ముందే నిర్ణయమై ఉండటం, ఎస్.ఎల్.వి-3 విఫలమైన నాడు డా. బ్రహ్మప్రకాశ్ స్వస్థతాపూర్వకమైన స్పర్శ, ఎస్.ఎల్.వి-3 విజయవంతమైన రోజు దేశమంతా వెల్లివిరిసిన ఆనందం, మేడం గాంధి ప్రశంసా పూర్వక మందహాసం, నౌకా ప్రయోగం తరువాత నా సహచరులు నా మీద ఉడుక్కోడం, నన్ను డిఫెన్స్ ఆర్గనైజేషన్‌కి రమ్మని పిలవడంలో డా. రామన్న నాపై చూపిన నమ్మకం, మిస్సైల్‌ప్రాజెక్టు 'పృథ్వి', 'అగ్ని' వగైరా తయారీ, ఇమారత్ కంచా వద్ద పరిశోధనా కేంద్రం ఏర్పాటు... జ్ఞాపకాల వెల్లువ నన్ను ముంచెత్తింది. ఎక్కడున్నారు ఆ మనుషులంతా నేడు? నా తండ్రి, ప్రొ. సారాభాయి, డా. బ్రహ్మప్రకాశ్? వాళ్ళని కలిసి వాళ్లతో నా ఆనందాన్ని పంచుకోగలిగితేనా అనిపించింది. స్వర్గం తన పితృ వాత్సల్యంతోనూ, ప్రాకృతిక విశ్వ శక్తులు తమ మాతృ వాత్సల్యంతోనూ ఎన్నడో తప్పిపోయిన తమ పుత్రుణ్ణి మనసారా చేరదీసుకున్నట్టనిపించింది. నా డైరీలో రాసుకున్నాను:

'ఓ ప్రియభావాల్లారా, వెళ్లిపొండి, నా ఆత్మనింక వేధించకండి. నా జాగృత రాత్రులు పనిలో గడిచిపోయాయి. ఇప్పుడు నా సంరంభ దినాలు రామేశ్వరం తీరస్మృతుల్తో నా స్వప్న వీక్షణాన్ని వెంటాడుతున్నాయి.'

రెండువారాల తరువాత, అయ్యర్ అతని బృందం 'నాగ్' ప్రయోగంతో మిస్సైల్ కార్యక్రమాన్ని మరోమారు సంపన్నం చేసారు. మర్నాడు కూడా ఆ విన్యాసాన్నిచ్చారు. ఆ విధంగా దాన్ని రెండు సార్లు పరీక్షించినట్టయ్యింది. ఆ పరీక్షలు కూడా దేశీయ థెర్మల్ బాటరీల సామర్థ్యాన్ని పరీక్షించడానికి ఉపకరించినట్టయ్యింది.

దీని వల్ల భారతదేశానికి శతఘ్ని విధ్వంసక మిస్సైళ్ల వ్యవస్థలో అంతర్జాతీయ స్థాయి ప్రావీణ్యం సిద్ధించింది. అలాగే సహసంబంధ వైఖరితో కార్యక్రమాలు చేపట్టడంలోని బలం తేటపడింది. ఆ వైఖరే 'అగ్ని' తయారీకి ఉపకరించింది.

'నాగ్' రెండు కీలక సాంకేతిక పరిజ్ఞానాల మీద ఆధారపడింది. దేశంలోని ఏ ఒక్క లాబరేటరీ కూడా ఈ పరిజ్ఞానాల్ని తనంత తానుగా రూపొందించగలిగే స్థాయిలో లేదు. కానీ సాఫల్య కాంక్ష వాళ్లని ముందుకు నడిపించింది. చండీఘడ్‌లోని సెమీ కండక్టర్ కాంప్లెక్స్, ఢిల్లీలోని సాలిడ్ ఫిజిక్స్ లాబరేటరీ, డిఫెన్సు సైన్సు సెంటర్ కలిసి సంయుక్తంగా డెహరాడూన్ లోని డిఫెన్సు ఎలెక్ట్రానిక్స్ అప్లికేషన్ లాబరేటరీ సహకారంతో ఆ పరిజ్ఞానాల్ని వృద్ధి పరిచారు. అందుకు అవసరమైన కొన్ని రసాయనాల ఎగుమతిని అభివృద్ధి చెందిన దేశాలు నిషేధించాయి కూడా. అయితేనేమి, పరిశోధనని నిషేధాలు ఆపలేవని మరోమారు రుజువయ్యింది.

ఆ నెలలోనే నేను స్నాతకోత్తర ప్రసంగం చెయ్యడానికి మధురై కామరాజ్ విశ్వవిద్యాలయానికి వెళ్ళాను. మధురై వెళ్లగానే నేను నా హైస్కూలు ఉపాధ్యాయుడు ఇయదురై సోలోమోన్ గురించి వాకబు చేసాను. ఆయన ఈ పాటికి రివరెండు అయిఉంటాడు. ఎనభయ్యేళ్ళు వచ్చి ఉంటాయి. ఆయన మధురై శివార్లలో ఉంటున్నట్టుగా తెలిసింది. టాక్సీలోపోయి ఆ ఇల్లు కోసం వెతికాను. రివరెండ్ సాలోమోన్‌కి నేను ఆ రోజు ప్రసంగం చేయబోతున్నట్టు అప్పటికే తెలిసింది. ఒక ఉపాధ్యాయునికి తన విద్యార్థితో హృదయంగమమైన పునర్మిలనం అది. అప్పటి తమిళనాడు గవర్నర్‌గా ఉన్న పి.సి. అలెగ్జాండర్ ఆ స్నాతకోత్తర సభకి అధ్యక్షత వహిస్తున్నాడు. ఆ వృద్ధ ఉపాధ్యాయుడు తన పూర్వ విద్యార్థిని మరవలేకపోయిన ఆ దృశ్యం గవర్నరును ఎంతగా కదిలించిందంటే ఆయన ఆ ఉపాధ్యాయుని కూడా తమతో వేదికను పంచుకోవాల్సిందిగా ఆహ్వానించాడు.

'ప్రతి స్నాతకోత్తర సమావేశమూ ఒక శక్తిప్రసార సందర్భమనే అనాలి. విద్యా సంస్థలతో పరిశ్రమతో వివిధ రకాల సంస్థలతో పదునుపెట్టిన తరువాత ఆ శక్తి జాతి నిర్మాణానికి దోహదపడుతుంది.' అని చెప్పాన్నేను. ఒక అర్ధ శతాబ్దం కిందట ఇయదురై సాలొమోన్ చెప్పిన మాటల్నే నేను ప్రతిధ్వనిస్తున్నట్టుంది. నా ప్రసంగం తరువాత నేను నా ఉపాధ్యాయుడికి పాదాభివందనం చేసి ఆయనతో అన్నాను: 'గొప్ప స్వాప్నికుల గొప్ప స్వప్నాలెప్పుడూ అధిగమించబడతాయి.' రుద్ధ కంఠంతో ఆయనన్నాడు 'నువ్వు నా లక్ష్యాల్ని చేరడమే కాదు, కలాం, వాటిని దాటిపోయావు కూడా' ఉద్వేగభరితుడయి పోయాడాయన.

ఆ మరుసటి నెలలో నేను ట్రిచిలో ఉండటం తటస్థించింది. నేను ఆ అవకాశాన్ని వినియోగించుకుని సెంట్ జోసెఫ్ కాలేజీకి వెళ్లాను. కానీఅక్కడ రెవ్. ఫాదర్ సెకీరాని, రెవ్.ఫాదర్ ఎరార్ట్, ప్రొ.సుబ్రహ్మణ్యం, ప్రొ.ఇయ్యంపెరుమాళ్ కోన్నార్, ప్రొ. తోతత్రి అయ్యంగార్‌లను చూడలేకపోయాను. కానీసెంట్ జోసెఫ్ కాలెజి భవన కుడ్యాలు ఆ మహనీయుల బోధల్ని తమలో నిక్షిప్తపరుచుకున్నట్టే అనిపించింది. అక్కడి యువ విద్యార్థులతో నా జ్ఞాపకాల్ని పంచుకుని నన్ను రూపుదిద్దిన ఆ మహనీయులకు అంజలిఘటించాను.

మేము నలభైనాలుగవ స్వాతంత్ర్య దినోత్సవాన్ని 'ఆకాశ్' ప్రయోగంతో జరుపుకున్నాం. ప్రహ్లాద తన బృందంతో కలిసి డబుల్ బేస్ చోదకాన్ని వాడి ఆ పరీక్ష పూర్తి చెయ్యడంతో దేశం స్థావర ఆధారిత వైమానిక రక్షణ సదుపాయాల్లో ముందడుగు వేసినట్లయ్యింది.

1990 చివరలో జాదవ్‌పూర్ విశ్వవిద్యాలయం నాకు డాక్టర్ ఆఫ్ సైన్సు డిగ్రీని ప్రత్యేక సమావేశంలో అందచేసింది. ఆ జాబితాలో నెల్సన్ మండేలా పేరు కూడా ఉంది. అంత చరిత్రాత్మక వ్యక్తి సరసన నా పేరు కూఢా ఉండటానికి నేను సాధించినదేమున్నదని నాకు సిగ్గనిపించింది. అటువంటి మహనీయుడితో నన్ను సమానంగా నిలబెట్టిందేది? బహుశా మా ధ్యేయాల సాధనపట్ల తీవ్రతే అయిఉండవచ్చు. బహుశా ప్రపంచంలో ఒక జాతి గౌరవాన్ని

నిలబెట్టడానికి మండేలా చేసిన దానితో పోలిస్తే రాకెట్ల తయారీలో నా దేశాన్ని ముందుకు నడిపించాలని నేను చేసిన కృషి ఏమంత ముఖ్యం కాకపోవచ్చు. కానీ ఆ లక్ష్యాలసాధనలోని గాఢత్వంలో మాత్రం భేదం లేదు. 'తాత్కాలిక కృత్రిమ ఆనందాల వెంటపడటం కన్నా నిర్దిష్టమైన విజయాల్ని సాధించడంలో దృష్టి పెట్టండి' అని ఆ విద్యార్థులకు హితవు నిచ్చాను.

1991 సంవత్సరాన్ని డిఫెన్స్‌లాబ్ మరియు రీసెర్చి ఇన్‌స్టిట్యూట్‌ల సంవత్సరంగా మిస్సైల్ కౌన్సిల్ నిర్ణయించింది. మేము మిస్సైల్ కార్యక్రమానికి ఎంచుకున్న దారి కొంత గతుకుల దారి. 'పృథ్వి'. 'త్రిశూల్' అభివృద్ధి విజయవంతం కావడంతో ఇప్పుడు మా దృష్టి పరీక్షలపైన నిలిచింది. వాటిని వాడకంలోకి తీసుకురావడానికి చర్యలు మొదలుపెట్టాల్సిందిగా నా సహచరుల్ని కోరాను. అది చిన్న విషయం కాదు. కానీ అలాగని మేము నిరుత్సాహపడకూడదు.

రియర్ అడ్మిరల్ మోహన్ పదవీ విరమణ చేసాడు. అతని డిప్యూటీ కపూర్ 'త్రిశూల్' బాధ్యతలు అందుకున్నాడు. మిస్సైల్ నియంత్రణ వ్యవస్థ పట్ల మోహన్ అవగాహన పట్ల నాకెప్పుడూ ఆదరం ఉండేది. నావికుడూ-శాస్త్రవేత్తా-ఉపాధ్యాయుడూ అయిన ఆ నిపుణుడు ఆ రంగంలో ఏ నిపుణుణ్ణైనా ఓడించగల సామర్థ్యమున్నవాడు. 'త్రిశూల్' సమావేశాల్లో నియంత్రణ వ్యవస్థపైన ఆయన ఇచ్చిన వివరణలు నాకెప్పుడూ గుర్తుంటాయి. ఒకసారి తను రాసిన కవితనొకదాన్ని నాకు చూపించాడు. మిస్సైల్ కార్యక్రమ ప్రాజెక్టు డైరక్టర్ కష్టాల పైన కవిత. మన వ్యగ్రతని కొద్ది సేపు మరిపించగలదది:

అసాధ్యమైన కాల పరిమితులు,
ఎప్పుడేం చెయ్యాలో ముందే నిర్దేశించడాలు,
నాకు వెర్రెక్కిస్తున్నాయి
కౌన్సిల్ ముందు నివేదికలు నా అగచాట్లని పెంచుతున్నాయి
వాళ్ళు నా సమస్యల్ని పరిష్కరించగలరా, దేవుడికే తెలియాలి.
సెలవురోజుల్లో కూడా సమావేశాలు, చివరికి రాత్రుళ్ళు కూడా
నా కుటుంబం విసిగిపోయింది
వాళ్ళంతా తిరగబడటానికి సిద్ధంగా ఉన్నారు
నా జుట్టు పీక్కోవాలనిపిస్తోంది
కానీ, అక్కడింకా జుట్టుంటేగా...

'నేను నా సమస్యలన్నిటినీ డిఫెన్స్‌లాబ్‌లో, రీసెర్చి ఇన్‌స్టిట్యూట్‌లో, తక్కిన ప్రయోగశాలల్లో ఉండే అత్యుత్తమ బృందాలకు అప్పగించేసాను. అందుకే నా నెత్తినింకా జుట్టు ఉంద'న్నాను నేను.

1991 సంవత్సరం ప్రారంభమే అశుభ సూచకంగా ఉండింది. 1991 జనవరి 15 రాత్రి యు.ఎస్.ఏ మిత్ర పక్షాలకూ, ఇరాక్‌కూ మధ్య గల్ఫ్ యుద్ధం మొదలయ్యింది. భారతదేశమంతటా శాటిలైట్ టెలివిజన్ ఆవరించి ఉన్నందున రాకెట్లంటే ఏమిటో, మిస్సైళ్ళంటే ఏమిటో సగటు భారతీయుడి ఊహకు ఒక్కసారిగా అందివచ్చింది. ప్రజలు వాటి గురించి కాఫీ హోటళ్ళలోనూ టీ దుకాణాల్లోనూ మాట్లాడుకోవడం మొదలుపెట్టారు. పిల్లలు కాగితాలతో మిస్సైళ్ళ ఆకారపు గాలిపటాల్ని తయారుచేసి తాము అమెరికన్ టెలివిజన్ ఛానెళ్ళలో చూస్తున్నయుద్ధాల మాదిరి తాము కూడా ఆటలాడుకోవడం మొదలు పెట్టారు. గల్ఫ్ యుద్ధకాలంలో జాతి ఊపిరి పీల్చుకోవడానికి 'పృథ్వి' 'త్రిశూల్' జయప్రదంగా ప్రయోగించబడటమే కారణం. వాటి సామర్థ్యం గురించి వార్తాపత్రికలు రాసిన కథనాలు జాతి చైతన్యాన్ని ఇనుమడింపచేసాయి. ప్రజలు గల్ఫ్‌యుద్ధంలో ప్రయోగించబడుతున్న ఆయుధాలకీ వాటికీ మధ్య పోలికలు వెంటనే చూడగలిగారు. అప్పుడు నన్ను తరచు అందరూ అడుగుతుండే ప్రశ్న 'పృథ్వి' స్కడ్ కంటే గొప్పదా?' 'ఆకాశ్ పేట్రియాట్ కంటే గొప్పదా?' అనే. నేను అవునని జవాబివ్వగానే ఆ ప్రశ్న అడిగిన వాళ్ళ ముఖాలు ఒక రకమైన గర్వంతో తృప్తితో వెలిగిపోతుండేవి. మిత్రపక్షాలకు సాంకేతికమైన అదనపు బలం ఉంది. వాళ్ళు ఉపయోగిస్తున్న ఆయుధ వ్యవస్థలు ఎనభైలవీ తొంభైలవీ కాగా ఇరాక్ ఇంకా అరవైల డెబ్భైల పాతసారా వాడుతుండేది.

ఇక్కడే నూతన ప్రపంచ వ్యవస్థ తీరుని మనం గమనించాల్సింది. అది సాంకేతిక ఆధిక్యత మీద ఆధారపడ్డది. నీ శత్రువుకి ఆధునిక పరిజ్ఞానం లేకుండా చెయ్యి. అప్పుడతడు నువ్వు చెప్పినట్టు వింటాడు. నాకిది రెండువేళ్ళ కిందట ఒక చీనా తాత్వికుడు చెప్పిన మాటల్ని గుర్తుకు తెస్తున్నాయి. అతనేమన్నాడంటే ఒక శత్రువుని జయించాల్సింది అతని సైనికుల్ని ఒక్కొక్కర్నే హతమార్చడం ద్వారా కాదు, ముందతని సంకల్ప శక్తిని దెబ్బతియ్యి, అప్పుడతను ఓటమిని అంగీకరిస్తాడని. బహుశా అది ఈ సాంకేతిక ఆధిక్యత గురించిన సూచనే అయియు ంటుంది. ఇరవయ్యవ శతాబ్ది యుద్ధతంత్రాన్ని అతడు ఆనాడే ఊహించినట్టుంది. మిస్సైల్ బలగానికి తోడు ఎలెక్ట్రానిక్ యుద్ధ విన్యాసం గల్ఫ్ యుద్ధంలో ప్రయోగించబడటం యుద్ధ వ్యూహనిపుణులకు ఒక కొత్త అనుభవం. ఇరవయి ఒకటవ శతాబ్దం లో యుద్ధ తంత్రమే విధంగా ఉండబోతోందో వూహించడానికి అదొక ఆధారాన్నిచ్చినట్టయ్యింది.

భారతదేశంలో నేటికి కూడా టెక్నాలజీ అనే పదం చాలా మందికి పొగలు కక్కే కర్మాగారాల్నీ, యంత్రభూతాల్నీ గుర్తుకుతెస్తూంటుంది. కానీ అది టెక్నాలజీకి సరయిన అర్థం కాదు. ఒకప్పటి గుర్రపు కళ్ళెం సాంకేతిక ఆవిష్కరణే. అలాగే తదనంతర కాలంలో లోహపు కొలిమి కూడా అటువంటి ఆవిష్కరణే. టెక్నాలజీ అంటే సాంకేతిక సూత్రాలూ, పద్ధతులూ.

వాటిని ఉపయోగించే యంత్రాలు అన్నివేళలా టెక్నాలజీలో భాగం కావచ్చు, కాకపోవచ్చు. అందువల్ల సాంకేతిక పరిజ్ఞానమంటే ఒక రసాయనంతో ఎట్లా పనిచేయించవచ్చో తెలియడం కావచ్చు, చేపల్ని పెంచే పద్ధతులు కావచ్చు, కలుపుని నిర్మూలించే పద్ధతులు కావచ్చు, థియేటర్లలో దీపాలు అమర్చే పద్ధతి కావచ్చు, చరిత్రని బోధించే పద్ధతి కావచ్చు, యుద్ధాలు చెయ్యడం కావచ్చు, లేదా వాటిని నివారించగలగడం కావచ్చు.

ఈ రోజు చాలా అభివృద్ధి చెందిన దేశాల్లో ఉత్పత్తి కార్యక్రమాలు అసెంబ్లీ లైన్లనీ, ఇనుప కొలుముల్నీ దాటి నిర్వహించబడుతున్నాయి. ఎలెక్ట్రానిక్స్‌లో, అంతరిక్ష పరిజ్ఞానంలో, చాలా కొత్త పరిశ్రమల్లో పరిశుభ్ర, నిశ్శబ్ద పరిసరాలు ఎంతో ముఖ్యమైన అంశం. సరళమైన పనులు చెయ్యడానికి వందలాది మనుషులు కన్వేయర్ బెల్టు చుట్టూ బారులు దీరి నిల్చుండే అసెంబ్లీ లైన్ ఇప్పుడొక చారిత్రక ఆడంబరం మాత్రమే. సాంకేతిక పరిజ్ఞానంతో కలిసి నడవడానికి ముందు మన సాంకేతిక ప్రతీకల్లో మార్పు రావాలి. సాంకేతిక పరిజ్ఞానం స్వయంపోషకమని మనం మరవకూడదు. టెక్నాలజీ మరింత టెక్నాలజీని పుట్టిస్తుంది. సాంకేతిక ఆవిష్కరణ మూడు స్థాయిల్లో జరుగుతుంది. మొదటిది, సృజనాత్మక దశ. అప్పుడొక ఆలోచనకి మొదటి నమూనా రూపుదిద్దుకుంటుంది. ఇది ఆ ఆలోచనకి కార్యరూపాన్నివ్వడంతో వాస్తవమవుతుంది. చివరికది సంఘమంతా వ్యాప్తిచెందడంతో పరిపూర్ణమవుతుంది. ఆ విధంగా సంఘమంతటా వ్యాపించిన అ కొత్త ఆలోచన మరికొన్ని కొత్త ఆలోచనలకు దారితియ్యడంతో అది నిజంగా సఫలమవుతుంది. ప్రపంచమంతటా ఈ వివిధ దశల మధ్య విరామం నానాటికీ నేడు తగ్గిపోతోంది. మనం మన దేశంలో ఇప్పుడిప్పుడే అటువైపు నడుస్తున్నాం.

గల్ఫ్‌యుద్ధంలో సాంకేతిక ఆధిక్యం గల మిత్ర పక్షాలు విజయం సాధించాయి. డిఫెన్స్‌లాబ్ మరియు ఇన్‌స్టిట్యూట్‌లలో 500 మంది శాస్త్రవేత్తలకు పైగా ఈ అంశాల్ని అధ్యయనం చెయ్యడానికి కూచున్నాం. అప్పుడు వారినొక ప్రశ్న అడిగాను. 'తక్కిన దేశాలతో దీటుగా సాంకేతిక లేదా ఆయుధ సామర్థ్యం సాధ్యమయినట్లయితే అందుకు పూనుకోవచ్చా?' ఆ చర్చ చాలా గంభీరమైన ప్రశ్నల్ని లేవనెత్తింది. ఉదాహరణకి ఎలెక్ట్రానిక్ యుద్ధ తంత్రాన్ని నిర్మించడం ఎలా? మిస్సైల్ అభివృద్ధిని అత్యాధునిక అంశాలతో మేళవించడం ఎట్లా? ఒక తోపుతోస్తేచాలు ముందుకు పోవడానికి సిద్ధంగా ఉన్న కీలక అంశాలేవి?

మూడు గంటల పాటు జరిగిన ఉత్సాహవంతమైన చర్చ ఏకాభిప్రాయానికి దారితీసింది. అదేమంటే నీ శత్రువు ఏ నిర్దిష్ట రంగాల్లో సామర్థ్యం పెంచుకుంటున్నాడో ఆ రంగాల్లోనే నువ్వు కూడా బలపడాలని. అలా బలపడనిదే నీ శత్రువుతో సమానంగా నీకు ఆయుధ సౌష్టవం సాధ్యంకాదనేది. అందుకని వారు 'పృథ్వీ' ప్రయోగం లో సి.ఇ.పి ని తగ్గించడానికీ, 'త్రిశూల్' నియంత్రణ వ్యవస్థని మెరుగు పర్చడానికీ, 'అగ్ని' వ్యవస్థలో కర్బన-కర్బన సంయుక్త

పదార్థాల్ని మరింత వృద్ధి చెందించడానికీ నిర్ణయం తీసుకున్నారు. ఆ నాటి ప్రమాణాలు వారు తరువాత నిజం చేసుకోగలిగారు. ఆ ఏడాదే 'నాగ్' విన్యాసాల్లో కొత్త పుంతలు తొక్కాం. 'త్రిశూల్' ని సముద్రతలానికి ఏడు మీటర్ల ఎత్తున శబ్దవేగం కన్నా మూడు రెట్లు అధికవేగంతో ప్రయోగించగలిగాము. అది దేశీయ సామర్థ్యాల్లో మరొక కొత్త మలుపు.

ఆ సంవత్సరమే నేను బొంబాయి ఇన్‌స్టిట్యూట్ ఆఫ్ టెక్నాలజీ నుంచి గౌరవ డాక్టరేట్ అందుకున్నాను. ఆ రోజు ప్రొ. నాగ్ చదివిన సన్మాన పత్రంలో నన్ను 'ఇరవయి ఒకటవ శతాబ్ది లేవనెత్తబోయే సవాళ్ళకు దీటుగా భారతీయ అంతరిక్ష కార్యక్రమాలకు సుదృఢ ప్రాతిపదికను ఏర్పరచిన వ్యక్తి, ఒక స్ఫూర్తి' అన్నారు.

బహుశా ప్రొ. నాగ్ కొంత మర్యాదపూర్వక ప్రశంసగా చెప్పిఉండవచ్చు. కానీ ఇరవయి ఒకటవ శతాబ్దంలో భారతదేశం అంతరిక్షంలో భూకక్ష్యకు 36,000 కిలోమీటర్లకు ఆవల తన ప్రయోగనౌకతోనే ప్రవేశపెట్టబడే తన శాటిలైట్‌నే ఉపయోగించుకోబోతోంది. మిస్సైల్ శక్తిగా రూపొందబోతోంది. మనది అద్భుతమైన శక్తిగర్భిత దేశం. బహుశా ప్రపంచం దాని పూర్తి స్వరూపాన్ని చూడలేకపోవచ్చు, లేదా దాని పూర్తి శక్తి అనుభవానికి రాక పోవచ్చు. కానీ దాన్ని చూడనట్టుగా నిర్లక్ష్యం చెయ్యడం మాత్రం ఇక ఎవరి తరమూ కాదు.

అక్టోబర్ 15 కు నాకు అరవయ్యేళ్ళు నిండాయి. నేను పదవీ విరమణ చేసి నిర్భాగ్యులైన పిల్లలకోసం ఏదన్నా పాఠశాల ప్రారంభించాలనుకున్నాను. నా స్నేహితుడు ప్రొ. రామారావు భారత ప్రభుత్వంలో సైన్సు టెక్నాలజీ విభాగానికి డైరక్టర్‌గా ఉన్నాడు. అతను ఆ ప్రయత్నంలో నాతో కలిసి పనిచెయ్యడానికి ముందుకొచ్చాడు. ఆ పాఠశాలకి రావు-కలాం పాఠశాల అని పేరుపెట్టాలని అనుకున్నాడు. కేవలం ధ్యేయాల సాధనే, అవి ఎంత గొప్ప ధ్యేయాలయినా కావచ్చు గాక, జీవితం కాదన్న దాంట్లో మాకు ఏకాభిప్రాయం ఉంది. కానీ మేం మా ప్రణాళికను వాయిదా వేసుకోవాల్సివచ్చింది. ఎందుకంటే భారత ప్రభుత్వం మా ఇద్దరిలో ఏ ఒక్కర్నీ కూడా పదవి నుంచి విరమించనివ్వలేదు.

ఈ రోజుల్లోనే నేను నా స్మృతులకి అక్షరరూపం ఇవ్వాలనుకున్నాను. అలాగే కొన్ని అంశాల మీద నా పరిశీలనలనూ, అభిప్రాయాల్నీ కూడా ప్రకటించాలనుకున్నాను.

భారతీయ యువత ఎదుర్కొంటున్న అతి పెద్ద సమస్య దార్శనిక స్పష్టత లేకపోవడం, దిశా నిర్దేశం లేకపోవడం. ఆ సందర్భం గానే నేను నా జీవితాన్ని తీర్చిదిద్దిన మహనీయుల గురించీ పరిస్థితుల గురించీ రాయాలనుకున్నాను. అంతే తప్ప ఈ సందర్భంగా కొందరికి నివాళి ఇవ్వడానికి గానీ లేదా నా జీవితాన్ని ఎత్తిచూపు కోవడానికి గానీ కాదు. నేను చెప్పాలనుకున్నదిదే. 'ఎవరు ఎంత చిన్న వాళ్ళు గానీ ఎంత తక్కువ అవకాశాలకు నోచుకోనీ

ఎంత బీద వాళ్ళు గానీ వాళ్ళు నిరాశ చెందనవసరం లేదనే. సమస్యలు జీవితంలో భాగమే. విజయం సారాంశం వేదనే. ఒకరన్నారు:

ఆకాశమెప్పుడూ నీలంగా ఉంటుందనే భగవంతుడు వాగ్దానమిచ్చాడు
మన జీవిత పథానికి ఇరువైపులా పూలు పూయించాడు
కానీ వానలేని ఎండ ఉంటుందని మాత్రం అనలేదే,
వేదన లేని సంతోషముంటుందని గాని,
లేదా బాధారహిత ప్రశాంతి సాధ్యమని గాని అనలేదే.

నా జీవితం తమని తాము మలుచుకోవడానికి ఎవరికన్నా ఆదర్శప్రాయ మనేటంత ఆలోచన నాకు లేదు. కానీ ఎక్కడన్నా ఒక బీద విద్యార్థి ఏ మారుమూలలనో ఒక నిర్భాగ్య సామాజిక స్థితిలో ఉంటున్న వాడెవడైనా ఈ కథ చదివి ఎంతో కొంత ఓదార్పు పొందుతాడని నా ఆశ. అటువంటి పిల్లలు తమ మిథ్యాత్మక దాస్యం నుంచీ, బంధనాల నుంచీ విడివడటానికి నా జీవితయాత్రా కథనం ఏ మేరకో సహకరిస్తుందని నమ్ముతున్నాను. వాళ్ళిప్పుడెక్కడున్నా దేవుడు వాళ్ళ చెంతనే ఉన్నాడని తెలుసుకోవాలి. దేవుడే వాళ్ళ చెంతనున్నప్పుడు ఇక వాళ్లకెదురేది?

దేవుడు ఒక రోజుకి సరిపడా బలాన్ని వాగ్దానమిచ్చాడు
ఇక మిగిలిందల్లా ఒక రోజుకి సరిపడా శ్రమ,
దారివెతుక్కోవడం.

భారతీయులు తమ ఆవేశాలేవిధంగా నిభాయించుకోవాలో తెలియకనే తమ జీవితమంతా దుర్భర వేదనకు గురవుతుంటారు. వాళ్ళక మానసిక జడత్వంతో చచ్చుబడిపోయుంటారు. 'మరో మంచి అవకాశం' 'ఒకే ఒక్క సాధ్య పరిష్కారం లేదా ప్రత్యామ్నాయం' 'మళ్ళా మంచి రోజులొచ్చేదాకా' లాంటి పదాలు మన వ్యవహారసరళిలో భాగమైపోయాయి. ఆ విధమైన విధ్వంసాత్మక ప్రవర్తననీ, ఆత్మ అపజయాత్మక ఆలోచనా పద్ధతుల్నీ, అటువంటి వ్యక్తిత్వ పోకడల్నీ బహిర్గతం చేసేలా ఎందుకు రాయకూడదు?

నేను చాలా మంది మనుషుల్తో, చాలా సంస్థలతో కలిసి పనిచేసాను. వాళ్ళలో భాగంగా ఎన్నో పరిమితులకులోనయిన వాళ్ళని కూడా చూసాను. నన్ను అవమానించడం ద్వారా తప్ప మరో విధంగా తమ విలువను గుర్తించుకోలేని వాళ్లని చూసాను. భారతీయ వైజ్ఞానిక సాంకేతిక శాస్త్ర రంగాల్ని పట్టిపీడిస్తున్న ఈ హానికర అంశాల గురించి ఎందుకు రాయకూడదు? అలాగే మన విజయపథాల గురించి? ప్రతి భారతీయుడి హృదయంలో అంతర్లీనంగా ఉన్న ఆ అగ్నికి రెక్కలు రానీ, అది ఈ మహోన్నత దేశ వైభవాన్ని ఆకాశాన్నంటేటట్టు చెయ్యనీ.

16

టెక్నాలజీ సైన్సులాగ కాకుండా ఒక సమష్టి కార్యక్రమం. అది ఒక్క వ్యక్తి తెలివితేటలమీద ఆధారపడిందికాదు. అది అనేకమంది తెలివైనవాళ్ల సామూహిక సృజన. నేను అనుకుంటాను మిస్సైల్ ప్రాజెక్టు విజయం అది రికార్డు వ్యవధిలో దేశం మిస్సైల్ నిర్మాణ సామర్థ్యాన్ని సాధించడంలో లేదు. దాని నిజమైన విజయం దాన్ని శాస్త్రవేత్తల, ఇంజనీర్ల ప్రతిభావంతమైన బృందాలు కష్టపడి అభివృద్ధి పరచడంలో ఉంది. భారతీయ రాకెట్ నిర్మాణంలో నా వ్యక్తిగత విజయమేమిటని ఎవరైనా అడిగితే నేను చెప్పేదిదే. కొందరు యువకులు బృందాలుగా చేరి వాళ్ల హృదయాల్ని, ఆత్మని పెట్టి వాళ్ళ ధ్యేయాల సాధన కోసం పనిచేసే ఒక వాతావరణాన్ని నేను ఏర్పరిచాననే.

ఆరంభదశల్లో బృందాలు చిన్నపిల్లల్లాగే ప్రవర్తిస్తాయి. తొందరగా ఉద్రేకపడతాయి. గొప్పశక్తితో, ఉత్సాహంతో, కుతూహలంతో మనని సంతోషపెట్టడానికీ, తమ ఘనత చాటుకోవడానికీ ఉవ్విళ్ళూరుతాయి. సరిగా అర్థం చేసుకోలేని తండ్రులు తమ పిల్లల్లోని సృజనాత్మకతని ధ్వంసం చేసినట్లే ఈ బృందాల ఉత్సాహం మీదకూడ నీళ్ళు చల్లే ప్రమాదముంటుంది. కానీ, బృందాలు విజయవంతం కావాలంటే వాళ్ల కొత్త ఆలోచనలకు సానుకూల వాతావరణం ఉండాలి. నేను నా వృత్తి జీవితంలో వివిధ స్థలాల్లో అటువంటి సవాళ్ళ నెన్నింటినో ఎదుర్కోవలసి వచ్చింది. కానీ, నా బృందాలకు మాత్రం కొత్త ఆవిష్కరణలు చేయడానికి, ఎదురు దెబ్బలు కాచుకోవడానికి తగిన వాతావరణాన్నే కల్పిస్తూవచ్చాను.

మేము ఎస్.ఎల్.వి.-3 లాగే మిస్సైల్ ప్రాజెక్టు వంటి వాటికోసం బృందాలు ఏర్పరుస్తున్నప్పుడు ఆ బృందాల్లో పనిచేస్తున్న సభ్యులు తమ సంస్థల ఆశల్ని నెరవేర్చడానికి తాము ముందుకు వచ్చినట్లు భావించారు. ఆ బృందాల పట్ల మా మానసిక ఆకాంక్ష వల్ల వాళ్లు ఎంతో వత్తిడికి గురయ్యారు. సమష్టి కీర్తి కోసం వ్యక్తిగతంగా వాళ్ళు ఎన్నో త్యాగాలు చేయవలసి వస్తున్నట్లుగా భావించారు.

సంస్థాగతమైన మద్దతు సరిగా లేకపోతే అది బృంద వ్యూహాన్ని దెబ్బతీస్తుందని నాకు తెలుసు. అప్పుడు ఆ బృందాలు సాధారణమైన పనివాళ్ళ గుంపులుగా మారిపోతాయి. అంతేకాక వాళ్లమీద పెట్టుకున్న అంచనాలను తల్లక్రిందులు చేస్తూ విఫలమవుతాయి కూడా. చాలా సందర్భాల్లో సంస్థ తన నిబ్బరాన్ని కోల్పోతూ వాళ్ల మీద ఆంక్షలు పెట్టే స్థితికి చేరుతుంది. బృంద కార్యక్రమంలో సంభవించగల ఈ అనిశ్చితత, సంక్లిష్టత తరచు వాటిని విష వలయంలోకి నెట్టేసే ప్రమాదం ఉంది.

ఎస్.ఎల్.వి.-3 ప్రాజెక్టు తొలి యేళ్లలో నేను నా ఉన్నతాధికారులముందు ఒత్తిడిని అనుభవించేవాడిని. ఎందుకంటే పనిలో పురోగతి తక్షణమే, స్పష్టంగా కనిపించేదికాదు. చాలా మంది ఎస్.ఎల్.వి.-3 పైన సంస్థకు అదుపు లేదని, నా బృందం ఇష్టా రాజ్యంగా వ్యవహరిస్తోందని అనుకొనేవారు. దానివల్ల కల్లోలం, కలవరం తప్పవనేవారు. కానీ అన్ని సందర్భాల్లోను ఈ భయాలు వట్టి ఊహాగానాలేనని తేలిపోయింది. సంస్థల్లో ఉన్నత స్థానాల్లో ఉండే చాలామంది, ఉదాహరణకు అంతరిక్ష పరిశోధనా సంస్థనే తీసుకుందాం, మా బృందం సంస్థాగత ధ్యేయాలపట్ల చూపించే బాధ్యతని తక్కువగా అంచనా వేస్తూ వచ్చారు. ఇటువంటి శక్తుల్తో సమాధానానికి రావడం మా మొత్తం కార్యక్రమంలో అత్యంత కీలకాంశంగా మారింది. అయితే డా. బ్రహ్మ ప్రకాష్ దాన్నెంతో నేర్పుతో నెరవేర్చారు.

మీరొక ప్రాజెక్టు బృందంగా పనిచేస్తున్నప్పుడు మీ విజయం గురించిన ప్రమాణాల పట్ల మీరొక సంక్లిష్ట దృక్పథం ఏర్పరచుకోవల్సి ఉంటుంది.

సాధారణంగా ఒక బృందం పనితీరు గురించి అనేక పరస్పర విరుద్ధ అంచనాలు ఉండే అవకాశం ఉంటుంది. అటువంటి విరుద్ధ అవసరాలకు తగ్గట్టుగా సర్దుకుపోవడానికి ప్రయత్నించి ప్రాజెక్టు బృందాలు తరచూ కకావికలవుతాయి. ఉదాహరణకు : సంస్థకు బయట ఉండే సబ్‌కాంట్రాక్టర్ల పరిమితులు ఒకవైపు, సంస్థ లోపల ఉండే ప్రత్యేక విభాగాలు మరొకవైపు వాళ్ళను లాగుతాయి. అదే మంచి బృందాలైతే తమ విజయ ప్రమాణాలకు తాము ఏ ముఖ్య వ్యక్తులపైన ఆధారపడి ఉండాలో చప్పున గుర్తిస్తాయి. బృందనాయకుడి కీలకపాత్ర ఇటువంటి ముఖ్యవ్యక్తుల్ని ప్రభావితుల్ని చేయడంలో ఉంటుంది. పరిస్థితులకు అనుగుణంగా వారితో

నిరంతర అవగాహనకు రావడంలో ఉంటుంది. ఇక ఏదైనా అంశం బయటివాళ్ళకి నచ్చకపోతే అదొక దురదృష్టకరమైన అంశమే. కానీ మంచి బృందాలు అట్లాంటి దురదృష్టాన్ని దరిచేరనీయవు.

ఎస్.ఎల్.వి.-3 బృందం తమ విజయ ప్రమాణాల్ని తామే రూపొందించుకున్నారు. మా ప్రమాణాలెలా ఉండాలో, మా అంచనాలేమిటో, మా ఆశయాలేమిటో మేము స్పష్టపరచుకున్నాం. మేము విజయవంతంగా ఉండాలంటే ఏమి జరగవలసి ఉంటుందో, అసలు మా విజయాన్ని మేము ఎట్లా కొలుచుకుంటామో మాదైన పద్ధతిలో మేము చెప్పుకున్నాం. ఉదాహరణకి మేము మా పనులు ఎట్లా చేస్తామో, ఎవరేది చేస్తారు, ఏ ప్రమాణం మేరకు చేస్తారు, ఎంత కాలవ్యవధి పడుతుంది, ఎట్లా నిర్వహిస్తారు, సంస్థలో అది ఎవరికి సంబంధించి ఉంటుంది వగైరా...

బృందం తన విజయ ప్రమాణాల్ని రూపొందించుకోవడమనేది ఎంతో నైపుణ్యంతో కూడిన పని. ఎందుకంటే చాపక్రింద నీరులా జరిగేది చాలానే ఉంటుంది. పై పైన చూస్తే బృందం ప్రాజెక్టు ధ్యేయాల వైపుగా కార్యక్రమాలు నిర్వహిస్తున్నట్లు ఉంటుంది. కానీ, నేను చాలా సార్లు చూశాను. మనుష్యులు తమకేది కావాలో తాము సరిగా చెప్పుకోలేరు. ఏదో ఒక కేంద్రంలో ఎక్కడో, ఏదో సక్రమంగా జరగకపోతే తప్ప వాళ్ళకేమికావాలో వాళ్ళకి తెలియదు. ఒక ప్రాజెక్టు బృంద సభ్యుడు ఒక డిటెక్టివ్ లాగ పనిచేయాలి. తన ప్రాజెక్టు ఎలా పురోగమిస్తుందో తెలుసుకోవడానికి ఆధారాలకోసం అతడు అన్వేషించాలి. అప్పుడు దొరికిన చిన్ని చిన్ని సాక్ష్యాల ఆధారంగా స్పష్టమైన, సమగ్రమైన, లోతైన అవగాహన కోసం ప్రయత్నించాలి.

మరొక స్థాయిలో ప్రాజెక్టు నాయకుడు వివిధ ప్రాజెక్టు బృందాల మధ్య, కర్మ క్షేత్రాల మధ్య బాంధవ్యం కోసం కృషి చేయాలి. రెండు పక్షాలు కూడా తాము ఒకరిమీద ఒకరు ఆధారపడి ఉన్నామని, మొత్తం ప్రాజెక్టులో తమకి వాటా ఉందని గుర్తించాలి. ఇంకోవైపు ప్రతి ఒక్క పక్షమూ తమ ఎదుటి పక్షం యొక్క సామర్థ్యాన్ని, బలాన్ని గుర్తించగలగాలి. బలహీనతలుంటే వాటిని ఏమి చేయాలో ఆలోచించుకోవాలి. మొత్తానికి ఈ క్రీడ అంతా కూడా ఒడంబడిక ప్రక్రియవంటిదే. అంటే ప్రతి పక్షమూ తన ఎదుటి పక్షం పట్ల ఎటువంటి అంచనాలను కలిగి ఉందో ఒప్పందానికి రావడం, అలాగే ఎదుటివారి పరిమితుల గురించిన యథార్థాన్ని అర్థం చేసుకోవడం. తమ విజయ ప్రమాణాలేమిటో తెలియజెప్పుకోవడం. తమ సహసంబంధానికికొన్ని సరళ సూత్రాలని నిర్వచించుకోవడం. అన్నిటికన్నా ముఖ్యం అది సాంకేతిక స్థాయిలో, వ్యక్తిగత స్థాయిలో తమ సంబంధాల్లో స్పష్టత కోసం ప్రయత్నించడం. తద్వారా భవిష్యత్తులో రాగల దుష్పరిణామాల్ని నివారించడం.

మిస్సైల్ ప్రాజెక్టులో శివధాను పిళ్ళై, ఆయన బృందం ఈ రంగంలో కొంత విశిష్టమైన కృషి చేశారు. దీనికి వాళ్ళు ఒక వ్యూహాన్ని స్వయంగా రూపొందించుకున్నారు. ప్రోగ్రామ్ ఎనాలసిస్ కంట్రోల్ అండ్ ఇవాల్యుయేషన్ (PACE) అని పిలిచారు దాన్ని. ప్రతిరోజూ మధ్యాహ్నం 12 నుంచి 1 గంట దాకా వాళ్లు ఏదో ఒక పనికేంద్రంలో ప్రాజెక్టు బృందంతో కలసి కూర్చునేవారు. అందులోని ఒక కీలక అంశంపైన విశదంగా చర్చించి వాళ్ళ విజయ స్థాయి ఏ మేరకు ఉందో చూసేవారు. జయం పొందడంలో కలిగే ఉద్రేకం, భవిష్యత్తులో విజయం సాధిస్తామనే దృష్టి ఉంటే ఏదైనా సంభవమేనని నేను గమనించాను.

టెక్నాలజీ నిర్వహణ అనే భావన తాలూకు మూలాలు అభివృద్ధి నిర్వహణ నమూనాల్లో ఉన్నాయి. ఆ నమూనాలు గత శతాబ్దపు 60ల్లో వివిధ నిర్వహణా నిర్మాణాల మధ్య సంఘర్షణల్లోంచి పుట్టాయి. సమన్వయాన్ని ఒకవైపు, ఫలితాలను మరొకవైపు కోరుకోవడమే ఆ వైరుధ్యం. ప్రాథమికంగా రెండు రకాల నిర్వహణాపద్ధతులున్నాయి. మొదటి పద్ధతిలో ఉద్యోగిని ఆర్థిక వనరుగా చూడటం. రెండవ పద్ధతిలో ఉద్యోగిని సంస్థాగత వనరుగా చూడటం. నేను ప్రతిపాదిస్తున్న నిర్వహణ - ఉద్యోగిని సాంకేతిక వనరుగా చూస్తుంది. మొదటి నిర్వహణ పద్ధతి ఉద్యోగుల స్వాతంత్ర్యానికి విలువనిస్తే, రెండవ పద్ధతి వాళ్లమీద ఆధారపడడాన్ని గుర్తిస్తుంది. నేను వాళ్ళు పరస్పరం ఆధారపడ్డాన్ని గుర్తిస్తాను. మొదటి నిర్వహణ పద్ధతి వ్యక్తిగతమైన చొరవను ప్రోత్సహిస్తుంది. రెండవపద్ధతి సహకారాన్ని కోరుకుంటుంది. కానీ నేను పరస్పర ఆధార సంయుక్త కృషిని కోరుకుంటాను. అందులో వివిధ శక్తులు చేరువ కావడం, వ్యక్తులు, వనరులు, టైమ్ షెడ్యూళ్ళు, వ్యయాలు ఒకదానికొకటి అనుసంధానం కావడం ఉంటుంది.

భావనాత్మక స్థాయిలో ఆత్మ సంతృప్తి తాలూకు నవ్యమనస్తత్వ శాస్త్రాన్ని ప్రతిపాదించిన వాళ్ళలో అబ్రహం మాస్లో మొదటివాడు. యూరప్‌లో రుడాల్ఫ్ స్టీనర్ మరియు రెగ్ రెవాన్స్ ఈ భావనను మరింత అభివృద్ధి పరిచారు. అక్కడ వ్యక్తిగత అధ్యయనం, సంస్థాగత పునశ్చరణ ఉంటాయి. ఆంగ్లో జర్మన్ నిర్వహణ తత్త్వవేత్త షూమేకర్, బౌద్ధ ఆర్థిక శాస్త్రాన్ని ప్రవేశపెట్టాడు. 'చిన్నదే సుందరమైనది' అనే భావనకి కర్త ఆయనే. భారత ఉపఖండంలో మహాత్మాగాంధీ తృణమూల స్థాయి సాంకేతిక పరిజ్ఞానాన్ని ప్రస్తుతించాడు. మొత్తం వ్యవహారమంతటికీను వినియోగదారుడే కేంద్రంగా ఉండాలన్నాడు. జె.ఆర్.డి.టాటా ప్రగతిచోదిత మౌలిక సదుపాయాలను ఆకాంక్షించాడు. డా. హోమి జహంగీర్ భాభా, ప్రొ. విక్రమ్‌సారాభాయి ఉన్నత సాంకేతిక ఆధారిత అణుశక్తి, అంతరిక్ష కార్యక్రమాల్ని నొక్కి చెప్పారు. వారి విశ్వాసాల్లో ప్రకృతి నియమాలైన సమగ్రత, ప్రవాహశీలత ఉన్నాయి. డా. భాభా, ప్రొ. సారాభాయిల అభివృద్ధి తత్త్వశాస్త్రాన్ని మరింత ముందుకు తీసుకువెళ్ళి డా. ఎమ్.ఎస్.స్వామినాథన్ భారత

దేశంలో సస్యవిప్లవానికి శ్రీకారం చుట్టాడు. ప్రాకృతిక నియమమైన సమగ్రత దానికి ప్రాతిపదిక. డా. వర్గీస్ కురియన్ పాడిపరిశ్రమలో విప్లవం ద్వారా శక్తిమంతమైన సహకారోద్యమాన్ని అభివృద్ధి చేసాడు. ప్రొ. సతీష్ ధావన్ అంతరిక్ష పరిశోధనలో ధ్యేయోన్ముఖ నిర్వహణ భావనని అభివృద్ధిపరిచాడు.

మిస్సైల్‌ప్రాజెక్టులో నేను ప్రొ. సారాభాయి దర్శనాన్ని ప్రొ. ధావన్ ధ్యేయంతో అనుసంధానించాను. డా. బ్రహ్మప్రకాష్ అంతరిక్ష పరిశోధనలో అనుసరించిన ఉన్నత సాంకేతిక ప్రాతిపదికలను దానికి కలుపుకున్నాను. మనలో అంతర్గతంగా శక్తిదాగి ఉంటుందన్న ప్రాకృతిక నియమాన్ని ఆధారం చేసుకుని పూర్తి దేశీయ సాంకేతిక నిర్వహణతో మిస్సైల్ కార్యక్రమాన్ని అభివృద్ధి పరిచాను.

నా ఆలోచన్ని మరింత స్పష్టంగా వివరించడానికి కొన్ని రూపకాలంకారాలని ఇవ్వనివ్వండి. టెక్నాలజీ నిర్వహణ అనే వృక్షం వేళ్లూనుకోవాలంటే అక్కడ అవసరాలు, పరస్పరాధారం, ప్రాకృతిక ప్రసారాల ఆత్మతృప్తి ఉండాలి. అక్కడ ఎదుగుదల పద్ధతి పరిణామ క్రమంలాంటిదే. అంటే అక్కడ విషయాలు నెమ్మదిగా పరివర్తన చెందుతూ, హఠాత్తుగా రూపాంతరం చెందేరీతిలో ఉంటాయి. ప్రతి రూపాంతరం నవ్య సంక్లిష్ట సాక్షాత్కారం కావచ్చు. లేదా విధ్వంసాత్మక పతనం కావచ్చు. ప్రోలమైన నమూనాలు ఒక స్థాయి విజయాన్ని అందుకున్నాక మరింత యిబ్బందికరంగా మారవచ్చు. కానీ, పరివర్తన క్రమం మాత్రం త్వరితమవుతూనే ఉంటుంది.

ఆ చెట్టు తాలూకు కాండం ఒక కణ నిర్మాణం. అందులోని క్రియలన్నీ రూపవంతాలుగా, విధానాలన్నీ నియమశీలాలుగా, నిర్ణయాలన్నీ సమీకృతాలుగా ఉంటాయి. ఆ చెట్టు కొమ్మలు: వనరులు, ఆస్తులు, కార్యకలాపాలు, ఉత్పత్తులు. నిరంతర మూల్యాంకన ద్వారా, సమష్టి సమీక్ష ద్వారా వాటికి ఆ కాండం నుంచి పోషణ అందుతూనే ఉంటుంది.

సాంకేతిక నిర్వహణ అనే ఈ వృక్షం చక్కగా పెరిగితే ఉత్తమ సదుపాయమనే ఫలాన్ని ఇస్తుంది. సంస్థల్ని బలోపేతం చేసే పరిజ్ఞానంగా మారుతుంది. మనుష్యుల్లో సాంకేతిక నైపుణ్యాల్ని వృద్ధి పరుస్తుంది. జాతి స్వయంసామర్థ్యాన్ని బలపరుస్తుంది. ఆ దేశ పౌరుల జీవన ప్రమాణంలో మెరుగుదలను తీసుకువస్తుంది.

1983లో మిస్సైల్ కార్యక్రమం మంజూరైనపుడు మా దగ్గర చాలినంత సాంకేతిక శక్తి లేదు. కొద్దిపాటి నైపుణ్యం అందుబాటులో ఉన్నా, దానిని వాడుకోగలిగే శక్తి మాకు లేదు. కార్యక్రమంలో నిర్దేశించబడ్డట్టుగా ఎన్నో పథకాలన్నీ ఒక్కసారే చేయడం అనేది సవాలుగా మారింది. అప్పుడు 5 రకాల మిస్సైల్ వ్యవస్థల్ని మేము ఒక్కసారే అభివృద్ధి చేయవలసి ఉంది.

సహజంగానే ఇందుకోసం ఉన్న వనరుల్ని సక్రమంగా పంచుకోవాలి. ప్రాథమ్యాలని నిర్ణయించుకోవాలి. పనివాళ్లని పెంచుకొంటూ రావాలి. అంతేకాక ఆ కార్యక్రమంలో 78మంది భాగస్వామ్యులుండేవారు. వారిలో 36 సాంకేతిక కేంద్రాలు, 41 ఉత్పత్తి కేంద్రాలు. వాటిలో ప్రభుత్వ రంగ సంస్థలున్నాయి, ఆయుధ కర్మాగారాలున్నాయి. ప్రైవేటు పరిశ్రమలున్నాయి. వృత్తి నిపుణుల సంఘాలున్నాయి. ఇవి కాక ప్రభుత్వం తాలూకూ సువ్యవస్థిత బురోక్రసి ఉంది. ఇటువంటి కార్యక్రమాన్ని నిర్వహించుకోవడానికి సముచితమైన నమూనాని మా అవసరాలకు, సామర్థ్యాలకు తగ్గట్టుగా రూపొందించుకోవాలనుకున్నాం. ఎక్కడెక్కడో అభివృద్ధి పరచిన ఆలోచనలను తెచ్చుకున్నాం. మా బలాలుగా గుర్తించినవాటిని అన్వయించుకున్నాం. అలాగే మేంలోబడి ఉండవలసివస్తున్న పరిమితులకు అనుగుణంగా మమ్మల్నిమేము సవరించుకున్నాం. ఏమైతేనేం మా సహకార ప్రయత్నాలు, సముచిత నిర్వహణ వ్యవస్థ మన ప్రయోగశాలల్లో, ప్రభుత్వ సంస్థల్లో, ప్రైవేటు పరిశ్రమల్లో దాగి వున్న ప్రతిభను నిరూపించడానికి సహకరించాయి.

మిస్సైల్ కార్యక్రమం యొక్క సాంకేతిక నిర్వహణ తత్త్వ శాస్త్రం మిస్సైళ్ల అభివృద్ధికి మాత్రమే పరిమితం కాదు. అది విజయం పొంది తీరాలన్న జాతీయ ఆకాంక్షకు ప్రతినిధి. ప్రపంచం ఇంకా కండ బలంతోనో, ధన బలంతోనో శాసించబడకూడదన్న చైతన్యానికి సూచిక. నిజానికి ఈ రెండుబలాలు కూడా సాంకేతిక సామర్థ్యం ద్వారానే ప్రసరిస్తాయి. సాంకేతిక ఆధిక్యత గల్గిన జాతులు మాత్రమే స్వాతంత్ర్యాన్ని, సార్వభౌమత్వాన్ని అనుభవిస్తాయి. టెక్నాలజీని టెక్నాలజీ మాత్రమే గౌరవిస్తుంది. నేను ముందే చెప్పినట్లుగా టెక్నాలజీ, సైన్సులాగ కాక, ఉమ్మడి కార్యక్రమం. అది ఏక వ్యక్తి ప్రతిభ మీంచి పెరిగేదికాదు. అది అనేక ప్రతిభలు పరస్పరం ఇచ్చి పుచ్చుకుంటూ ఒకర్నొకరు ప్రభావితం చేసుకోవడంలోంచే పెరుగుతుంది. మిస్సైల్ కార్యక్రమం ద్వారా నేను ప్రయత్నించిందిదే. 78 మంది సభ్యులు కల దృఢమైన భారతీయ కుటుంబమొకటి తనుకూడా మిస్సైళ్లను తయారుచేయగలదన్నదే.

మన శాస్త్రవేత్తల జీవితాల గురించి, వాళ్ల కాలాల గురించి ఎంతో ఊహాగానం, ఎంతో తత్త్వశాస్త్రం నడుస్తూ ఉంటుంది. కానీ వాళ్ళు ఏ దిశగా ప్రయాణించాలనుకున్నారో, వారు చేరినచోటుకి ఎలా చేరారు అన్నదాని గురించి మాత్రం ఉండవలసినంత పరిశోధన ఉండదు. ఒక మనిషిని కావడానికి నేను పడ్డ వేదనని మీతో పంచుకోవడంలో బహుశా యిటువంటి ప్రయాణం గురించిన ఆలోచనని మీకివ్వడానికి ప్రయత్నించాను. మన సమాజం తాలూకు ఆధిపత్య ధోరణిని ఎదిర్చి నిలవడానికి కనీసం కొందరు యువకులనైనా అది సన్నద్ధం చేయగలదని ఆశిస్తున్నాను. మన సాంఘిక నిరంకుశత్వం హీనలక్షణం అది

మనుష్యుల్ని బహిరంగ సన్మానాలకు, సంపదకు, ప్రతిష్ఠకు, హోదాకు, పదోన్నతికి, తమ జీవనశైలి పట్ల ఇతరుల ఆమోదాన్ని కోరుకోవడానికి అలవాటు పడేలా చెయ్యడం.

ఈ లక్ష్యాల్ని జయప్రదంగా అనుసరించడానికి వాళ్లు మర్యాద, మప్పితాల తాలూకు సమగ్ర నియమనిబంధనల్ని నేర్చుకోవల్సి ఉంటుంది. ఆచారాలతో, సంప్రదాయాలతో, మర్యాదలతో పరిచయం చేసుకోవల్సి ఉంటుంది. ఈవిధమైన ఆత్మ అపజయ కార్యక్రమమైన జీవన విధానాన్ని నేటి మన యువత ఎంత తొందరగా మర్చిపోగలిగితే అంత మంచిది. భౌతిక ఆస్తుల కోసం, పారితోషికాల కోసం పనిచేసే సంస్కృతిని తక్షణం వదిలిపెట్టాల్సి ఉంది. సంపన్నులు, శక్తిమంతులు, విద్యాధికులైనవాళ్ళు తమతో తాము సమాధానపడడానికి సంఘర్షణ పడుతున్నప్పుడు నేను అహ్మద్ జలాలుద్దీన్, ఇయదురై సొలోమోన్ వంటి వారిని గుర్తు చేసుకుంటాను. ఏ ఆస్తులు లేకపోయినా, వాళ్ళెంత సంతోషంగా ఉండేవారని!

కోరమాండల్ తీరంలో
శంఖ ధ్వానాల మధ్య
ఇసుక తిన్నెలపైన
నిజంగా సంపన్నులు కొందరు మహాత్ములు జీవించారు.
ఆ ఇసుక తిన్నెలపైన సంచరించిన
రాజాధిరాజుల ఆస్తులివే.
ఒక నేత లుంగీ, చేతనొక దీపం
పట్టు విరిగిన పాత లోటా-

తమకి ఆధారపడడానికి ఏమీ లేకుండానే వాళ్లంత భద్రతనేవిధంగా అనుభవించారు? నేననుకుంటాను వాళ్ళు తమ పోషణని తమలోంచే చేదుకున్నారని. వాళ్లు తమ ఆంతరంగిక సంకేతాలపైన ఎక్కువగాను, నేను పైన ఉదాహరించిన బయటి గుర్తులపైన తక్కువగాను ఆధారపడ్డారు. ఆంతరంగిక సంకేతాలంటే ఏమో మీకు తెలుసా? మీరు వాటిని నమ్ముతారా? మీ జీవితాన్ని నియంత్రించగల శక్తి మీ చేతుల్లోనే ఉందా? నేను చెప్తున్నాను వినండి. బయటి ఒత్తిళ్ళు మిమ్మల్ని నిర్వీర్యుల్ని చేయడానికే ప్రయత్నిస్తాయి. వాటిమీద ఆధారపడి మీరెంత తక్కువగా నిర్ణయాలు తీసుకోగలిగితే మీ జీవితమంత మంచి జీవితమవుతుంది. మీ సమాజం అంత మంచి సమాజమవుతుంది. దృఢమైన అంతరంగ ప్రచోదితులైన నాయకులు ఉన్నందువల్ల మొత్తం జాతి లాభపడుతుంది. తనకైతాను ఆలోచించగలిగే పౌరులున్న చోట, తమని తాము తెలుసుకొని, తమనితాము నమ్ముకునే మనుష్యులుండే దేశమున్నచోట ఏ నిరంకుశత్వం కానీ, ఏ స్వార్థప్రయోజనం కాని నిలబడజాలవు.

మీ ఆంతరంగిక వనరుల్ని, ముఖ్యంగా మీ భావనాశక్తిని వినియోగించి మీ జీవితాన్ని తీర్చి దిద్దుకోవడానికి మీరు సిద్ధపడితే అది మీకు తప్పక విజయాన్నిస్తుంది. మీ అద్వితీయ దృక్పథం మీంచి మీరొక బాధ్యత నిర్వహించడానికి సంసిద్ధులైనప్పుడే మీరు నిజంగా ఒక మనిషనిపించుకుంటారు.

ఆయన ఈ భూమ్మీద మిమ్మల్ని, నన్నూ ప్రతి ఒక్కర్ని మనలోని సృజనశక్తుల్ని వినియోగించుకుని మన అంతరాత్మతో సమాధానపడి జీవించవల్సిందని పంపించాడు. యెంచుకోవడంలోనూ, మన గమ్యాన్ని రూపొందించుకోవడంలోనూ మనం విభేదిస్తాము. జీవితం ఒక కష్ట క్రీడ. నువ్వు మనిషిగా ఉండవలసిన నీ జన్మహక్కును నిలబెట్టుకోవడం వల్లనే నెగ్గుతావు. అయితే ఆ హక్కు నిలబెట్టుకోవడానికి నువ్వు కొన్ని ఎదురుదెబ్బలకు కాచుకోవలసి ఉంటుంది. నువ్వు చెయ్యకతప్పదంటూ ఇతరులు నీమీద తెచ్చే ఒత్తిడిని నువ్వు తిరస్కరించగలిగి ఉండాలి. తన వంటింట్లో నన్ను తనతో కలసి భోజనం చేయమని శివ సుబ్రహ్మణ్య అయ్యర్ ఆహ్వానించడాన్ని మీరేమంటారు? నన్ను ఇంజనీరింగ్ కాలేజిలో చేర్పించడానికి నా సోదరి జొహరా తన బంగారు గాజుల్ని, గొలుసునీ తాకట్టు పెట్టడాన్ని? ఒక గ్రూపు ఫొటోగ్రాఫులో ముందు వరుసలో తనతో వచ్చి కూర్చోవలసిందిగా ప్రొ.స్పాండర్ పట్టుపట్టడాన్ని? ఒక మోటార్ గారేజ్ పరిమితుల్లో ఒక హోవర్ క్రాఫ్ట్ తయారు చేయడాన్ని? సుధాకర్ సాహసాన్ని? డా. బ్రహ్మప్రకాష్ సహకారాన్ని? నారాయణన్ నిర్వహణని? వెంకటరామన్ దూరదృష్టిని? అరుణాచలం చొరవని? ప్రతిఒక్కటి బలమైన అంతఃశక్తికి, తెగువకు ఉదాహరణ. ఇరవై అయిదు శతాబ్దాల క్రిందట పైథాగరస్ అనలేదా **'అన్నిటికన్నా ముందు నిన్ను నువ్వు గౌరవించుకో'** అని!.

నేనొక తత్త్వవేత్తను కాను. సాంకేతిక నిపుణుడిని మాత్రమే. నా జీవితమంతా రాకెట్లు తయారుచేయడాన్ని నేర్చుకుంటూనే గడిపాను. కానీ వివిధ సంస్థల్లోని వ్యక్తులతో విస్తృత పార్శ్వంలో కలసి పనిచేసినందువల్ల వృత్తి జీవిత వైవిధ్యాన్ని, సంక్లిష్టతను చూడగలిగాను. నేనింతదాకా చెప్పుకొచ్చిందంతా ఒక్కసారి వెనక్కితిరిగి చూసుకుంటే అదంతా నా పరిశీలనలు, నా సూత్రీకరణలు మాత్రమే. నేను జీవించిన జీవిత రూపకంలో నిజమైన నాయకులు నా సహోద్యోగులు, సహచరులు, రాకెట్ నిర్మాణ శాస్త్రం, టెక్నాలజీ నిర్వహణలోని ముఖ్య అంశాలు – ఇవన్నీ ఒక చిత్తరువుగా చిత్రించబడ్డాయి. ఆ బాధలు, ఆ సంతోషాలు, ఆ విజయాలు, ఆ వైఫల్యాలు వాటి సందర్భం, కాలం, స్థలం విభేదిస్తున్నప్పటికీ ఇక్కడన్నీ ఒక్కచోటే చేరి కనపడతాయి.

మీరొక విమానం మీద నుంచి కిందకు చూసినప్పుడు మనుష్యులు, ఇల్లు, రాళ్లు, చేలు, చెట్లు, అన్నీ ఒకే భౌగోళిక దృశ్యంగా కనపడతాయి. వాటిని ఒకదాని నుంచి ఒకటి

వేరుచేయడం చాలాకష్టం. మీరింతదాకా చదివినదంతా నాజీవితం తాలూకు అటువంటి దృశ్యమే.

నా సందేశమే నా విలువ
అటువైపు ఆయన శక్తి - ఇటువైపు నా భయం
ఒకదాన్ని ఒకటి పోల్చుకోవడంలో
కనిపించేదే నా ముఖచిత్రం

'అగ్ని' మొదటి ప్రయోగంతో ముగిసిన దశదాక చెప్పిన కథ యిది. - జీవితం కొనసాగుతూనే ఉంటుంది. మనం 900 మిలియన్ల మందిమంతా ఒకే జాతి అనుకొని ఆలోచిస్తే మనమన్ని రంగాల్లోను పురోగమించగలం. నా కథ - రామేశ్వరం దీవిలో, మసీదు వీథిలో నూరేళ్లకు పైగా జీవించి అక్కడే మరణించిన జైనులాబ్దీన్ కొడుకుకథ. తన అన్నకు సాయం చేయడానికి వార్తాపత్రికలు అమ్మిపెట్టిన పిల్లవాడి కథ. శివసుబ్రహ్మణ్య అయ్యర్, ఇయొదురై సాలోమోన్ పెంచి పెద్ద చేసిన విద్యార్థి కథ. పాండలై వంటి ఉపాధ్యాయులు బోధించిన అభ్యాసి కథ. ఎమ్.జి.కె. మీనన్‌తో గుర్తించబడ్డ సైంటిస్టు కథ, చరిత్ర పురుషుడైన ప్రొ.సారాభాయితో తీర్చిదిద్దబడ్డ ఇంజనీర్ కథ. వైఫల్యాలతో ఎదురు దెబ్బలతో పరీక్షించబడ్డ శాస్త్రవేత్త కథ, ప్రతిభావంతులు, దీక్షాపరులైన ఒక విస్తృత వృత్తి నిపుణుల బృందం సహకారం పొందిన నాయకుడి కథ. ఈ కథ నాతోనే ముగుస్తుంది. ఎందుకంటే ప్రాపంచికార్థంలో నాకెవరూ వారసులు లేరు. నేనేదీ కూడబెట్టలేదు, ఏదీ కట్టుకోలేదు, ఏమీ సంపాదించుకోలేదు. కుటుంబం లేదు, కొడుకులు లేరు, కూతుళ్ళు లేరు.

ఈ మహత్తర భూమిలో నేనొక బావిని
ఇక్కడి లక్షలాది బాలబాలికల్ని కన్నారా చూసేవాణ్ణి.
తోడుకోవచ్చు వాళ్ళు నా నుంచి
అనంతమైన దివ్యత్వాన్ని.
బావి నీరు చేదుకొని చల్లుకున్నట్లుగా
ఆయన అనుగ్రహాన్ని వాళ్ళూ అందుకోవచ్చు.

నన్ను ఇతరులకొక ఉదాహరణగా చూపించుకోవాలని నేను అనుకోవడం లేదు. కానీ కనీసం కొందరైనా ఉత్తేజం పొందవచ్చు. ఒక ఆత్మిక జీవితంలో కనవచ్చే పరమ సంతృప్తి వంటిదేదో ఇక్కడ చూడవచ్చు. భగవంతుని నిర్ణయమే మీ వారసత్వం. నా ముత్తాత అవుల్, నా తాత పకీర్, నా తండ్రి జైనులాబ్దీన్ ద్వారా ప్రసరించిన రక్తరేఖ అబ్దుల్ కలామ్‌తో ఆగిపోవచ్చు. కానీ ఆయన అనుగ్రహం మాత్రం ఆగేది కాదు, అది అనంతం.

ఉపసంహారం

భారత దేశపు మొదటి ఉపగ్రహ ప్రయోగ నౌక ఎస్.ఎల్.వి.-3 ఆ తదుపరి 'అగ్ని' కార్యక్రమాలతో నా అనుబంధం చుట్టూ ఈ పుస్తకం పరిభ్రమించింది. ఆ అనుబంధమే 1998 మేలో జరిగిన ఒక ముఖ్య జాతీయ సంఘటన, అణుపరీక్షతో నా భాగస్వామ్యానికి దారి తీసింది. అంతరిక్ష పరిశోధన, రక్షణ పరిశోధన, అణుశక్తి అనే మూడు వైజ్ఞానిక వ్యవస్థలతో పనిచేసే గొప్ప అవకాశం, గౌరవం నాకు లభించాయి. ఈ మూడు వ్యవస్థలతో పనిచేస్తున్నప్పుడు ఈ దేశంలో అత్యుత్తమ మానవులు, అత్యున్నత సృజనాత్మక శక్తులు పుష్కలంగా లభ్యమవుతున్నారని నేను గుర్తించాను. ఈ మూడు వ్యవస్థల్లోనూ కనవచ్చే ఉమ్మడి అంశమేమిటంటే శాస్త్రవేత్తలు, సాంకేతిక నిపుణులు వాళ్ళ ధ్యేయాల సాధనలో ఎదురయ్యే వైఫల్యాలకు వెరవరని. వైఫల్యాలు తమలో భవిష్య అధ్యయనం తాలూకు బీజాల్ని వెంటబెట్టుకుని వస్తాయి. అవి మరింత ఉన్నత సాంకేతిక పరిజ్ఞానానికి మరింత ఉన్నతస్థాయి విజయానికి దారితీస్తాయి. నేను గమనించింది ఈ మనుష్యులు గొప్ప స్వాప్నికులు కూడా నని. వాళ్ళ స్వప్నాలు అత్యద్భుత విజయాలుగా పర్యవసిస్తాయనీ. ఈ వైజ్ఞానిక సంస్థలన్నిటి ఉమ్మడి సాంకేతిక సామర్థ్యాన్ని మనం కూడగట్టుకోగలిగితే అది అభివృద్ధి చెందిన ప్రపంచంలోని అత్యంత ఉన్నతమైనదానికి సాటి రాగలదని నేను భావిస్తున్నాను. అన్నిటికన్నా ముఖ్యంగా నేను ఈ జాతికి చెందిన గొప్ప దార్శనికులు ప్రొ. విక్రమ్ సారాభాయి, ప్రొ. సతీష్ ధావన్, డా. బ్రహ్మప్రకాష్‌లతో కలసి పనిచేసే అవకాశం పొందాను. వాళ్ల సాంగత్యం నా జీవితాన్ని సుసంపన్నం చేసింది.

జాతి ఎదగడానికి, అభివృద్ధి చెందడానికి ఆర్థిక సుభిక్షతతో పాటు, బలమైన భద్రత కూడా కావాలి. మన 'సెల్ఫ్ రిలయన్స్ మిషన్ ఇన్ డిఫెన్స్ సిస్టమ్ 1995-2005' మన సాయుధ దళాలకు ఒక బలమైన ఆయుధ వ్యవస్థని ఇవ్వగలదు. 'టెక్నాలజీ విజన్ - 2020 ప్రణాళిక' జాతి ఆర్థికాభివృద్ధికి కొన్ని పథకాలని అమలులో తేగలదు. ఈ రెండు ప్రణాళికలు జాతి స్వప్నాల్లోంచి రూపొందాయి. ఈ రెండు ప్రణాళికలు తప్పకుండా మనదేశాన్ని దృఢంగా ప్రగతిశీలకంగా మార్చగలవని, మనని అభివృద్ధి చెందిన దేశంగా రూపొందించగలవని నేను మనఃస్ఫూర్తిగా ఆశిస్తున్నాను, ప్రార్థిస్తున్నాను.

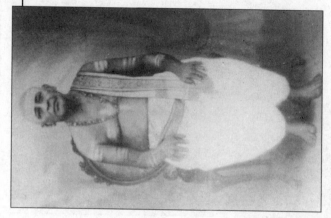

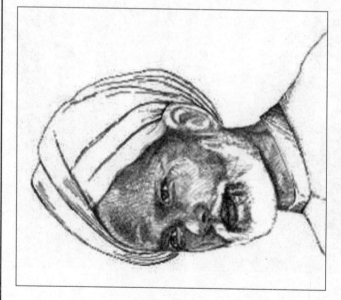

అ

ఆ

ప్లేట్ 1 : (అ) నా తండ్రి జైనులాబ్దీన్ ఏ పాఠశాలలోను చదువుకోలేదు కానీ గొప్ప జ్ఞాని, దయాళువు.
(ఆ) పక్షి లక్ష్మణశాస్త్రి, నా తండ్రికి సన్నిహిత మిత్రుడు, రామేశ్వరం దేవాలయంలో ప్రధాన అర్చకుడు

అ

ఆ

ప్లేట్ 2 : నేను పుట్టి పెరిగిన ప్రాంతం (అ) మసీదువీధిలోని మా యిల్లు
(ఆ) ఎంతో దూరాల నుంచి వేలాది యాత్రికులు ప్రాచీన శివాలయాన్ని సందర్శిస్తుంటారు.
ఈ వీధిలోనే నేను, మా అన్న ఖాశిం మహమ్మద్‌కు అతని దుకాణంలో సహాయం చేస్తూండేవాడిని.

ప్లేట్ 3 : మా ప్రాంతంలోని పాత మసీదు. నా తండ్రి నన్నూ, మా అన్నయ్యలను ఇక్కడికే సాయంకాలం నమాజుకు తీసుకువెళుతుండేవాడు.

ప్లేట్ 4 : మా అన్న నేను ఇంజనీరింగ్ చదువుకునేటప్పుడు ఉపయోగించిన T-స్క్వేర్ను చూపిస్తున్నాడు.

ప్లేట్ 5 : ఎస్.టి.ఆర్. మాణిక్కం (ఇన్‌సెట్) నా అన్న ముస్తఫా కమాల్‌కు మిత్రుడు. ఆయన దగ్గర ఎన్నో పుస్తకాలుండేవి.
ఇది ఆయన ఇల్లు. రామేశ్వరంలో నేనిక్కడనుంచే పుస్తకాలు తెచ్చుకుని చదువుకునేవాణ్ణి.

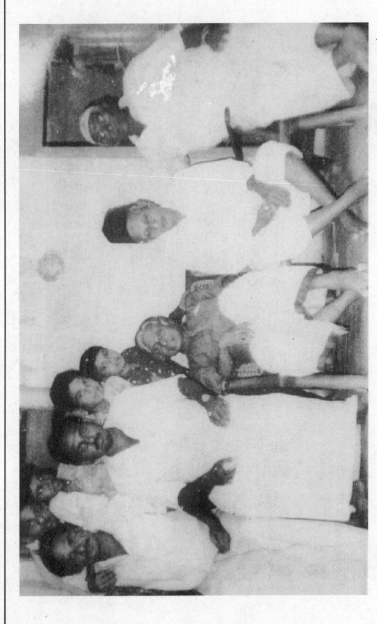

ప్లేట్ 6 : కుటుంబంలో అంతా కలిసినప్పుడు

ప్లేట్ 7 : రామనాథపురంలోని స్క్వార్ట్జ్ హైస్కూల్ నిరాడంబర పరిసరాలు. పైన ఫలకం మీద రాసి వున్న వాక్యాలు “నీ రోజులకు రెక్కలున్నాయి. వాటిని సోమరిగా గడపకు. ఒకసారి ఎగిరిపోయాయా ఏ బంగారం వాటిని వెనక్కి తేలేదు”

ప్లేట్ 8 : స్క్వారాట్జ్ హైస్కూలులో నా ఉపాధ్యాయులు - ఇయదురై సొలోమోన్ (ఎడమ ప్రక్క నిలుచున్నవారు), రామకృష్ణ అయ్యర్ (కుడి ప్రక్క కూచున్నవారు), చిన్న చిన్న పట్టణాల్లో ప్రతిభను వెలికి తెచ్చి వికసింపచేసే భారతీయ ఉపాధ్యాయులకు వారు ఉత్తమ ఉదాహరణలు.

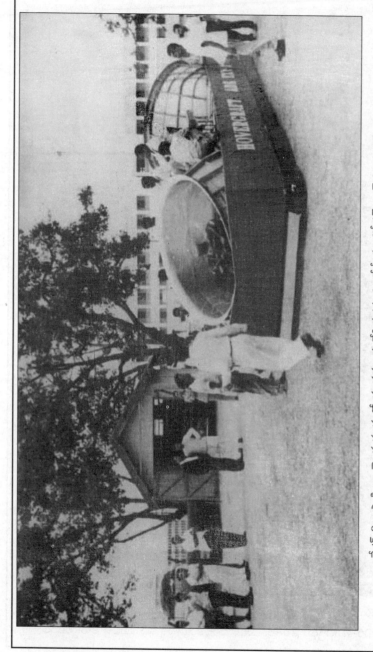

ప్లేట్ 9 : ఎ.డి.ఇ, బెంగుళూరులో రూపకల్పన చేసిన 'నంది' దేశీయ హోవర్ క్రాఫ్ట్‌కు మొదటి రూపం.
దాని ఆవిష్కర్తగా, పైలెట్‌గా నేను దాన్ని నడిపే స్థలంలో కూర్చుండటమే సమంజసం.

ప్లేట్ 10 : తుంబా లోని క్రైస్తవ సంఘం ఈ అందమైన చర్చిని ఎంతో ఉదారంగా విరాళమిచ్చారు. అంతరిక్ష పరిశోధనా కేంద్రానికి ఇదే మొదటి కార్యాలయం.

——————— ఎ.పి.జె. అబ్దుల్ కలామ్

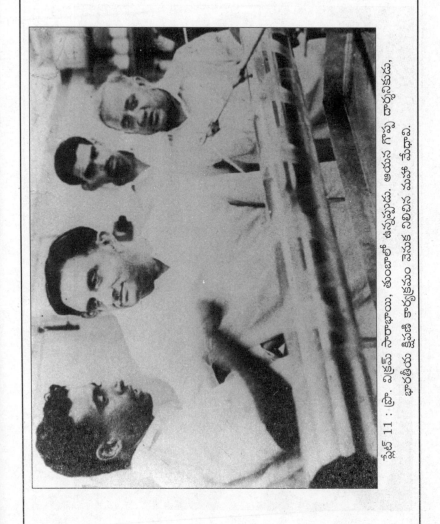

ప్లేట్ 11 : ప్రొ. విక్రమ్ సారాభాయి, తుంబాలో ఉన్నప్పుడు. ఆయన గొప్ప దార్శనికుడు, భారతీయ క్షిపణి కార్యక్రమం వెనుక నిలిచిన మహా మేధావి.

ప్లేట్ 12 : భారతీయ అంతరిక్ష పరిశోధనకు చెందిన ఇద్దరు గురువులు ప్రొ. సతీష్ ధావన్, డా. బ్రహ్మప్రకాష్. వారు యువశాస్త్రవేత్తలకు ఎంతో ఉన్నత మార్గాన్ని చూపించారు. వారు ఎస్.ఎల్.వి.-3 సమీక్షా సమావేశాల్లో ఉన్నప్పుడు ఒకసారి.

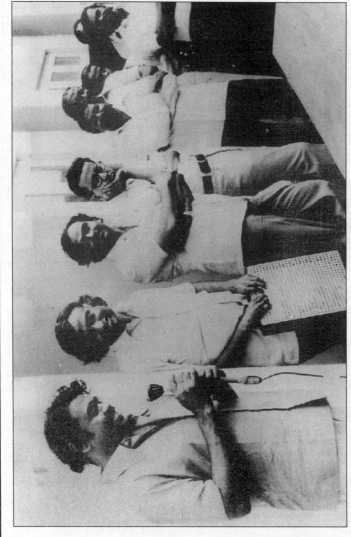

ఫోటో 13 : సా.ఎక్.ఎస్.డి.-3 బృందంతో ఒక సమావేశంలో నోబెల బహుమతి గ్రహీత ప్రతి ఒక్కరూ గౌరవ నీయ లైన నమావేశం. దృశ్యాన. వారిని నర్వత్రా శ్రోతృ లోకం నమమ. శ్రీ నమమ్మ ప్రశ్నలను నముర్చిస్తూ ప్రసంగిస్తున్నాను. ప్రతి ఒక్కరు నదుర్త్యా నోబెల సమావేశంలో ఉన్న కను కొలిపి సాగరంవలలింపినవిగా కను ఉన్న కారి బహిరంగం కోరడం ఒక కాల్ఫీ

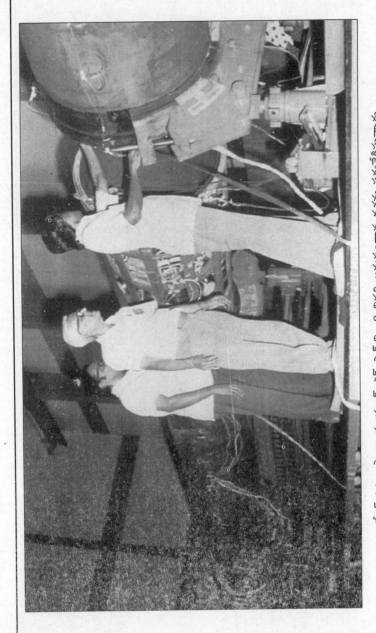

ప్లేట్ 14 : ప్రొ. బ్రహ్మప్రకాష్ ఎస్.ఎల్.వి.-3 చివరి అనుసంధాన దశను పర్యవేక్షిస్తున్నారు. ఆ నౌక ప్రయోగంలో నేనెదుర్కున్న సంక్షోభాన్నించి బయటపడ్డానికి నాకెంతో సహకరించారు.

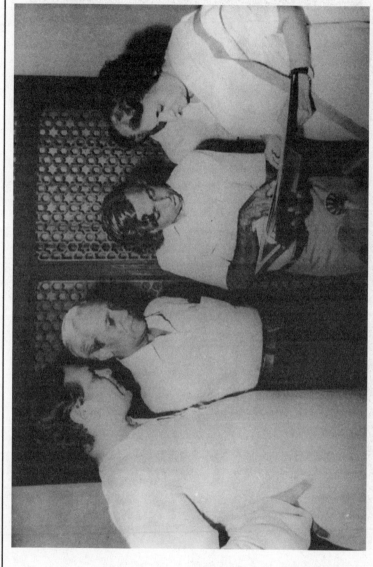

ప్లేట్ 15 : ప్రొ. సతీష్ ధావన్‌తో కలిసి నేను ప్రధానమంత్రి ఇందిరా గాంధీకి ఎస్.ఎల్.వి.-3 ఫలితాలను వివరిస్తున్నాను.

ప్లేట్ 16 : లాంచ్ పాడ్ పైన ఎస్.ఎల్.వి.–3
ఇది మా ఎన్నో క్షణాల్ని ఆందోళనలతో నింపేసింది.

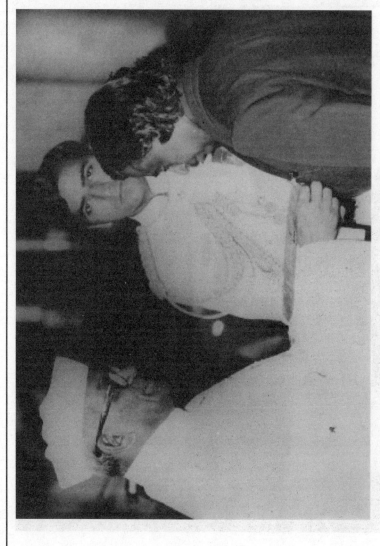

ప్లేట్ 17 : అప్పటి భారత రాష్ట్రపతి డా. నీలం సంజీవరెడ్డి నుండి 'పద్మభూషణ్' అందుకుంటున్నాను.

ప్లేట్ 18 : జయప్రదంగా 'పృథ్వి' ప్రయోగం,
అది నేల మీంచి నేలకు ప్రయోగించే ఆయుధ వ్యవస్థ.

ప్లేట్ 19 : లాంచ్ పాడ్ పైన 'అగ్ని' నా చిరకాల స్వప్నం.

You said it
By Laxman

Nothing to be discouraged! We have postponed it again because we want to be absolutely certain!

ప్లేట్ 20 : 'అగ్ని' మొదటి రెండు ప్రయోగాలు విఫలమైనప్పుడు సమాచార సాధనాలు ప్రచురించిన కార్టూన్లలో ఒకటి.

——————————————— ఎ.పి.జె. అబ్దుల్ కలామ్

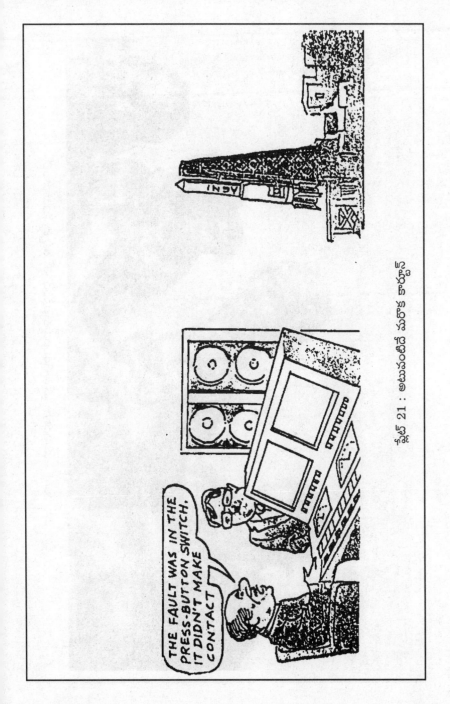

ప్లేట్ 21 : అటువంటిదే మరొక కార్టూన్

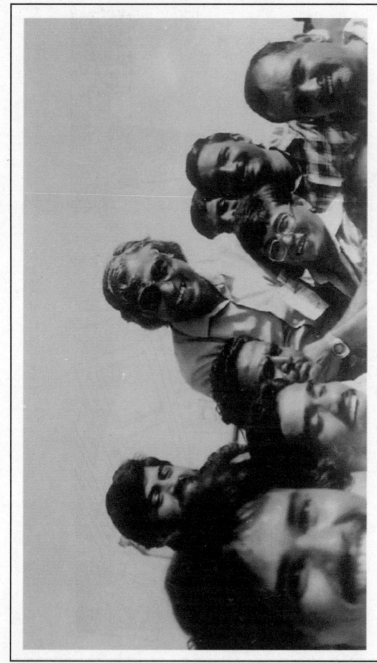

ప్లేట్ 22 : 'అగ్ని' జయప్రదంగా ప్రయోగించబడ్డాక ఆనందంతో తబ్బిబ్బై సమూహంలో

ప్లేట్ 23 : అప్పటి రాష్ట్రపతి కె.ఆర్. నారాయణన్ నుండి
'భారత రత్న' అందుకుంటున్నాను.

ప్లేట్ 24 : త్రివిధ సాయుధ దళాల అధిపతులతో. నాకు ఎడమప్రక్కన ఎడ్మిరల్ వి.ఎస్. షెకావత్, ఆయనకు కుడిప్రక్కన జనరల్ బి.సి. జోషి, ఎయిర్ ఛీఫ్ మార్షల్ ఎస్.కె. కౌల్

మరో రెండు మాటలు

ఒక గొప్ప ఆత్మచరిత్రను ఇప్పుడే పూర్తి చేశారు మీరు. సాధారణంగా ఎవరైనా ఒక మంచి పుస్తకం చదివి ముగించగానే, వాళ్ళని కొంతసేపు వారిదైన ఒక నిశ్శబ్దానికి ఒదిలిపెట్టడం సమంజసమనుకుంటాను. వారా పుస్తకంలో ఏది చదివారో, దేనికి వారు తీవ్రంగా స్పందించారో వారంతట వారే నెమరు వేసుకోవడంలో ఒక అకలుషిత మాధుర్యం ఉంటుంది. నిజమే, కాని ఎవరైనా ఓ పుస్తకం చదివి తమకు బాగా నచ్చినదాన్ని తమకు బాగా నచ్చినవాళ్ళతో పంచుకోవాలని అనిపించటం కూడా సహజమే. ఈ పుస్తకం అనువాదం చేసిన వ్యక్తిగానే కాక, ఈ పుస్తకాన్ని చాలా ఇష్టపడ్డ ఒక పాఠకుడిగా కూడా నేను నాకు నచ్చిందాన్ని మీతో పంచుకోడానికి అటువంటి ఉత్సాహమే పడుతున్నాను. కాబట్టి మీరు నా యీ మరో రెండు మాటల్ని ఇప్పుడు చదివినా సరే, లేదా కొంత విరామం తరువాత మళ్ళా మీకు నచ్చినప్పుడన్నాసరే. ఈ పుస్తకం గురించి మీ మిత్రుల్తో, అన్నదమ్ములతో, అక్కచెల్లెళ్ళతో మీకో నాలుగు మాటలు చెప్పుకోవాలనిపిస్తే, ఆ నాలుగు మాటల్లో నా ఈ రెండు మాటలు కూడా ఉంటే బాగుండునని నాకీ కుతూహలం.

కలాం ఆత్మకథను ఎవరికి నచ్చినట్లు వారు తీసుకోవచ్చు. ఆయనే అన్నట్లుగా ***"నా కథ - రామేశ్వరం దీవిలో, మసీదు వీథిలో నూరేళ్లకు పైగా జీవించి అక్కడే మరణించిన జైనులాబ్దీన్ కొడుకుకథ. తన అన్నకు సాయం చేయడానికి వార్తాపత్రికలు అమ్మిపెట్టిన పిల్లవాడి కథ. శివసుబ్రహ్మణ్య అయ్యర్, ఇయొదురై సొలోమోన్ పెంచి పెద్ద చేసిన విద్యార్థి కథ. పాండలై వంటి ఉపాధ్యాయులు బోధించిన అభ్యాసి కథ. ఎమ్.జి.కె. మీనన్‌తో గుర్తించబడ్డ సైంటిస్టు కథ, చరిత్ర పురుషుడైన ప్రొ.సారాభాయితో తీర్చిదిద్దబడ్డ ఇంజనీర్ కథ. వైఫల్యాలతో ఎదురు దెబ్బలతో పరీక్షించబడ్డ శాస్త్రవేత్త కథ, ప్రతిభావంతులు, దీక్షాపరులైన ఒక విస్తృత వృత్తి నిపుణుల బృందం సహకారం పొందిన నాయకుడి కథ."***

ఇందులో ఏదో ఒక్క అంశాన్నే ఎక్కువ చేయడం, తక్కినఅంశాలు నచ్చినవారి నుంచి పుస్తకాన్ని దూరంగా జరపడమే అవుతుంది. నేనా పనికి పూనుకోవడంలేదు. కానీ, ఈ పుస్తకం చదవబోయే వారిలో కొంతమందైనా యువకులుంటారు అన్న నమ్మకం నాకుంది. కలాం కూడా తన పుస్తకాన్ని యువకులకు ఒక దిశానిర్దేశం ఇవ్వడంకోసమే రాస్తున్నట్లుగా చెప్పుకొచ్చాడు. అయితే పుస్తకం ముగించిన వెంటనే యువకులకు దిశానిర్దేశమవుతుందా? ఎవరైనా ఒక యువకుడు లేదా మంచి అవకాశాలకు నోచుకోని బాలుడు ఈ పుస్తకాన్ని చదివినపుడు ఎంతోకొంత స్ఫూర్తి పొందే మాట నిజమేకాని ఆ స్ఫూర్తిని తనకనుగుణమైన రీతిలో తక్షణమే మలుచుకోగలుగుతాడా?

పుస్తకం ఎవరో ఒక విజేత ఆత్మ కథ అయినట్లైతే దాన్ని చదవడంలో ఎవరికైనా ఆసక్తి ఉండొచ్చేమో కాని ప్రయోజనం ఉండబోదు. కాని, కలాం తన ఆత్మకథను అటువంటి విజేత - నువ్వు, నేను, మనలో ప్రతిఒక్కరం కావచ్చు అని నమ్మకంగా చెప్తున్నందువల్లనే అది మనకు చర్చనీయాంశమవుతోంది. కలాం ప్రకటిస్తున్న ఆ నమ్మకాన్ని మనం నమ్మవచ్చా? అట్లా నమ్మడానికి మనకడ్డుపడే ప్రశ్నలు, సందేహాలు ఎటువంటివి? దీనిగురించే ఆలోచిద్దాం.

పుస్తకం చదవగానే అందులోని సంఘటనలు, కలాంకి తారసబడినటువంటి వ్యక్తులు ఎవరికన్నా సరే చాలా అరుదుగా లభించే అవకాశాలనీ, కోటికొక్కరికి మాత్రమే అటువంటిది సాధ్యమవుతుందని అనుకోవడం, లేదా అనేయడం చాలా సులభం. మొదటిసారి పుస్తకాన్ని చదివినపుడు, కలాం చెప్పుకొచ్చిన

కొన్ని సంఘటనలు ముఖ్యంగా అతని సోదరుని కూతురి వివాహానికి కలాం వెళ్ళడానికి రక్షణ మంత్రి హెలికాప్టర్ ఏర్పాటుచేయడం లాంటి సంఘటనలు చాలా అరుదైనవిగా ఎక్కడో కథల్లో మాత్రమే సంభవించేవిగా అన్పించడం సహజం. కానీ, లోతుగా చూస్తే మన ఆలోచనలు మారకతప్పదు. ఉదాహరణకి ఆ సంఘటనే తీసుకుందాం. అందులో కలాం కేవలం తనకి లభించిన దైవిక అనుగ్రహాన్ని మాత్రమే చూపటానికి ప్రయత్నించలేదు. తను పడ్డ కష్టానికి లభించిన ఒక అపూర్వమైన ప్రతిఫలంగా కూడా దానిని చూపించాడు. అక్కడ కలాం చెప్తున్న సందేశం చాలా సుస్పష్టం. అదేమంటే నువ్వు పనిపట్ల పూర్తి నిమగ్నుడివిగా ఉంటే, నీకిచ్చిన పనిని నువ్వొక ఆరాధనతో నెరవేర్చగలిగితే నీ అవసరాల సంగతి'తక్కినవారు' చూసుకుంటారు అనేది. ఈ 'తక్కినవాళ్ళు' అనే భావనని ఒక విశ్వాసి భగవంతుడు అనే పదం ద్వారా సూచించడానికి ప్రయత్నిస్తాడు. సనాతన వ్యవస్థలు దాన్ని ధర్మం అనే పదం ద్వారా చూపించడానికి ప్రయత్నించాయి. 'ధర్మాన్ని నువ్వు రక్షించు, ధర్మం నిన్ను రక్షిస్తుంది' అనడం అలాంటిదే. ఆధునిక వ్యవస్థలు- జాతి, దేశం, సంఘం, వ్యవస్థ లాంటి పదాల ద్వారా ఇటువంటి సందేశాన్ని ఇవ్వడానికి ప్రయత్నించాయి. కలాం స్పష్టంగా దైవ విశ్వాసి. కాని ఆయన చెప్తున్నదేమిటంటే ఆ దేవుడు తనని తన మనుష్యులద్వారానే చేరవస్తాడు అని. ఒకచోట ఆయనిలా రాశాడు.

మొదటినుంచీ దేవుణ్ణి నా కార్యకలాపాల్లో భాగస్వామిగా నమ్మిన వాణ్ణి. పనిలో ఉత్తమ ఫలితాల్ని సాధించడమనేది నా శక్తికి మించిన పని అని ఎరిగిఉన్న వాణ్ణి కనుక దేవుడుమాత్రమే ఆ శక్తినివ్వగలడని తెలిసి సహాయం కోసం ఆయన్ని అభ్యర్థిస్తూ ఉంటాను. నా సామర్థ్యాన్ని అంచనా వేసుకుని దాన్ని మరొక యాభయి శాతం పెంచి నన్ను దేవుడి చేతులకి ఒప్పచెప్పుకుంటాను. ఈ భాగస్వామ్యంలో నేనెప్పుడూ నాకు కావలసిన శక్తిని పొందడమే కాక అది నా ద్వారా నిజంగా ప్రసరిస్తున్న అనుభూతికూడా పొందాను. నీ లక్ష్యాల్నీ, నీ స్వప్నాల్నీ సాధించుకోవడానికి, సహకరించడానికి దేవుడి రాజ్యం నీలోనే ఈ శక్తి రూపంలో ఉందని నేను నిశ్చయంగా చెప్పగలను.

ఈ అంతశ్శక్తి ప్రతిస్పందన వివిధ రకాలుగా వివిధ స్థాయిల్లో సూక్ష్మతరంగా అనుభవమవుతూంటుంది. కొన్నిసార్లు ఆయనతో మన మృదు పరిస్పర్శ, మనం సంసిద్ధులుగా ఉన్నప్పుడు, అంతర్దృష్టితో, వివేకంతో నింపుతుంది. ఇది ఎవరో ఒక మనిషి ద్వారా మనని చేరవస్తుంది. అది ఒక మాట, ఒక ప్రశ్న, ఒక కవళిక, చివరికి ఒక వీక్షణం ఏదన్నా కావచ్చు. చాలా సందర్భాల్లో అది ఒక పుస్తకం రూపంలో లేదా ఒక సంభాషణ, ఒక పదప్రయోగం, లేదా ఒక కావ్యం నుంచి ఒక పంక్తి, అదీ కాకపోతే ఒక చిత్తరువుని చూడడం ద్వారా కావచ్చు. ఏ విధమైన ముందస్తు హెచ్చరికా లేకుండానే కొత్తదేదో నీ జీవితంలోకి చొరబడుతుంది. ఒక నిర్ణయమేదో రహస్యంగా జరిగిపోతుంది. అదేమిటో మొదట్లో నీకెంతమాత్రమూ తెలియకపోయినా సరే.

అలాగే మరో చోట ఖురాన్ వాక్యాన్ని ఉదహరించాడు. అందులో **'మేము మీ మనుష్యుల ద్వారానే పరీక్షిస్తాము'** అని భగవంతుడు చెప్తున్నట్లు ఉంది. తన చుట్టూ ఉన్న మనుష్యులపట్ల, జరుగుతున్న సంఘటనలపట్ల ఒక భగవంతుడి పట్ల కనపర్చగలిగేటంత భక్తి శ్రద్ధలు కనపర్చాలన్నది కలాం నమ్మిక. అంత శ్రద్ధతో, అంత పరిపూర్ణ విశ్వాసంతో నీ కర్తవ్యాన్ని నిర్వర్తిస్తే నువ్వు అద్భుతాలు చేయగలవు. ఇవి ప్రతి ఒక్కరూ గుర్తించాల్సిన భావన.

కలాం జీవితయాత్ర పొడుగునా ఇటువంటి విశ్వాసం పక్కపక్కనే ఒక అపరిమితమైన వినయం కూడా కనపడుతుంది. 'వినయం' అనే మాట కూడా సనాతన వ్యవస్థలు మనకందించిన మాటే.

ఒక చోట ఆయన డా. బ్రహ్మప్రకాశ్ గురించి చెప్తున్నప్పుడు 'వినయం' అంటే ఏమిటో వివరించడానికి ప్రయత్నించారు. 'వినయం' మనం ఇంగ్లీషులో చెప్పే మోడస్టీ అనే పదం కన్నా పెద్ద పదం. అది తన విలువలని, తన విశిష్టతలను ప్రదర్శించుకోకుండా ఉండటమే కాదు. తనతో సహా ప్రతి ఒక్కరికి పొరపాటు సంభవించడం అనేది సహజమనే మెలకువ కలిగి ఉండటం. తను విఫలుడు కావచ్చు అనే ఒక మెలకువ న్యూనతగా మారకుండా ఉండటం కూడా. అంటే వినయమనే మాట మనకు చెప్పేదేమిటంటే నువ్వు ఒక పని చేయడానికి కావల్సిన నైపుణ్యం, శ్రద్ధ, అనుకూల పరిస్థితులు అన్నీ సమకూరునపుడు కూడా, నువ్వు తదేకంగా ఆ పని చేస్తున్నప్పుడు కూడా, నీ ఉద్దేశాలు నూటికి నూరుపాళ్ళు సమంజసమైనపుడు కూడా నువ్వు ఎక్కడో ఏదో ఒక పొరపాటు చేసే అవకాశం ఉందని గుర్తు పెట్టుకోవడం. ఆ పొరపాటు పట్ల నువ్వు ఏమరుపాటు చూపించడంవల్లే నీ మొత్తం శక్తి సామర్థ్యాలు, నీ కృషి అన్ని నిరుపయోగం కాగలిగే పరిస్థితి రాగలదని తెలివిడి ఉండటం. నైట్రిక్ యాసిడ్ వాల్వు ఊడిపోయి యాసిడ్ ఒలకడం అనే చిన్న పొరపాటు వల్ల ఎస్.ఎల్.వి-3 విఫలమై ఏళ్ళతరబడి ఒక బృందం చేసిన కృషి అంతా చిన్నాభిన్నం అయింది. కానీ, ఈ పొరపాటు వల్ల కలాం మరింత వినయాన్ని అలవర్చుకున్నాడు. విజయాన్ని సాధించాలనుకునే ప్రతి ఒక్క యువకుడు గుర్తించుకోవల్సిన విషయమిది. తనకు అపారమైన శక్తి సామర్థ్యాలు ఉన్నాయని, తను ఒళ్ళు దాచుకోకుండా కష్టపడుతున్నానని నమ్ముతుండే కొద్దీ ప్రతి కార్యసాధకుడూ మరింత వినయశీలిగా మారుతూ రావాలి. ఈ వినయం తను పొరపాటు చేయగలడు, ఎదుటివారు కూడా పొరపాట్లు చేయగలరు అని తెలుసుకోవడం ద్వారా వచ్చే ఒక జ్ఞానం కలుగుతూ వుండాలి. నాకీ మాటలు గురజాడ అప్పారావు గారు తన డైరీలో రాసుకున్న ఒక సంఘటనను గుర్తుకు తెస్తున్నవి. విజయనగర మహారాజా ఆస్థానంలో ఒకసారి ఒక పదప్రయోగం గురించి ఇద్దరు పండితుల మధ్య చర్చ జరిగిందట. ఆ చర్చ వాదనగా మారిందట. అందులో ఆ పద ప్రయోగం గురించి పూర్తి జ్ఞానం ఉన్న పండితుడు ఒకాయన అటువంటి జ్ఞానం కొరవడిన పండితుడి మీద ఆగ్రహించాడట. అయితే ఆ పద ప్రయోగం గురించి తనవంతు పరిశీలన తను చేసినతరువాత మహారాజా వారు గురజాడతో అన్నారట. 'ఎవరికైనా ఒక విషయం గురించిన సత్యం వారికే తెలిసి తక్కిన వారికి తెలియట్లేదనీ,వాళ్ళా విషయంలో పొరపాటు పడుతున్నారనీ తెలిసేకొద్దీ ఆ సత్యం తెలిసినవాడు మరింత శాంతం వహించాలి' అని. ఒక నిపుణిడిని సాధకుడిగా మార్చేది ఈ వినయమే. ఈ వినయమే లేకుంటే కలాం కేవలం ఒక టెక్నోక్రాట్‌గా మిగిలిపోయుండేవాడు. కానీ, తన పరిమితుల పట్ల, ఇతరుల పరిమితుల పట్ల తనకున్న ఈ జ్ఞానం వల్లనే ఆయన ఒక ఆధ్యాత్మిక సాధకుడిగా కనిపిస్తాడు.

విశ్వాసం, వినయం అనేగుణాలతో పాటు కలాంలోని మూడవ ముఖ్య లక్షణం కృతజ్ఞతా భావం. కృతజ్ఞత అనేదానిని సనాతన ధార్మిక వ్యవస్థలన్నీ దాదాపుగా ఒక అత్యంత పవిత్రమైన మత భావన స్థాయిలో ఎత్తి చూపాయి. రామాయణంలో నారదుణ్ణి 'ధర్మజ్ఞుడు అయిన మనిషి ఎవరు?' అని ప్రశ్నిస్తూ ఆ వెంటనే 'కృతజ్ఞుడు ఎవరు?' అని ప్రశ్నించాడు. 'కృతజ్ఞత' అనే సంస్కృత పదానికి ఖచ్చితమైన అర్థం 'చేసింది గుర్తుపెట్టుకోవడం' అని. దానికి విరుద్ధపదం 'కృతఘ్నత'. దానికి ఖచ్చితమైన అర్థం 'చేసినదానిని ధ్వంసం చేయడమని'. చాలా సాధారణమైన ప్రాపంచిక భాషలో చెప్పాలంటే ఒక మనిషి కృతజ్ఞుడుగా ఉండాలంటే అతనికి మానవ శ్రమ పట్ల అపారమైన గౌరవం ఉండాలి. మానవ శ్రమ పట్ల విలువలేనివాడు మాత్రమే చేసినదానిని ధ్వంసం చేయగలుగుతాడు. కృతజ్ఞత అంటే మనకు

చేసిన చిన్ని చిన్ని ఉపకారాలు, లేదా పెద్ద పెద్ద సహకారాలు గుర్తు పెట్టుకోవడమే కాదు, అది నువ్వొకపనిచేయగలిగావంటే ఆ పనికి కారణమైన వారందరినీ గుర్తు తెచ్చుకోవడం. అందుకనే కలాం జీవిత చరిత్ర మొత్తం ఒక కృతజ్ఞతా సమర్పణగా కనిపిస్తుంది. తను రాసిన ఒక వ్యాసానికి బహుమతి వస్తే ఆ బహుమతిని ఎవరి చేతుల మీదుగా అందుకున్నాడో ఆ వ్యక్తి పేరు ఆయన చెప్పలేకుండా ఉండలేకపోడానికి కారణమదే. నిజమైన కృతజ్ఞతాభావం ఉన్నవాడు మానవ శ్రమను ప్రస్తుతించడంలో ఎక్కువ తక్కువలు చూపించడు. అందుకనే కలాం తను అందుకున్న సత్కారాల్లో తన వ్యాస రచనకు మొదటి బహుమతి రావడాన్నీ, తనకు 'భారతరత్న' రావడాన్ని కూడా సమస్థాయిలోనే గుర్తుచేసుకోగలిగాడు. విజయాన్ని అందుకోవాలనుకునేవాళ్ళు తమకు తారసపడే వ్యక్తుల పట్ల, వారందరూ తనకందించే చేయూత పట్ల ఇటువంటి సమభావాన్ని కలిగుండటం తప్పనిసరి. నీ కటువంటి సమభావం కనుక ఉంటే నువ్వు ఏ మేరకు సంచరిస్తావో ఆ మేరకు అటు వంటి సమసమాజమంటే ఏర్పడుతుంది. సమసమాజం ఉత్పత్తి సాధనాల్ని జాతీయాకరణ చేస్తే వచ్చే సమాజం కాదు. తన మీదతన జాతి, సంఘం, మనస్సు విధించిన పరిమితులను దాటి ఒక వ్యక్తి సమత్వాన్ని సాధిస్తే అతని చుట్టూరా ఏర్పడే ఒకానొక సంస్కారం అది.

ఒక రాష్ట్ర గవర్నర్ పాల్గొంటున్న స్నాతకోత్సవ సభలో ఏవిధమైన ముందస్తు ఆహ్వానం లేకుండా ఒక రిటైర్డ్ హైస్కూల్ టీచరుకు వేదిక మీద స్థానం లభించడం సాధ్యమేనా? మామూలుగా అయితే సాధ్యం కాదు. కానీ కలాం వంటి సమదృష్టి అందుకున్న వ్యక్తి కనుక ఆ సమావేశంలో ఉంటే, అప్పుడు ఇయదురై సాలోమోన్‌ను ఆ రాష్ట్ర గవర్నర్ వేదికమీదకు వచ్చి కూర్చోమని అడగడం సాధ్యమే.

పుస్తకం పొడుగునా కలాం టెక్నాలజీ గురించి మాట్లాడుతున్నప్పుడు చాలా స్పష్టంగా చెప్తూ వచ్చిందేమిటంటే అది ఉమ్మడి కార్యక్రమమని. మానవ శ్రమపట్ల కేవలం కృతజ్ఞతగా ఉండటమే కాకుండా, అది సాధించగల అద్భుతాల పట్ల కలాం ఎంతో ఆశ పెట్టుకుని కనపడ్తాడు. ఆయన అగ్నిని ఒక మిస్సైల్ గా, ఆయుధంగా చూడడానికి ఇష్టపడలేదు. దానిని సంఘటిత భారతీయ నైపుణ్యానికి, శ్రమకుఒక ప్రతీకగా ఆయన చూశాడు. ఆయన చెప్పేదేమంటే పదిమంది కలవకుండా టెక్నాలజీ రూపొందలేదు. టెక్నాలజీ అంటే ఆయనిచ్చిన నిర్వచనం కూడా స్పష్టంగానే ఉంది. టెక్నాలజీ అంటే పొగలు కక్కే యంత్ర సామగ్రి కాదని మానవ శ్రమకి ఒక నిర్దిష్ట సత్ఫలితాన్నిచ్చే సూత్రీకరణ శక్తీ అనీ, సమీకరణ శక్తి అనీ ఆయన మనకు చెప్పడం ఎంతో సమయోచితమైన మాట. టెక్నాలజీ టెక్నాలజీని మాత్రమే గౌరవిస్తుంది అని ఆయన అనడంలో ఆయన ఉద్దేశం ఏమంటే ఒక సమష్ఠి కృషి మరో సమష్టి కృషిని మాత్రమే గుర్తించడానికి అంగీకరిస్తుందని.

ఇప్పుడు మన యువకుల్లో కనవస్తున్న సమస్య ఏమంటే వాళ్ళు ఏదన్నా వ్యక్తిగతంగా చేయాలని, వ్యక్తిగతంగా చూపాలని, వ్యక్తిగతంగా ప్రశంస పొందాలని అనుకోవడం. అది సాధ్యం కాదంటున్నాడు కలాం. నువ్వు వ్యక్తిగతంగా ఏదైనా చెయ్యాలనుకుంటే నువ్వు మరొకడు తయారు చేసిన టెక్నాలజీని కొనగలిగేటంత సంపన్నుడవైతే సాధ్యం. అప్పుడు కూడా నువ్వు ఏదోఒకట కొనగలవు తప్ప దానిని నిర్వహించాలన్నా, అభివృద్ధి చేయాలన్నా మరొకడిమీద ఆధారపడవలసి వస్తూనే ఉంటుంది. అంటే నీదగ్గర డబ్బున్నాకూడా నువ్వు స్వతంత్రుడివి కావన్నమాట. నువ్వు స్వతంత్రుడివిగా ఉండాలంటే నీ నైపుణ్యాన్ని నువ్వు పదే పదే పదును పెట్టుకోవాలి. ఈ సంగతి అడవిలోని ఏ వేటగాడినడిగినా చెప్పగలిగే

విషయమే. తన గొడ్డలిని పదును పెట్టుకోకుండా తను చెట్టునునరకలేనని అతనకి తెలుసు కానీ, అయితే ఆదిమ సమాజాలలో ఉన్న ఈ మెలకువ అభివృద్ధి చెందిన సమాజాలలో కొరవడం ఆశ్చర్యం. అందుకు కారణం మనం అభివృద్ధి చెందాలని తహతహలాడుతున్నప్పటికీ మనం మన కృషిలో వ్యక్తులుగానే పాల్గొంటున్నాం తప్ప, బృందాలుగాను, ఉమ్మడిగాను పాలుపంచుకోలేకపోవటమే. ఒక ఆదిమ సమాజాన్ని వ్యావసాయిక సమాజంగా మార్చే ఒక పెద్ద కార్యక్రమాన్ని నేనొకప్పుడు కొన్నాళ్ళు పర్యవేక్షించాను. అప్పుడు నేను గమనించిందేమంటే వాళ్ళ శక్తి సామర్థ్యాలు వాళ్ళు వ్యక్తులుగా పనిచేయడానికి ఉపయోగపడుతున్నాయే తప్ప బృందాలుగా పనిచేయడానికి పనికిరావడంలేదు. ఆహారం సేకరించుకునే ఆదిమ జాతికి ఆహారాన్ని ఉత్పత్తి చేసుకునే టెక్నాలజీ అంత సులభంగా అందటం లేదని నేను గమనించాను. వ్యవసాయం ఉమ్మడి కార్యక్రమం. నాట్లు వేయడానికీ, కలుపు తీయడానికి, కోత కోయడానికి ఒక్క మనిషో, ఒక్క కుటుంబమో చాలదు. ఒక సమూహం కావాలి. వ్యవసాయిక సమాజంగా ఉంటున్న భారతదేశం పారిశ్రామిక సమాజంగా ఎదగలేక పోవడానికి కారణం ఇదే. మన ప్రభుత్వ రంగ సంస్థల వైఫల్యాలని మనం ఇక్కడే చూడాలి. ఇటువంటి పరిస్థితిలో మన ప్రభుత్వాలు ప్రైవేటీకరణవైపు నడవటం మరింత అజాగ్రత్తగా వేస్తున్న అడుగు. ఇది ఒకప్పటి మొగల్ చక్రవర్తులు తామేంచేస్తున్నారో తాము తెలుసుకోకుండానే ఈస్టిండియా కంపెనీకి ఫర్మానా ఇవ్వడంలాంటిది. ఇటువంటి చరిత్రాత్మక తప్పిదాన్ని మరోమారు చేయకుండా ఉండాలని కలాం మనల్ని హెచ్చరిస్తున్నాడు.

ఆయన టెక్నాలజీ గురించి మాట్లాడడాన్ని మన పత్రికలు, కొందరు మేధావులు సరిగా అర్థం చేసుకోలేదేమో అనిపిస్తుంది. వాళ్ళు ఆయన్ని టెక్నోక్రాట్ అని పిలవడం హెన్రీమూర్ వంటి ఒక శిల్పిని ఒక రాతిపనివాడు అనడం లాంటిది. కలాం చెప్పిన టెక్నాలజీ మన సమాజంలోని ఏ రంగం అభివృద్ధికైనా వర్తింపచేయగల మౌలిక భావన. వ్యక్తిగా నీ జ్ఞానానికి పరిమితులుంటాయి కాబట్టి, నీ ప్రయత్నంలో లోపం ఉండవచ్చు కాబట్టి, నువ్వు పదిమందితో కలిసి పనిచెయ్యి. అలా యిచ్చి పుచ్చుకోవడంలో నీ సాంకేతిక సామర్థ్యాన్ని నీవు అభివృద్ధి చేసుకో అనడం అది. మేధావుల, ఇంజనీర్ల, శాస్త్రవేత్తల, సమాజాన్ని పెంచిపోషించే ఒక శిష్ట తత్త్వవేత్తగా కలాంని చూడటం సమంజసం కాదనిపిస్తుంది. మన ప్రజాస్వామ్యాన్ని, మన సార్వభౌమత్వాన్ని మనమే బలపర్చుకోవాలి, మనసాంకేతిక సామర్థ్యాన్ని మనమే అభివృద్ధి పరుచుకోవాలి, అని చెప్తున్న కొత్త రాజకీయ తత్త్వవేత్త ఆయన. కలాం రాజనీతిజ్ఞత ఆయుధాన్ని యుద్ధం చేయడానికి కాకుండా యుద్ధాన్ని నివారించుకోవడం కోసం ఉపయోగించుకోవాలనుకోవడంలో ఉందని మనం గ్రహించాలి.

కలాం తన జీవితంలో నుంచి మనకెత్తి చూపించిన సంఘటనలు చాలావరకు నా జీవితంలోను, మీ జీవితంలోను సంభవించిన సంఘటనల్లాంటివే. నన్నూ మిమ్మల్ని కూడా తీర్చిదిద్దిన బంధువులు, దారి చూపిన గురువులు, వెన్ను తట్టిన పథ నిర్ణేతలు, తోడు నిల్చిన సహచరులు మన చుట్టూతా ఉన్నారు. కానీ, మన జీవితంలో వాళ్ళకివ్వవలసిన స్థానాన్ని మనం ఇవ్వటేల్లిదు. కలాం ఇచ్చాడు. అంతే తేడా. ఈ స్మరించుకోవడంలో ఒక అంశాన్ని చూడండి. తనని నిలబెట్టిన వారిని స్మరించుకున్నట్లుగా కలాం తనని నిలదీసున్నవాళ్ళని స్మరించలేదు. తనకు తోడు నిలిచినవాళ్ళను గుర్తుచేసుకున్నట్లుగా తనకు అడ్డు వచ్చినవాళ్ళను తలచుకోలేదు. ఇది ఒక విజేత ముఖ్యలక్షణమని నేననుకుంటున్నాను. ఎందుకనో మనని బాధించే వాటిని, మనకు అడ్డుతగిలేవాటిని, మనని క్రుంగదీసేవాటిని ఎక్కువ

పట్టించుకోడానికి మనం అలవాటుపడ్డాం. ఈ రకమైన నెగెటివ్ శక్తుల గురించి ఎంత తక్కువ ప్రస్తావిస్తే, ఎంత తక్కువ ఆలోచిస్తే అంత మంచిదన్నట్లుగా కలాం చెప్పకనే చెప్తున్నాడు. నెగెటివ్ శక్తుల బలం మనం వాటి ప్రభావానికి గురవటంలో ఉంది. మనం వాటిని గుర్తించాలి, తప్పదు. కానీ, వాటి ప్రభావాన్ని తక్కువ చేయడానికి మాత్రమే వాటిని గుర్తించాలి. పాజిటివ్ శక్తుల్నే పదే పదే సంభావించడంవల్ల వాటి మీద, పరిశుద్ధమైన మనస్సు నిలుపుకోవడం వల్ల మనం మరింత బలపడతాం. మానవ సంకల్పం సాధించగల మహిమాన్విత విజయాల పరంపర ఎటువంటిదో ఈ పుస్తకం అడుగడుగునా సాక్ష్యమిస్తుంది.

ఈ పుస్తకాన్ని అనువాదం చేస్తున్నంతసేపు నేను నా ప్రతిబింబాన్నే చూసుకుంటూ వచ్చాను. కలాంకి నాకు చాలా పోలికలున్నాయి. ఆయనకు లభించినట్లే నాకూ అత్యద్భుతమైన బంధుమిత్రులు లభించారు. దారి చూపిన దేవతల్లాంటి గురువులు లభించారు. గొప్ప అవకాశాలు లభించాయి. అన్నిటికన్నా ముఖ్యం కలాం భావించినట్లే నేనుకూడా దేవుడు నా పనిలో నిత్య భాగస్వామి అని భావిస్తాను. ఏదన్నా పనిలో దూకేముందు జయాపజయాలు ఆయనకప్పగించి మరీ దూకుతాను. కానీ, కలాం చేయని పొరపాట్లు నేనెందుకు చేసానా, ఎందుకు చేస్తున్నానా అన్న ఆలోచన ఈ పుస్తకం నన్నెక్కువగా లోను చేసింది. నిజమే. పని, నాక్కూడా దైవారాధనలాంటిదే. నిజమే. నేను కూడా సత్యాన్నన్వేషించేటప్పుడు ఏకాంతంగా, దాన్ని ఆచరించేటప్పుడు సామూహికంగానూ నిమగ్నుణ్ణవుతాను. కానీ, ఎందుకు నేను వేదననుండి తప్పించుకోలేకపోతున్నాను? పుస్తకాన్ని తిరిగి రాస్తున్నంత సేపు ఈ ప్రశ్న నన్ను పదే పదే వెంటాడింది. ఒక చోట కంప్యూటర్ పైన వాక్యాల్ని తెలుగు చేస్తున్నప్పుడు నేనుండబట్టలేకపోయాను. నా కళ్ళు వర్షించకుండా ఆపుకోలేకపోయాను.

మిత్రులారా, నేను చేస్తున్న తప్పు, బహుశా మీరు కూడా చేస్తున్న పొరపాటు ఇపుడు నేను అర్థం చేసుకుంటున్నాను. అదేమిటంటే మనం మన అపజయాల్నెక్కువ పట్టించుకుంటున్నాం. మనం చేయగల పనులతో, చేయవలసిన పనులతో పోలిస్తే మన అపజయాలు, మన ఆశాభంగాలు చాలా చాలా చిన్నవి. మన కెదురైన కష్టాలు, మనం లోనైన నిరాశలు ఎంతోతాత్కాలికమైనవి. ఒక జలియన్‌వాలా బాగ్ వంటి దురంతాన్ని చూసికూడా గాంధీజీ తన స్వాతంత్ర్యేచ్ఛను పోగొట్టుకోకుండా ఉండగలిగాడు. ఎస్.ఎల్.వి.-3 ఒక చిన్న పొరపాటు వలన కుప్పకూలినా కలాం తన కార్యదీక్షను కోల్పోకుండా ఉండగలిగాడు. 'విజేత అంటే మహత్తరమైన విజయాన్ని సాధించేవాడు' అని నేను అనుకుంటూ ఉండేవాడిని. కానీ, కలాం అనుభవాలు చదివినతరువాత నా ఆలోచనను సవరించుకున్నాను. విజేత అంటే 'అపజయాన్ని లక్ష్యపెట్టనివాడు' అని నాకు అర్థమైంది. అది ఎవరో ఒకరికి మాత్రమే సాధ్యమయ్యే శక్తి కానేకాదు. బలమైన నమ్మకం ఉంటే, నువ్వు చేసినదాన్ని ఇతరులు చేసినదాన్ని గౌరవించుకుని గుర్తు పెట్టుకోగలిగితే తనవల్ల పొరపాట్లు జరగవచ్చుననే గుర్తింపు ఉంటే, తనేదైనా ఆచరించడానికి తనొక్కడే చాలడు, నలుగురూ అవసరమౌతారు అన్న వివేకముంటే ఎవరికన్నా అటువంటి శక్తి సాధ్యమౌతుందని కలాం ఆత్మ చరిత్ర స్పష్టంగా బోధపరుస్తుందని మళ్ళా ఒకమారు చెప్పనివ్వండి.

హైదరాబాద్
8 ఆగష్టు, 2002

చినవీరభద్రుడు